AA000535

B08KQFVJXS

కిషన్‌చందర్ కథలు

అనువాదం

జ్ఞానేంద్ర

 నవచేతన పబ్లిషింగ్ హౌస్

KISHANCHANDAR KATHALU

- *Translation: Gnanendra*

ప్రచురణ నెం. : 354/58

ప్రతులు : 500

మొదటి ముద్రణ : సెప్టెంబర్, 2019

© ప్రచురణకర్తలు

వెల: ₹ 120/-

ప్రతులకు:

నవచేతన పబ్లిషింగ్ హౌస్

గిరిప్రసాద్ భవన్, బండ్లగూడ(నాగోల్), జి.ఎస్.ఐ. పోస్ట్

హైదరాబాద్-500068. తెలంగాణ.

ఫోన్స్-అకౌంట్స్: 040-29884453.

ఫోన్స్-గోడౌన్: 040-29884454.

E-mail: navachethanaph@gmail.com

నవచేతన బుక్ హౌస్

బ్యాంక్ స్ట్రీట్ (ఆబిడ్స్), కూకట్‌పల్లి, కొండాపూర్,

హిమాయత్‌నగర్, బండ్లగూడ(నాగోల్)-హైదరాబాద్.

హన్మకొండ.

ముద్రణ : **నవచేతన ప్రింటింగ్ ప్రెస్**, హైదరాబాద్.

మా మాట

ఉర్దూ భాషలో సుప్రసిద్ధ కథా రచయిత, ప్రపంచ ఖ్యాతిచెందిన అభ్యుదయ రచయిత అయిన కిషన్‌చందర్ 1914 సంవత్సరంలో పంజాబు రాష్ట్రంలో జన్మించారు. కిషన్‌చందర్ 30 నవలలు, అనేక కథలు రచించారు. పేకముక్కలు, విరిగిన విగ్రహాలు, అశ్రువాహిని, జైత్రయాత్ర, విద్రోహి, ఐదుగురు లోఫర్లు, గాడిద ఆత్మకథ, పది రూపాయల నోటు, నక్షత్రాల సమక్షంలో – ఆయన నవలల్లో కొన్ని.

ఆయన రచనల్లో సామాజిక, వాస్తవికత ప్రతిబింబిస్తుంది. తెలంగాణ సాయుధ పోరాటాన్ని కథాంశంగా తీసుకుని 'జబ్ ఖేత్ జాగె' నవలను రచించారు. ఈ నవల ఆధారంగానే 'మా భూమి' సినిమా తీశారు. హిందీలో కూడా కొన్ని చిత్రాలు నిర్మించారు.

కిషన్‌చందర్ రచనలు ప్రముఖ భారతీయ భాషలన్నింటితోపాటు, ఇంగ్లీషు, రష్యన్, జర్మన్, హంగేరియన్, డేనిష్, చీనీ వగైరా విదేశీ భాషల్లోకి కూడా అనువదింపబడినాయి. నవచేతన పబ్లిషింగ్ హౌస్ ప్రచురించిన ఈ 'కిషన్‌చందర్ కథలు'ను ఎప్పటిలాగే పాఠకులు ఆదరించాలని కోరుతూ...

ప్రచురణకర్తలు

ఆ ముఖం

ఉర్దూ సారస్వత సుక్షేత్రంలో పూచిన సుమరాంజ కిషన్‌చందర్. కథాశిల్పంలో అందెవేసిన చెయ్యి. పాత్రచిత్రణలో, విషయ వివరణలో, పదాల పొందికలో ఆయనదొక ప్రత్యేకత; పద గుంభనలో ఆయన కాయనే సాటి. ఇతర భారతీయ భాషలలోని సాహితీపరుల నటుంచి, ఉర్దూ సాహితీపరులనే పరికించండి. ఉద్దండుల్లాంటి కవులు, ఉత్తమ శ్రేణికి చెందిన నవలా రచయితలు, చక్కని కథకు లెందరుద్భవించలేదు?

అయితే ఎవరి ప్రత్యేకత వారిది. ఆయా దేశకాల పరిస్థితులనుబట్టి వారు రచనలు చేశారు. కాని, అన్ని కాలాలలోనూ, అన్ని యుగాలలోనూ సామాన్య మానవుడనే వాడున్నాడు! అన్ని యుగాలలోనూ వర్గవైషమ్యాలు, దోపిడీ కొనసాగాయి! ప్రాచీన రచయితలు సామాన్య మానవుణ్ణి నిర్లక్ష్యం చేశారు. అట్టి రచయితలు ప్రస్తుతం కూడ ఉన్నారు. వారికీ, కిషన్‌చందర్‌కూ గల విలక్షణమైన తేడా అదే! కిషన్ చందర్ రచనావస్తువు – సామాన్య మానవుడు.

సర్దార్ జాఫ్రి, అబ్బాస్, సజ్జాద్ జహీర్, మక్దుం, బల్వంతగార్గి, ఫైజ్ అహ్మద్ ఫైజ్, నజీం హిక్మత్, శ్రీశ్రీల కోవకు చెందినవాడు. ఆయన ఘోషించటమే కాదు; శాసించగల దిట్ట. శపించగల మహర్షి. ఆయనది భువన ఘోష. పతిత మానవోద్ధరణకు ఘోషిస్తాడాయన; బాటలు చూపిస్తాడాయన. దీనజన బాంధవు డాయన. దీనజనులకు ముందుండి, కాగడా పట్టి వెలుగు చూపిస్తాడు. వారి జీవిత ధ్యేయమే తన ధ్యేయం. వారి బాగే తన బాగు. ప్రజలే ఆయన, ఆయనే ప్రజలు. ప్రజల కంత సన్నిహితమైనవాడు. వారి అభ్యుదయం కోసం అహరహం పాటుపడే ప్రగతిశీలి. ఆయన పలుకులు ప్రజావిరోధులకు బాకుల్లాగా గుచ్చుకొంటాయి. ప్రజామిత్రులకు వినసొంపుగా, మృదుమధురంగా, సుమ పరిమళాన్ని వెదజల్లుతూ హాయిగొల్పుతాయి. పదాల పొందిక సరళంగా, జనసామాన్యాని కర్థమయ్యేరీతిలో ఉంటుంది. విషయం విస్పష్టం. వర్ణన ప్రఫుల్లం. సున్నితమైన హాస్యం. ధ్వని ప్రధానమైన భావసంచయం.

కిషన్‌చందర్ పాత్రలు డాన్ క్విక్సెట్లూ, శాంకో పాంజాలు కారు; వరూధిని, సత్యభామలు కారు. తన దేశం కోసం యుద్ధంలో పోట్లాడే సైనికుడు, తన దేశస్థుల కోసం యుద్ధంలో నర్సుగా పనిచేసే వనిత, పూలమ్మే యువకుడు, త్రాగుబోతు, పడవ నడిపేవాడు, వేశ్య, చౌకీదారు, కార్మికుడు, కర్షకుడు, సినిమా పుస్తకాలమ్మే అనాథబాలుడు, భర్తను కోల్పోయిన మగువ, కట్టెలు కొట్టేవాడు, బడిపంతులు, శరణార్థి, తమ్ముణ్ణి కోల్పోయిన అక్క, పసివాడు, చర్మం ముడుతలు పడిన వయోవృద్ధుడు, ఎండ్రకిచ్చలు పట్టేవాడు, రొట్టెలమ్మే ముదుసలి, దారులుకొట్టే గజదొంగ – మొదలగు వారీతని పాత్రలు. యుద్ధం, విప్లవం, థియేటర్, కార్ఖానా, పొలం మొదలైనవి యితని పాత్రలకు రంగస్థలాలు. రోజాపూలే కాక ముళ్ళతీగెలు, గరిక కూడ యితనికి ప్రధానమైనవే. బుల్ బుల్ నైటింగేల్లేకాక, పచ్చపచ్చని నీలవర్ణపు చిన్న చిన్న పిచుకలూ యితనికి ప్రధానమైనవి.

ఇతని పాత్రలు విశ్వమానవ సౌభ్రాతృత్వాన్ని, వసుధైక కుటుంబ ధ్యేయాన్ని, సత్యం, శివం, సుందరాన్ని, ధర్మాన్ని, విశ్వమానవ కల్యాణాన్ని, శాంతిని ప్రబోధిస్తాయి. తమస్సును పారద్రోలటానికి, కుళ్ళును కడగటానికి ప్రయత్నిస్తాయి. మోసాన్ని, అన్యాయాన్ని హేళన చేస్తాయి. సంఘ వ్యతిరేక శక్తుల్ని నిందిస్తాయి. నవసమాజ నిర్మాణానికి మేల్కొలుపు పాడతాయి.

ప్రస్తుతం ఒక వినూత్నమైన, నవ్యమైన మానవసృష్టికి కృషి జరుగుతోంది. ఆ కృషిలో కిషన్‌చందర్ కూడా భాగస్తుడే. ఆయనది ఒక ఉచ్ఛమైన కంఠారావం; అంటే అతడొక నవమానవ వైతాళికుడు, తన నవల "I cannot die"లో కిషన్‌చందర్ ఎటువంటి మానవ విలువల్ని పాఠకులముందు ఉంచుతాడో అది చదివినవారి కర్థమౌతుంది. అజ్ఞానం, అంధకారం, స్వార్థం, అమానుషత్వం, కపటం మొదలగువాటి నిర్మూలనకు పెనగులాడే సౌశీల్యమూర్తి కిషన్ చందర్.

'కిషన్‌చందర్ కథలు' ఆయన వ్రాసిన ఉర్దూ కథలకు తెనుగుసేత. ఇందులో ఎనిమిది కథలున్నాయి. ఎనిమిదీ ఎనిమిది ఆణిముత్యాలు.

ప్రతి కథా నిజమైన మానవతా దృక్పథంతో స్పందిస్తుంది. ప్రతి కథలోనూ కిషన్‌చందర్ నిజమైన మానవతా వాదిగా కన్పిస్తాడు. కథ చదువుతూంటే అతని హృదయం ఎంత లోతైందో, ఎంత విశాలమైందో, మానవాళిపట్ల అతని కెంత సానుభూతి వుందో అర్థమౌతుంది. అతని భావ నైశిత్యం, కళాచాతుర్యం స్పష్టమౌతుంది. ప్రతి చిన్న విషయాన్నీ అత నెంత దీర్ఘంగా ఆలోచించి, పాఠకుల ముందర ప్రవేశపెడతాడో తెలుస్తుంది.

ఈ కథలు నేరుగా ఉర్దూనుండి అనువదింపబడ్డాయి. అనువాదంలో సరళమైన, వ్యావహారికమైన భాష ఉపయోగించ బడింది. మూలంలోని చేవ, పటుత్వం తగ్గకుండా జాగ్రత్త గైకొనబడింది, తెనిగించటంలో కాని, అచ్చులో కాని అక్కడక్కడా కొన్ని తప్పులు దొర్లవచ్చు. అట్టి తప్పుల్ని సహృదయులైన పాఠక మహాశయులు ఎత్తి చూపిస్తే మలి ముద్రణలో సవరించుకోలను. ఈ కథల్లో 'తుపాకి గుండ్లు – చెర్రీపూలు' అనే కథ కిషన్ చందర్ ఆంగ్లంలో 'Queen of Hearts'అనే పేరున 'Flame and the Flower' లో ప్రచురించిన దానికి అనువాదం కాదు. దానిని నేరుగా ఉర్దూమూలంనుండి అనువాదం చేయటం జరిగింది. అసలు ఉర్దూ మూలానికి, కిషన్‌చందర్ యింగ్లీషు అనువాదానికి అక్కడక్కడా కొద్దితేడా వుంది. పాఠకలోకం ఈ విషయాన్ని గమనిస్తుందని ఆశిస్తాను.

నా యీ ప్రయత్నం ఎంతవరకు సఫలమైందీ పాఠక మహాశయులే నిర్ణయించగలరు. నా యీ ప్రయత్నానికి చేయూత నిచ్చి తోడ్పడిన విజ్ఞాన సమితి ప్రచురణాలయం వారికి కృతజ్ఞుణ్ణి.

అనువాదకుడు

నేనెదురు చూస్తా

జీహీ చూడటానికి చాలా నాజూకుగాను, అందంగాను ఉండేది. ఆమెఅందచందాలు రాచవంశపు పాత చీనా కూజాను పోలియుండేవి. అంటే, ఒక శ్రీమంతుని గృహంలో చక్కగా నగిషీ చెక్కబడిన అలమారాలోగాని, ఎత్తైన గాజు బీరువాలో గాని తన సహజ సౌందర్యాన్ని ఒలకపోస్తూ (చీనాకూజా) ధగద్ధగాయమానంగా ఉంటుంది. జీహీ కూడా అలా ఉన్నదన్నమాట. మొదటి దినం నేను కాగితాల పువ్వుల్ని అమ్మటానికి బయలు దేరినప్పుడు నా కామె ఖచ్చితంగా అలాగే కన్పించింది. ఆమె తన ముసలితండ్రియైన హాంగ్‌ను వెంటబెట్టుకొని, క్రాఫోర్డ్ మార్కెట్‌లోని మూడు దారులు కలిసే స్థలంలో కాగితపు పూలగుత్తులు, దండలు, పూలతొట్లు, రేకులు, కాగితపు పూలతో తయారు చేసిన చిన్న చిన్న బుట్టలు, టోపీలు, విసనకర్రలు పట్టుకొని నిలబడియుంది. వర్షాకాలం. చేతులు లేని నీలిరంగు జుబ్బా, నీలిరంగు పైజామా తొడిగియుంది. ఆ పైజామా కింది అంచులు సన్నని నూలు పోగులతో అందంగా కుట్టబడియున్నాయి. ఆమె కాళ్ళు బంధింపబడిలేవు. అంటే, ఆమె సనాతన ఛాందస చీనా స్త్రీల కోవకు చెందదు. పాతకాలపు చీనా స్త్రీలను చూచినప్పుడు, సర్కసులో దృఢంగా పేనబడిన దిట్టమైన మోకు గుర్తుకొస్తుంది. అట్టి మోకుపై సర్కసు చేసే స్త్రీలు తమవక్షాల్ని గుప్పిట్లో పట్టుకుని, త్రాటిపై ఒడుదుడుకులు లేకుండా నడవడానికి ప్రయత్నిస్తారు. అట్టి పాతకాలపు ఛాందస చీనాస్త్రీల కోవకు చెందదామె.

వృద్ధుడైన హాంగ్ ముఖం ఎండిపోయిన సీతాఫలం వలె ఉంది. కాల వైపరీత్యాలు, కాలపు ఎగుడుదిగుళ్ళు అతన్ని పొడిపొడిచేసి ఆయనలో రకరకాల అనుభూతుల్ని కలుగజేశాయి. రకరకాలమార్పుల్ని తెచ్చి పెట్టాయి. ఆయన కాలవాహినికి ఎదురీదిన వాడు. జీవితంలో అనేక ఉచ్ఛనీచ గతుల్ని అనుభవించాడు. ఆయన ముఖాన్ని పరికించితే, ఆసియాఖండపు గత యాభైసంవత్సరాల చరిత్ర చదవగలం. కండ్లలో భయం, ఒకవిధమైన తెలివితో, తమస్సుతో గూడిన వెనుకబడినతనం, గుంటలుబడిన నల్లనికండ్లు, కండ్ల కొసలలో ఎర్రనిమచ్చ, బానిసత్వపు సంకెళ్ళ మూలకంగా కుడిచెక్కిలిపై దవడయెముక

పైభాగంనుండి క్రిందిభాగంవరకు ఏర్పడిన ఒక గాయపుమచ్చ. ఈ గాయం అతనికి హాంగ్‌కాంగ్‌లో సంప్రాప్తించింది. రిక్షా నెమ్మదిగా తోలుతున్నాడనే కారణముతో ఒక తెల్లవాడు తన్ని లాగి కొరడాతో కొట్టినందువల్ల, పిడికిలి బిగించి గుద్దినందువలన, తన్నినందువల్ల అతని కా గాయం తగిలింది. అటువంటి అనేక గుర్తులు అతని వీపుమీదా, శరీరంలోని యితర భాగాలలో కూడా ఉన్నాయి. యాభై సంవత్సరాల చరిత్రయొక్క నల్లని మైలురాళ్లు అతని జీవితంలో ఒక వేటగానివలె, క్రూరునివలె తమ దయా విహీనమైన గుర్తుల్ని అట్టిపెట్టి వెళ్ళిపోయాయి. వసంతం ఎలా వస్తున్నది. మొగ్గలెలా విచ్చుతున్నాయి. పువ్వులెలా వికసిస్తున్నాయి. చెట్టుకొమ్మ ఫలభరితమై తన తల ఎలా వంచుతున్నది – ఈ విషయాల ఎరుకే లేదతనికి. అతని జీవితం మొట్టమొదటి సారిగా ఒక పెద్ద ఆకలిని చూచింది. మరల ఒక పెద్ద కొండరాయిని చూచింది. మరల ఒక పెద్ద ఎడారిని చూచింది. ఆయన ఈ స్థితికి వచ్చిం తర్వాత ఆయనలో ఒక విధమైన స్థైర్యం కలిగింది. నిరవధికంగా బ్రతుకును లాగడానికై ప్రయత్నించడం వృథా అనుకున్నాడతను. జీవితం ఇంతే, యిలాగే వుంటుంది. దీంట్లో అనేకమంది వుంటారు. కొందరు భోగ భాగ్యాలనుభవిస్తూ వుంటారు; కొందరు సంఘంలో గౌరవం, మర్యాద, ప్రతిష్ఠ పొందుతారు. మరికొందరు అప్రతిష్ఠ పాలౌతారు. కొందరు దౌర్జన్యం చేస్తారు. అనేకులు దౌర్జన్యాన్ని అనుభవిస్తారు. దీనినుండి తప్పించుకోవటానికి మార్గాంతర మేమీ లేదు. ఎందువల్ల నంటే, ఆకాశంపై నివసించే దేవతలు యీ జీవితాన్ని అలాగే తయారు చేశారు. దీంట్లో మార్పు తేవడానికి ప్రయత్నిచడం కూడా పాపమే. ఆయనీవిధంగా ఆలోచించుకొన్న తర్వాత, తన తెరచాప నేలపారవేశాడు. తెరచాప స్తంభాన్నిదించి వేశాడు. తన ఓడను లాక్కుని బొంబాయి తీరానికి వచ్చేశాడు. ఇప్పుడాయన పది సంవత్సరాలనుంచి బొంబాయిలోని కమాటిపురా అని పిలువబడే ఒకదుర్గంధపూరితమైన పేటలో వసిస్తున్నాడు. ఇక్కడాయనొక చీనా దేశపు వేశ్యను వివాహమాడాడు. అతడామెకు భర్త, దళారీ కూడాను. పగలు భర్తయొక్క ధర్మాన్ని నెరవేర్చేవాడు; రాత్రిళ్ళు దళారీపని చేసేవాడు. నల్లమందు తినేవాడు. కల్లు త్రాగేవాడు. అప్పుడప్పుడు కోపం వచ్చినప్పుడు తన మొదటిభార్య కూతురు జీహీని కొట్టేవాడుకూడా. ఎనిమిదేండ్లు ఇదేవిధంగా బాగానే గడిచింది. కాని ఆకసం పైని దేవతలు యితని ఈ మాత్రం సౌఖ్యాన్ని, మనశ్శాంతి కూడా చూచి ఓర్వలేకపోయారు. తన భార్య అయిన ఆ వేశ్యను అతనివద్దనుంచి ఎగరదన్నుకొని తీసుకపోయారు. ఆమె కొన్నాళ్ళపాటు జబ్బుపడి, పరలోకయాత్ర చేసింది. అందువల్ల ముసలి హాంగ్, పెండ్లియీడు ప్రాప్తించిన అతని కూతురు జీహీ కాగితపు పూలు, విసనకర్రల వ్యాపారం చేపట్టవలసివచ్చింది.

ఇప్పుడు దేవతలు వారిద్దరికి మఱొక బాధ తెచ్చిపెట్టారు. అదేమంటే, నన్ను వీరికి పోటీగా క్రాఫోర్డ్ మార్కెట్‌లో పూలమ్మడానికి గత్యంతరంలేని పరిస్థితిని కల్పించి పంపారు. ముసలి హాంగ్ కండ్లలో గల భయం, తెలివి, అంధకారయుతమైన మొరటుదనం నన్ను చూడడంతోటే మిక్కుటమైన ద్వేషంతో తీవ్రరూపం దాల్చాయి. ఆయన తన కూతురుతో చైనా భాషలో ఏదో అన్నాడు. నావంకచూచి ద్వేషభావంతో అయిష్టతతో తన ముఖం పక్కకు తిప్పుకొన్నాడు.

నిజానికి నే నాతని ద్వేషానికి పాత్రమైన వాణ్ణికాను. నేను కూడ వాళ్ళస్థితికే దిగజారాను. వాళ్ళగతే నాకుకూడా పట్టింది.

దానికి నేనేం చేయను.? రంగులు వేయటమంటే మొదటినుంచీ నాకు చాలయిష్టం. నేను పదోతరగతి చదివేవఱకు అన్నిటికంటె నాకు డ్రాయింగు క్లాసంటే శ్రద్ధ ఎక్కువగా వుండేది.నేను పగలంతా బొమ్మలు వేసేవాణ్ణి. రకరకాల పువ్వుల్తో చిత్ర విచిత్రంగా చిత్ర లేఖనం చేసేవాణ్ణి. ఇతర విషయాలపట్ల నాకంత ఆసక్తి వుండేది కాదు. దాని ఫలితం ఏమంటే, నేను పదోతరగతిలో తప్పిపోయాను. నా తండ్రి చనిపోయిన తర్వాత నన్ను పోషిస్తున్న నా చిన్నాయన నన్నింక చదివించడానికి తిరస్కరించాడు. ఇలా జరిగిన కొద్ది కాలానికే మా బాబాయి ఆఫీసులో ఏదో లోపం జరిగింది. ఆయన్ని ఉద్యోగంనుండి తీసేశారు. అందుకని ఆయనగూడా తనయింట్లో లోకంచేసి నన్ను యింటినుండి వెడలగొట్టాడు. నాకిప్పుడు కొందరు తుచ్ఛులు మినహా బొంబాయిలో అనేకమంది సజ్జనులు పండుకొనే చోట పవళించవలసి వచ్చింది. అంటే 'ఫుట్‌పాత్' మీద పండుకోవటం ఆరంభించిన మొదటి మూడు నాల్గు రోజుల్లో నాకు చిత్ర విచిత్రమైన, అపూర్వమైన కలలువచ్చేవి. ఉదాహరణకు, నా దగ్గరొక బండివుందట; మా బాబాయి దాని డ్రైవరట, నేను యూనివర్సిటీ వైస్ ఛాన్సలర్‌నట? నన్ను పదోతరగతిలో తప్పించిన పరీక్షాధికారుల్ని దబాయించి, గదమాయిస్తున్నానట; నేను ప్యారిస్‌లో వున్నానట; ప్రపంచంలోని విఖ్యాత చిత్రకారులు తమ చిత్రాలన్నింటినీ నాకు చూపిస్తున్నారట. నేను వాటిని నిర్లక్ష్యభావంతో చూచి, 'ఛీ' ఏం కళయ్యామిది! పనికిమాలిన 'కళా!' అంటున్నానట. కాని దీని తర్వాత నేను రెండు మూడు పర్యాయాలు వస్తుండవలసి వచ్చినపుడు రాత్రిళ్ళు కలలలో నాకు రొట్టెలు అగపడనారంభించాయి. ఇక నేను ఏమైనా చేయవలసిందే, ఊరకుంటే ప్రయోజనం లేదనుకున్నాను. మొట్టమొదట గుమాస్తా ఉద్యోగం కోసం ప్రయత్నించా. తీరా నాకు తెలిసిందికదా గుమాస్తా ఉద్యోగం పొందడానికి గ్రాడ్యుయేట్ అయివుండాలని; గ్రాడ్యుయేట్ అయివుండి ఎవరైనా పెద్ద మనిషియొక్క బావమర్ది అయి వుండడం చాలా అవసరమని

దీం తర్వాత నేనొక మంగలివానివద్ద ఉద్యోగానికి కుదిరా. మంగలి వెంట్రుకలు కత్తిరించేవాడు. నేను తలపై బ్రష్‌తిప్పేవాణ్ణి. కొద్ది రోజుల్లోనే మంగలివాడు తనకొట్టు మూసేశాడు. ఎందుకంటే, బొంబాయిలోని ప్రజలు వస్తుండడంవల్ల, నిరుద్యోగంవల్ల, ఆకలివల్ల రేషనింగు గింజలవల్ల వాండ్ల తలవెంద్రుకలు ఊడిపోతున్నాయన్న సంగతి ఆ మంగలివానికి అప్పుడే తెలిసింది. మొదట లోకులు తమ వెంద్రుకలు కత్తిరించు కోవడానికి షాపుకువచ్చేవారు. ఇప్పుడు తన బ్రష్ తిప్పించు కోవడానికి రాసాగారు. మంగలి నిరాశజెంది తన దుకాణాన్ని మూసివేశాడు పాపం! నే డతగాడు దారుస్వాలో చేపలు పట్టుకొంటున్నాడు. దీని తర్వాత నే నొక మిల్లులో నౌకరుగా చేరాను. సమ్మెచేశాను. పట్టుబడ్డాను; మూడు నెలలు జైల్లోఉన్నాను. పిదప మిల్లుయజమాను లందరూ నా పై పగబట్టి నన్ను వెలివేశారు. ఇప్పుడు నా కెవ్వరి మిల్లులోనూ పని దొరికేది లేదు. నిస్పృహ జెంది నేను కొన్నాళ్లు బుట్ట నెత్తినపెట్టుకొని బేర మమ్మాను. తర్వాత ఇరాని హోటల్లో పనికి కుదిరాను. కాని ఎక్కడా నా కాలుకు స్థిమితం చిక్కలేదు. చిట్టచివరికి, ఆలోచించి, ఆలోచించి కాగితపుపూలు తయారుచేసి, వాటిని క్రాఫోర్డ్ మార్కెట్‌కు ఎదురుగా అమ్మేపని మొదలెట్టా. నేను కొంతకాలంగా యిక్కడ యీపూలు బాగా అమ్ముడుపోవడం చూస్తున్నాను. చాలామంది చైనీయుల కిదేపని. మనదేశస్థులు కూడ కొందరున్నారు అయితే, హస్తలాఘవంతో వారికి దీటురాలేరు. అందువల్ల రెండు మూడు రోజుల్లోనే క్రాఫోర్డ్ మార్కెట్ వదిలిపెట్టి వారు వేరొక చోటికి వెళ్ళేవారు. లేక బహుశా ఈ పనిని వదిలిపెట్టి వేరే వృత్తి చేపట్టుండవచ్చు. అందువల్ల యిక్కడ పూలమ్మే చైనీయులు బాగా పాతుకునిపోయి దృఢంగా, స్థిర సంకల్పుల్లా కనబడేవారు. మన దేశస్థులు మధ్య మధ్యలో అక్కడక్కడ కనబడి అక్కడక్కడే మాయమయ్యేవారు. యిద్దరు ముగ్గురు చైనీయులు కాంబాదేవి రోడ్డుకు పోయేవీధికి దాపులో నిలబడి యుండేవారు. ఇద్దరు ముగ్గురు బోరీబందరు వెళ్ళే రోడ్డువద్ద, ఇద్దరుముగ్గిరు మంగల్ దాస్ మార్కెట్టుకు ఎదురుగా నిలబడేవారు. ట్రామ్ జంక్షన్ ఉన్న క్రాఫోర్డ్ మార్కెట్ ఎదుట నాకు ముసలిహాంగ్, ఆయన కూతురు జీహీ తప్పనిసరిగా కనబడేవారు. ఇక్కడ పోటీ కొంత తక్కువగా ఉన్న సంగతి నేను గమనించా. పూలు బాగా అమ్ముడుపోతాయి. అందుకని నేను కూడా పూలు, యితర పూల వస్తువులు తీసికొని అక్కడే మకాం వేశా. ముసలిహాంగు, అతని కూతురు జీహీ నన్ను అసూయభావంతో చూడసాగారు.

ముసలిహాంగు నన్ను ద్వేషభావంతో చూచినా పర్వాలేదనుకోండి. కాని జీహీ వంటి సౌందర్యవతి, అందాల యువతి నన్ను ద్వేషభావంతో చూస్తే నేనెలా సహించగలను?

అదీగాక నా పూలు ఆమె పూలకంటె తీసిపోయినవి కావు. కాగితాలతో పూలు కత్తిరించడం నాకు వెన్నతోబెట్టిన విద్య. జేబులు కత్తిరించే ప్రావీణ్యం నేనింకా సంపాదించలేదనుకోండి. 'క్రసంథపు' పూల చెండుల్ని నేను ఎంత అందంగా తయారు చేసేవాణ్ణంటే రేత్రిళ్ళు జరిగే పార్టీలలో (విందులు) పాల్గొనే చవుకబారు మనుష్యులు ఆ పూలగుత్తుల్ని ఎగబడి తీసుకపోయేవారు. నా పూలచెండ్ల తొట్లల్లో ఆడవితీవల్లో కానవచ్చే ఎర్రగులాబీల్ని చూసి మీరు బుల్ బుల్ కంఠారవాన్ని వినగలరు. తెల్లజాజులతో పాటు వంకులుగల రేకుల్ని నే నెంత అందంగా కత్తిరించేవాణ్ణంటే లోకులు ఆ తెల్లపూలను రమ్యంగా కత్తిరింపబడిన వాటి రేకుల కోసమే కొనుక్కొని పోయేవారు. కాగితం పూల ఖరీదు చేసేవారు చాలా చెడ్డవారనీ, బుద్ధిహీనులనీ నా ఉద్దేశం. వీరు కల్తీ స్త్రీల యెదుట కల్తీ ప్రేమను ప్రదర్శిస్తారు. కృత్రిమమైన అత్తరు పూసుకొని కృత్రిమమైన పూలతో తమ డ్రాయింగు రూమును అలంకరిస్తారు. కృత్రిమమైన నడవడికతో, బుద్ధులతో కాలంగడిపి కృత్రిమమైన స్వర్గానికి పయనమై వెళ్తారు.

ఒకనాటి సంగతి. ప్రొద్దుగూకే వేళకు నేను పూలన్నీ అమ్మి వేయగా ఒకే ఒక గులాబీపూల గుత్తి మిగిలిపోయింది. నేను దాన్ని జీహీకి తన తల్లో పెట్టుకుంటుందనే ఉద్దేశ్యంతో ఆమెకు ఇచ్చేశా. కాని జీహీ దానిని కోపంతో త్రుంచి, ముక్కలు ముక్కలు చేసి, నేలపై పారవేసింది. ముసలిహాంగ్ గుడ్లెర్రజేసి, కుపితుడై యిలా అన్నాడు. 'ఇవాళ నేను నిన్ను క్షమించివేశా. కాని రేపటిదినం నీ విక్కడ నాకు కనబడ్డావంటే నిన్ను తుంటర్లచేత చావమోదిస్తా లేదా పోలీసు వాండ్లకు చెప్పి అరెస్టు చేయిస్తా తెలుసా?"

నేనన్నాను: "పోలీసువాండ్లు అందరికీ చెందరుకదా! పోలీసు వాడు నీ చిన్నాయన అనుకున్నావా?"

హాంగు అన్నాడు: 'నేనిక్కడ నిలబడి అమ్ముకోవడానికి పోలీసు పారావానికి అర్ధరూపాయి యిస్తున్నాను.

నేను నిండిన నా జేబుపై చేయివేసి నాణెముల మోత వినిపిస్తూ అతనితో అన్నా: 'నువ్వు అర్ధరూపాయి యిస్తే, నేను ముప్పావలా యిస్తా' అని.

రెండవరోజు పోలీసు పారావాడు వచ్చినప్పుడు నే నలాగేచేశా. దానిమీదట పాపం ముసలిహాంగు చాలా విచారగ్రస్తుడయ్యాడు. చివరికి నాతో రాజీపడవలసి వచ్చింది. మొదటిషరతు ఏమిటంటే, ఆయన కూతుర్ని నేను యితరుల కన్నుగప్పి ఎత్తుకొని పోకుండా ఉండటం. రెండవషరతు, వారు తయారు జేసే పూలను నేను తయారు చేయకుండా ఉండటం. మూడవషరతు, కాగితపు పూలతో తయారుచేసిన విసనకర్రలు తెచ్చి

అమ్మకుండా ఉండటం - వాళ్ళ దేశంలో ఉండే విసనకర్రల వంటివి వారే అమ్మాలి. చివరి రెండు షరతుల్ని నేను పాటించానుగాని రోజులు గడిచేకొద్దీ జీహీ అంటే నాకు మక్కువ ఎక్కువైంది. ఆమెయందు నాకు ప్రేమానురాగాలు దినదిన ప్రవర్ధమానమవుతూ వచ్చాయి. ఆమెయందే నా మనస్సు లగ్నమైంది. ఆమె నాకు బాగా, బాగా నచ్చింది. అందువల్ల మొదటి షరతు నాకు చెడ్డగా కన్పించింది. కాని జీహీ నావైపు కన్నెత్తి చూచేదేకాదు. ఇది చాలా అవమానకరమైన విషయంగా నాకు తోచింది. ఎంచేతంటే, నా స్వల్పానుభవం వల్ల నేను తెలిసికొన్న దేమిటయ్యా అంటే, యువతులు తొలి పరిచయంలోనే విరగబడి మాట్లాడేస్తారు; అట్టివారు చాలా ప్రమాదకరమైనవారు. పొరపాటున మీ చేయి వారి భుజాలకు తగిలిందా వారు వెంటనే ఆ విషయాన్ని పోలీసువాళ్ళ దాకా చేరవేస్తారు. కాని జీహీ అటువంటిది కాదు. ఆమె నాతో చాలా తక్కువగా మాట్లాడేది. తఱచు తన గిలావులాంటి కనురెప్పల్లోంచి నన్ను తొంగితొంగి చూచేది. ఈ గిలావు లోపలవున్న కండ్లలో యింకా అనేకమైన కండ్లు బంధింపబడి నాకు కనబడకుండా ఉన్నాయా అనిపించేది. స్కూలు పిల్లవాడు హెడ్‌మాష్టరు బెత్తంయెదుట ఎలా వణుకుతాడో అలా నా చిత్తం ఆమె దృష్టియెదుట వణక నారంభించేది.

ముసలి హాంగ్ నా మనోగత విషయాన్ని గమనించి ఒక పర్యాయం జీహీ తనవెంట లేనప్పుడు నాతో అన్నాడు: "నువ్వు జీహీని పెండ్లి చేసికొంటావా?" అని.

"పెండ్లా?" నేను నివ్వెరబోయి అడిగాను కాస్త అతనితోను, కాస్త నాతోను.

"అవునవును," ముసలి హాంగ్ తెలివైన చిరునవ్వు చిందించి, విరిగిపోయిన దంతాలుగల నోరువిప్పి అన్నాడు: "జీహీని పెండ్లాడుతావా? ఇప్పుడు నువ్వు పెండ్లి చేసికోగలవు. బాగా సంపాదిస్తున్నావు. అందచందాలు కూడ తగినంతగా ఉన్నాయి. చదువు సంధ్యలు నేర్చిన వాడివి. నా జీహీకూడ అలాంటి దేమీ కాదు. ఆమె చైనా భాషయే కాకుండా, ఇంగ్లీషు కూడ చదవగలదు. కమాటిపురా అంతట్లోకి యిటువంటి పూలు తయారుచేసేవారు మరెవ్వరూ లేరు. ఇంగ్లీషు వాళ్ళకు కావలసిన టోపీలు, విసనకర్రలు మొదలైనవి జీహి చాలా అందంగా తయారుచేస్తుంది. ఆమె నిష్ప్రయోజకురాలేమీ కాదు."

నేనన్నా: "మంచిది. నేను జీహీని పెండ్లాడతా. అయితే ఆమె నిక్కడనుంచి ఎత్తుకొని పోదా మనుకుంటుటున్నా."

"అది నాకు తెలుసు. నేనంత శుంఠనుకాను. ఒక మనిషి హృద్గతాన్ని గమనించగలను. నేను బ్రతికుండగా నువ్వాపని చేయలేవు."

నేనన్నాను: "ఫలించినా ఫలించకపోయినా ప్రయత్నం మాత్రం జరుగుతుంది. ఫలితాన్ని ఆకాశంమీది దేవతలకు వదిలివేస్తా."

హాంగ్ అన్నాడు: "ఈ విషయం నేను పోలీసువాండ్లకు చెబుతా. ఆకాశం మీది దేవతలకు దీన్ని వదలటంలో నాకంత విశ్వాసం లేదు."

'మంచిది. నేనిక ఆమె నెత్తుకొనిపోయే ప్రయత్నాన్ని విరమిస్తా. పెండ్లి చేసుకోవడానికి నాకిష్టమే. ఎన్ని రూపాయలు తీసి కొంటావు?"

హాంగ్ యిటూ అటూ చూచి అన్నాడు: "ఒక చీనాదేశపు వృద్ధ సంపన్నుడు వెయ్యి రూపాయిలిస్తానన్నాడు. అతనికి ఫోర్టులో ఒక రెస్టారెంటు కూడా వుంది. కాని ఆయన ముసలివాడైనందువల్ల అతనికి నా కుమార్తెనిచ్చి పెండ్లిచేయలా. నువు ఆరువందలిస్తే చాలు. నీకిచ్చే చేస్తా."

"ఆరువందలు నేనెక్కణ్ణుంచి తెచ్చేది?"

"వాయిదాల ప్రకారం చెల్లించు."

నేను గమ్మునుండి ఆలోచించసాగా.

హాంగ్ అన్నాడు : "వాయిదాల ప్రకారం తీర్చటం తప్పేమీ కాదు. ఈ రోజుల్లో రేడియో, బండి, చెక్క సామానులు మొదలైన అన్ని వస్తువులు, వాయిదాల ప్రకారం తీర్చే పద్ధతిపైన దొరకుతున్నాయి. నువ్వు ప్రతినెలా నలభైరూపాయలు చొప్పున యివ్వు. ఒక సంవత్సరంలో నీ బాకీ తీరిపోతుంది. మరుసటి సంవత్సరం నువ్వు పెండ్లిచేసుకోవాలి. తెలిసిందా?"

"నాకు సమ్మతమే. చేతిలో చేయివేయి."

ముసలివాడు చేతిలో చేయివేస్తూ, చిరునవ్వు నవ్వి నాతో యిలా అన్నాడు: "నేటినుంచి నువ్వు నాకొడుకైపోయావనుకో, నీ కొక తెలివైన మాట చెప్తా. ప్రతిదినం నీ సంపాదనలో కొంతతీసి నాకిస్తూ ఉండు. నెలనెలా లెక్క వేయడం కష్టమైకపోతుంది. ఏ రోజుకారోజు మిగిల్చింది ఉండిపోతుంది. నెలతర్వాత మిగల్చడం కష్టమౌతుంది. ఇది స్వానుభవం వల్ల చెప్తున్నా."

"చాలా బాగుంది. ప్రతిరోజూ రూపాయిగాని, రూపాయి పావలాగాని నావద్ద తీసుకో. మిగతాది నెలాఖరిలో."

"సెభాష్," అని ముసలివాడు మరల చేతిలో చేయివేశాడు. "అయితే జీహీ చెవిలో ఈ విషయం పడకూడదు సుమా! నీ ప్రవర్తన మూలంగా కూడా ఆమెకు తెలియకూడదు. నీ సంభాషణ వల్లకూడా మనమిద్దరం ఏంచెయ్య దలచిందీ ఆమెకు తెలియకూడదు.

అదీగాక పెండ్లికి ముందు ఆమెతో జాస్తిగా మాట్లాడటానికి నీకవకాశం యివ్వను. మా వంశంలో ఆ పద్ధతి లేదు."

"మా యిండ్లలో కూడా ఆ పద్ధతి లేదు."

ముసలిహాంగు దగ్గుతూ, నవ్వుతూ యిలా అన్నాడు: "ఇది చాలా మంచిపద్ధతి, పెండ్లి అయ్యేదాకా స్త్రీ పురుషులు ఒకరితో వొకరు మాట్లాడుకోకుండా ఉంటే వంశప్రతిష్ఠ చిరస్థాయిగా నిలుస్తుంది. నా సంగతే తీసుకో. నేను జీహీ తల్లిని వివాహమాడినప్పుడు ఆమె మాటకారి అన్న సంగతి నాకు తెలీదు. పెండ్లి అయింతర్వాత యిద్దరి రంగూ బయటపడ్డది. హో! హో! హో!"

"హో! హో! హో!" నేను కూడ బాగా నవ్వా. మరల ఒక్క దమ్మున నిర్వేదంతో అతన్నడిగా: "మరి జీహీ పలుకులెలా వుంటాయి?"

"విచారపడకు. వెండి గంటయ్యా. వెండిది."

ఇలా కొన్ని నెలలు గడిచిపోయాయి. నే నిప్పటివరకు హాంగుకు నూటయాభై రూపాయలు మాత్రమే యిచ్చాను. ఎందుకంటే అనేక పర్యాయాలు రాబడి మందకొడిగా ఉండేది. పాపం హాంగు నా దీనావస్థను అర్థం చేసికొనేవాడు. అందువల్ల నే నెంతయిస్తే అంత తీసుకొనేవాడు. జీహీ యెడల నా ప్రవర్తన, నా యెడల ఆమె ప్రవర్తన, యిలా ఉండేది – అల్ప భాషణం, అల్ప వీక్షణం తరచు ఆమె నా యెడల కఠిన వైఖరి అవలంబించేది. ఆ వైఖరి అప్పుడప్పుడు నన్ను విచార సాగరంలో ముంచెత్తేది. నేను నా మనోగతాన్ని ఆమెకు తెల్పలేనంతటి హీనస్థితికి దిగజారిపోయి, శక్తిహీనుణ్ణయి పోయేవాణ్ణి; మనస్తాపంతో కుమిలిపోయేవాణ్ణి.

చివర కొకరోజు నాకవకాశం దొరికింది. వర్షాకాలపు రోజులు. కుండపోతగా వర్షం కురుస్తోంది. నేను నా కాగితపు పూలతో ట్రామ్ స్టాండులో ఒక ప్రక్క ఒదిగిలబడి యున్నాను. ఆడుక్కుతినే బాలుడొకడు తన శరీరంపైగల చింపి పేలికలతో శరీరాన్ని కప్పుకోవటానికి విఫలయత్నం చేస్తున్నాడు. చలికి పండ్లు కొరుకుతూ ఉన్నాడు. అతని పల్చని డొక్కలపైన, కాళ్ళపైన చర్మంమాత్రం మిగిలి కొట్ట వచ్చినట్లు కానవస్తున్నది. వాని ఉదరం ముందుకు ఉబికి యుంది. నాల్గువైపులా జోరుగా వర్షం కురుస్తోంది. గుంపులు దుకాణాల్లోకి మారి నిలువబడి యున్నారు. రోడ్లపై అక్కడక్కడా మట్టి కొట్టుకొని పోయి, తాజాతనం కనిపిస్తోంది. ఇంతలోనే మోటార్లు హారన్ వాయిస్తూ అన్ని భాగాలు మూయబడి, ముందుభాగపు అద్దాలు మాత్రం పైకెత్తబడి అటూ యిటూ పోతున్నాయి. నిలుచున్నంతలో సూర్యుడస్తమించాడు. సాయంకాలమైంది. లైట్లు వెలిగాయి. కాని వర్షం

ఆగిపోలేదు, ట్రాములు, బస్సులు నడవటం ఆగిపోయింది. కాని వర్షం ఆగిపోలేదు. నేను ట్రామ్ స్టాండుకు ఒక మూల నా కాగితపు పూలతో నిలువబడియున్నా జీహీ, ఆమె ముసలితండ్రిని నిరీక్షిస్తూ. ఇవ్వాళ ఉదయంనుంచి జీహీని చూడనేలేదు. రోజూ చూచేవాణ్ని. అందువల్ల చూడనిబాధ పీకుతోంది. ప్రతిరోజూ ఆప్యాయతతో చూచే వస్తువును ఒక్కరోజు చూడకపోయినట్లయితే అదెంత దుర్భరంగా, బాధాకరంగా ఉంటుందో నా కివ్వాళ తెలిసింది. ఇవాళ వర్షం ఎంత చింతాక్రాంతంగా ఉంది! మార్కెట్ ఎదుటగల స్తంభాలు ఎంత బోడిగా, ఒంటరిగా ఉన్నాయి! రోడ్డు ఎంత నిర్జీవంగా వుంది! ట్రామ్ లైను నిశ్శబ్దంగా ఎంత దూరంవఱకు తన హృదయంలో తెలియని బాధను దాచుకొని వెళ్ళిపోయింది! నిన్నటివఱకు కాగితాల పూల వలె వికసించిన జీవితం నేడు మొగ్గవలె ముకుళించుకొని పోయింది. ప్రేమ తన కవాటాలన్నిటినీ మూసివేసి, నన్ను బయటరోడ్డు మీద ట్రామ్ స్టాండుదగ్గర నిలబెట్టి, తాను స్వయంగా ఎక్కడికో వెళ్ళి పోయింది... ...

ఆకస్మాత్తుగా ఎవరో నాదరికివచ్చి అడిగారు: "ఇవాళ ఎన్ని రూపాయల పూలమ్మారు?" అని

ఆ అడిగే వ్యక్తి నా కెంత సమీపంలో వచ్చి అడిగిందంటే, ఆమె శ్వాస నా చెక్కిళ్ళను చుంబించింది. నేనామెను చూడటానికి తలెత్తగానే, ఆమె తన ముఖాన్ని బురఖా వెనుక దాచుకొంది. గిలాపు గుండా ప్రసరిస్తున్న జీహీ చూపులు నాకండ్లల్లో ప్రతిబింబించాయి. అంటే నా చూపులు ఆమె చూపుల్ని ఎదుర్కొన్నాయి, అవు నామె జీహీయే. ఒంటరిగా వానలో తడుస్తూ వచ్చింది. వానకు తడిసిన ఆమె లే పెదవులపై ఒక అపూర్వమైన కాంతిపుంజం చిందులు త్రొక్కుతోంది.

నే నన్నాను: ఇప్పు డీ వర్షంలో ఒంటరిగా నీ వెలా వచ్చావు? హాంగ్ ఎక్కడ?

"మీ వద్ద రూపాయి పావలా తీసుకు రమ్మని నన్నాయన పురమాయించి పంపాడు. ఆయన ఆరోగ్యం సరిగా లేదు. ఇదుగో, డాక్టరు వద్ద మందు తీసికొనివచ్చా."

నేను మాటాడకుండా రూపాయిపావలా యిచ్చేశాను. ఆమె అన్నది: "ఈ రూపాయి పావలా మీ కెలా వచ్చింది? ఇవాళ పూలమ్మియుండరు కదా!"

"నిన్న మిగిలిన డబ్బులివి."

"అయితే నిన్నకూడ రూపాయి పావలా యిస్తిరే!"

"నీ కెలా తెలుసు?"

"నా కంతా తెలుసులెండి."

నేను వూరుకున్నాను.

"మీరీ రూపాయి పావలా ఎప్పటిదాకా యిస్తుంటారు?"

"ఆరు వందల రూపాయ లయ్యేదాకా."

జీహీ ఒకనిట్టూర్పు విడిచి యిలా అంది "ఆయన మీ దగ్గర ఆరువందల రూపాయలు తీసికొంటున్నాడు. వేరొకనితో యెనిమిది వందలకు బేరం కుదుర్చుకున్నాడు. మూడవవానితో పన్నెండువందల బేరం కుదుర్చు కున్నాడు. జీహీ ఒక్క తేగదా! ముగ్గురి నెలా చేసుకొంటుంది?.

నేను నిర్విణ్ణుడనై ఆమె వంక తేరిపార జూడటం మొదలెట్టాను.

ఆమె నా సందిగ్ధావస్థ తెలిసికొని, నాతో అంది: "నేను నిజం చెప్తున్నా."

నే నాగ్రహావేశంతో అన్నాను: "ఇది చాలా ఘోరమైన విషయం."

జీహీ మళ్ళీ నిట్టూర్చి అన్నది, "దీనికంటె ఘోరమైన సంగతుల్ని చాలా ఘోరమైన సంగతుల్ని మేము చూచియున్నాం."

నే నింకా మండిపోయి అన్నాను: "కాని నేను మీతో ఘోరముగా ప్రవర్తించలేదుగా".

"ఏం, బేరం కుదర్చుకోక ముందు మీరు నన్నేమైనా అడిగారా? ఈనాడు చీనాదేశపు స్త్రీలకాళ్లు బంధింపబడిలేవన్న సంగతి బహుశా మీకు తెలియదు కాబోలు. ఇప్పుడు వాళ్లు స్వయంగా తమ కాళ్ళతోనడిచి ఎక్కడికైనా వెళ్ళగలరు."

జీహీ నావైపు తిరిగి చాలా ఆవేదనతో అంది. ఉద్వేగంతో అన్న ఆమె మాటల్లో తెలియరాని నిస్సహాయత, నిర్లిప్తత ప్రస్ఫుటంగా కానవచ్చాయి.

"ఎక్కడికైనా" అని ఆమె అన్నమాటలో నా కొక అర్థం ద్యోతకమయింది. నా సమీపంనుంచి లేచి ఆమె ఎక్కడికో దూరానికి చాలా దూరానికి వెళ్ళిపోయినట్లుగా , హిందూదేశంనుండి బర్మాకి, బర్మా నుండి సయాంకి, సయాంనుండి చీనాదేశానికి వెళ్ళిపోయి, అక్కడ తన చీనాదేశంలోని పచ్చికబయిళ్ళు, ఆరామాలు సస్యశ్యామలమై, ఫలపుష్పభరితమై కంటికింపుగా జీవంతో తొణికిసలాడుతూన్న పచ్చ పచ్చనిక్షేత్రాల వంక తనివితీరా అవలోకిస్తున్నట్లుగా అనిపించింది నాకు.

ఆమె చాలా నిదానంగా అంది: "ఎక్కడైతే ప్రజలు నవజీవనం కోసం పోరాడుతున్నారో, ఎక్కడైతే నావంటి పడుచులు మగ వారితో భుజం భుజం కలిపి పోరాటం సాగిస్తున్నారో అట్టి నాస్వదేశం నాకు జ్ఞాపకం వస్తోంది. నే నొక్కతెనే యిక్కడపడి కుమిలి పోతున్నాను, ఎవ్వరైనా నాకు రెక్కలిచ్చినట్లయితే నే నీ రోజే రెక్కలతో ఎగిరి ఆ పోరాట స్థలానికి చేరుకోగలను.

"అది ఎటువంటి పోరాటం?" నేను విభ్రాంతితో ఆమెవైపు చూస్తూ అన్నాను. జీహీ నా కివాళే చెప్తున్న దా సంగతి.

ఆమె జవాబివ్వలేదు. చాలాసేపు మిన్నకుండిన తర్వాత ఆమె అంది: "మీకు తెలుసుననుకుంటా. నా అసలుపేరు జీహీ కాదు.

"జీహీ కాదా?"

"నా అసలు పేరు వేరే ఉంది. ఈ పేరు నేనే స్వయంగా పెట్టుకొన్నా. జీహీ అనే అమ్మాయి ఒక చీనాదేశపు వీర వనిత. ఆమె చియాంగ్ కైషేక్ దౌర్జన్యానికి వ్యతిరేకంగా పోరాడి, ఆ పోరాటంలో వీరస్వర్గం పొందింది. నేనుకూడా జీహీ వలెనే పోట్లాడాలనుకుంటున్నా."

"దేనికోసం?"

"మీ కెలా వివరించగలను. అయినా ప్రయత్నిస్తాను... .... వినండి. మా ఊరు వున్నదే అక్కడ హాన్‌నది ప్రవహిస్తున్నది. మా ఊరిపేరు కోయింగ్ షా. అక్కడ సీమరేగు తోపులున్నాయి. గ్రామంపై పెత్తనం చలాయించే జమిందారు ఇల్లు నదికి ప్రక్కభాగంలో ఉన్న ఒక ఎత్తైన పీఠభూమిపై ఉంది. అతని పేరు 'ఊ.' ఈయనే నా తండ్రి భూమిని గుంజుకొని వూరినుండి వెడలగొట్టింది. అప్పుడు నాకు నాల్గేళ్ళ ప్రాయముంటుంది.

"ఊరినుండి ఎందుకు వెడలగొట్టాడు?"

"ఎందువల్లనంటే మా నాయన ఆ ముసలి జమిందారు వద్ద నా జననమప్పుడు తీసికొన్న బాకీ చెల్లించలేదని."

అకస్మాత్తుగా నేను నా పినతండ్రి యింటినుండి వెడలగొట్ట బడడం గుర్తుకొచ్చింది, నే నన్నా, 'అరే అలా అయితే నా కర్థమైందిప్పుడు."

"ఎలాగ?"

"నా అనుభవంవల్ల. స్వానుభవం వుండాలి యిటువంటి విషయాల్లో , సరే కానీ, ఏం జరిగింది తర్వాత?"

"మే మా వూరినుండి వేఱొక వూరికి వచ్చాం. మే మక్కడ యితరుల పొలాల్లో కూలిపని చేసేవాళ్ళం. నా తల్లి అందంగా ఉండేది."

"నాకు కొద్దికొద్దిగా అర్థమవుతున్నది" జీహీకి సిగ్గువేసింది. కాస్త సంతోషించిందికూడ. "మీరు కాస్త ఓపికపట్టి మీ విస్మయాన్ని ఆపుకున్నట్లయితే, నేను పూర్తిగా చెబుతా."

"అలాగే, కానీ"

"నా తల్లి అందంగా ఉండడంవల్లా, మేము నిరుపేదలయి నందువల్లా మేము పనిచేసే పొలాల కామందులు, చేలల్లో పనిచేసిన తర్వాత మాతో అనుభవించాలని కోరుకునేవారు. నా తండ్రి కది నచ్చలేదు. అందువల్ల మే మా వూరు వదలి వచ్చేశాం."

"తర్వాత?"

"తర్వాత కష్టకాలమొచ్చింది. జనం ఆకలితో చావ నారంభించారు. నా తండ్రి కరువుబాధ భరించలేక నా తల్లిని ఒక వృద్ధ కులీనునికి రెండువేల కమ్మివేశాడు."

"నీ తల్లినా?"

"అవును, నా తల్లినే. ఈ రెండువేల డాలర్లతో మేము హాంగ్ కాంగ్ వచ్చేశాం. అక్కడ రిక్షా వ్యాపారం బాగా సాగుతుందని మాకు తెలిసింది. నాతండ్రి ఒక రిక్షాకొన్నాడు. రిక్షా తోలటం మొదలెట్టాడు. తెల్లవాండ్లు తరచుగా తప్పత్రాగి రచ్చ చేసేవారు. ఒకదినం ఒక తెల్లవాడు నాతండ్రిని కొరడాతో చావబాదినందువల్ల ఆయన స్పృహలేకుండా పడిపోయాడు. తరువాత ఆ తెల్లవాడు రిక్షాకు నిప్పంటించాడు. రెండువేల డాలర్లూ ధ్వంసమయ్యాయి."

"తర్వాత?"

"తర్వాత నాతండ్రి నన్ను అమ్మజూపాడు. కాని నే నప్పటికి చిన్నదాన్ని. చాలా బలహీనంగా, బక్కచిక్కి వుండేదాన్ని. నన్ను కొనడాని కెవ్వరూ సిద్ధంకాలేదు. చివరి కొక ఫాదిరీ నన్ను తన యింట్లో పనిమనిషిగా ఉంచుకున్నాడు. ఫాదిరీభార్య నాకు ఇంగ్లీషు నేర్పనారంభించింది. అవి చాలా మంచిరోజులు. నాకు త్వరలోనే ఆరోగ్యం చేకూరింది, కాని నా తండ్రికే వుద్యోగం దొరకలేదు. అందువల్ల ఆయన ఇంగ్లీషువాండ్ల కంపెనీకి చెందిన ఒక గోదాములో దొంగతనం చేశాడు; పట్టుబడ్డాడు. రెండేండ్ల జైలుశిక్ష పడ్డది."

నేను నిశ్శబ్దంగా వింటున్నా.

"ఆకలితో అలమటిస్తూండడం వల్ల ఆయన గోదామునుండి బియ్యం దొంగిలించాడు. చియాంగ్‌కైషేక్ ప్రభుత్వం అతని పొలాల నుండి బియ్యం దొంగిలించి ఆంగ్లేయుల గోదాములు నింపినందువల్ల, ఆయన ఆకలితో అలమటించవలసివచ్చింది. ఆయన బియ్యం దొంగిలించి ఆమెరికనుల గోదాములు నింపడమే కాకుండా, అతని భూముల్ని కూడ అపహరించి కిరాతకుడైన జాగీర్దారు "ఊ" కిచ్చివేశారు.

ఆమె చాలాసేపు మిన్నకుండింది.

నే నడిగా: "తర్వాత?"

ఆమె చాల దుఃఖంతో అంది: "తర్వాత మేము సింగపూరు వచ్చేశాం. సింగపూరు నుండి మలయా వెళ్ళాం. అక్కడ రబ్బరు తోటల్లో పనిచేస్తూ వచ్చాం. అక్కడినుంచి బర్మా వచ్చేశాం. తర్వాత బొంబాయి వచ్చాం. ఆ తర్వాత సంగతంతా మీకు తెలిసిందే."

"అయితే యిప్పుడో?"

'ఇప్పుడు నేను మీతో చెప్పదలచిందేమిటంటే, మీరు మా నాయనకు రూపాయిపావలా యివ్వడం మానెయ్యండి. నేను మిమ్మల్ని కాదుకదా, ఎవ్వరినీ

పెండ్లిచేసికోను."

"ఎందువల్ల?"

"నేను తిరిగి చైనాకు వెళ్ళిపోతా. నా వద్ద డబ్బులున్నప్పుడు చైనా వెళ్లిపోతా. మీరు నాకు రోజుకు రూపాయిన్నర యివ్వండి"

ఆమె నావంక ఆందోళనతో చూడసాగింది. "నే నీ డబ్బంతా తీసుకొని చైనా వెళ్ళిపోతే, మీకేం ప్రయోజనం?"

"నే నెదురుచూస్తా?"

ఆమె నావంక చూచి, చిరునవ్వునవ్వి, అంది: "మట్టి. నేనేం బాగాలేను. మీరు నన్ను గురించి ఆలోచించకండి. చూడండి, మీ హిందూదేశంలో ఎంతమంది చక్కని అమ్మాయిలున్నారు. వీరి నాసిక సన్నగా, ఎంత అందంగా ఉంటుంది! కలువ పువ్వులాంటి పెద్ద పెద్ద కళ్లు ఎంత అందంగా ముద్దుగొల్పుతుంటాయి! అయ్యో. నేనింతటి చక్కనికండ్లు మరెక్కడా చూడలేదు! ఇందరు సుందరనారీమణులు, పంకజాక్షులుండగా మీ కేమి ఖర్మండీ!"

"నువ్వు వెళ్ళు. నేను నీ కొఱకెదురుచూస్తా."

ఆమె నా దరికివచ్చి అంది. "నా కాకలివేస్తోంది:" అని.

"నావద్ద పెసరకాయలు కొనుక్కొవటానికి కావలసిన డబ్బులుమాత్రం ఉన్నాయి."

నేను పెసరకాయలమ్మే ఆయనతో అన్నా: "రెండణాల పెసరకాయలివ్వు."

ఆమె అంది: "మేంగ్" అని పెసరకాయల్ని అంటారు. పూర్తిగా చీనాపదం "మౌంగ్'."

పెసరకాయలు తింటు తింటూ మా యిద్దరిచేతులూ కలిశాయి. కాని తిరిగి విడిపోయాయి. ఆమె కండ్ల అల్పవీక్షణం తీక్షణమైంది. ఆమె వణుకుతోంది. నేనుకూడ వణుకుతున్నా. నలువైపులా వర్షం కురుస్తోంది. కొంతసేపాగి ఆమె అంది: "నలువైపులా మనుష్యులున్నారు. కాని ఏకాంతం విస్తరించియుంది."

"ఎంత చక్కని ఏకాంతం!"

ఆమె నవ్వి అన్నది: "నేనిక వెడుతున్నా."

నే నామెతో ఏమనలేదు. నా మనస్సులోనే యీ మాత్రం అన్నా: 'ఇప్పుడీమె యెక్కడికైనా వెళ్ళనీ. దానివల్ల అయ్యేదేంలేదు. నేనుమాత్రం ఆమెకొఱ కెదురుచూస్తా.'

చాలా సేపయింది. సాయంకాలం వచ్చే వార్తాపత్రిక మూలంగానే సాయంత్రమయిన సంగతి తెలిసేది. పీపింగ్ ఎప్పుడైతే పట్టుబడిందని తెలిసిందో, పెకింగ్‌కూడా వశమైనట్లే షాంఘై పట్టుబడ్డదని తెలిసింది. మావో సైన్యాలు చైనాదేశపు ఒక భాగం నుండి రెండో

భాగం వరకూ చేరుకొన్నాయి. హాంగ్ కాంగ్ యొక్క సముద్రతీరపు గోడలతో అవి ఢీకొన నారంభించాయి. ఏరోజైతే చైనా దేశపు సైన్యాలు హాంగ్ కాంగ్ సరిహద్దులు చేరుకొన్నాయో సరిగ్గా అదేరోజు మా ప్రేమ ఒక సరిహద్దును చేరుకొన్నది.

ఆమె అన్నది: "సరే, యిక నిర్ణయమై పోయింది" అని.

"పోరాటం యిక్కడ కూడా కొనసాగించవచ్చు."

"అది మీ పని. నే నక్కడికి వెడతా!"

నే నామె చేయిపట్టుకొని అన్నా: "జీహీ! ప్రపంచం ఖండ ఖండాలుగా చీలదీయబడి యుంది. నీవు చేపట్టినపని యిక్కడ కూడ ఆరంభం చేయవచ్చు. ఏదీ చేయిలో చేయికలుపు."

ఆమె తొట్రుపడ్డది. ఏదో ఆలోచించసాగింది. కొంతసేపటి వరకు ఆమె చేయి నా చేతిలో ఉండిపోయింది. తర్వాత ఆమె చాలా మృదువుగా నమ్రతతో తనచేతిని నాచేతినుండి తప్పించివేసింది. నాచేయి ఒంటరిగా అలాగే వుండిపోయింది.

ఆమె అన్నది: "నన్ను పోనివ్వండి. నన్ను నా స్వదేశానికి వెళ్ళనివ్వండి. నే నిక్కడుంటే సంతోషమేలేదు. అక్కడికివెళ్ళి ఆలోచిస్తాను."

"మంచిది. నే నెదురుచూస్తా."

వెళ్ళటానికి ముందు హాంగుకు, జీహీకి పెద్ద తగాదా జరిగింది. ముసలి హాంగుకి తిరిగి వెళ్ళిపోవటానికిష్టంలేదు. తన కుమార్తె తిరిగి చైనాకు వెళ్ళిపోవటం అతని కిష్టంలేదు. అందుకని ఆయన ఏడ్చిమొత్తుకున్నాడు. జీహీని గదమాయించాడు. కొట్టి తిట్టాడు. ఈ విషయాన్ని ముందు పోలీసువాండ్లకు, తర్వాత ప్రభుత్వానికి చెప్పాడు. కాని జీహీ ప్రాయం వచ్చిన పిల్ల. ఇప్పుడామె తన దేశానికి వెళ్ళగల్గుతుంది. ప్రపంచంలోని ఏ శక్తి ఆమె నడ్డగించలేదు. బలవత్తరమైన ప్రేమ హస్తంకూడా ఆమె నడ్డగించలేక పోయింది. ఆమె బొంబాయినుంచి కలకత్తాకు, కలకత్తానుండి హాంగ్‌కాంగ్‌కు వెళ్ళిపోయింది. వెళ్ళటానికి పూర్వం నాతో జాస్తిగా మాట్లాడలేదామె. వీడ్కోలు సమయంలో కూడా ఆమె నేత్రాల్లో విచారం వ్యక్తంకాలేదు. పై పెచ్చు సంతోషం ప్రకాశమానమై భాసించింది. ఆశ్చర్యకరమైన ఒక అశాంతి, తపన ఆమెలో తొంగి చూచాయి. అవును ప్రయాణమయ్యేటప్పుడు ఆమె ఒక్కసారిగా గట్టిగా నా చేయి పట్టుకొని, నా చెవిలో చెప్పింది: "నేను తప్పకుండా వస్తా. నా కొఱకెదురు చూస్తుండండి."

ఆమె వెళ్ళిపోయింది.

ఆమె వెళ్ళిపోయింతర్వాత ప్రపంచంలోని సమస్త సౌఖ్యాలు, భోగభాగ్యాలు రెక్కలు గట్టుకుని ఆమెతోబాటే వెళ్ళిపోయాయా అనిపించింది నాకు. నా చేతుల్లో కాగితపు పూలు

మాత్రమే వుండి పోయాయి.

ముసలిహాంగు ఆమెను సాగనంపటానికికూడ రాలేదు. తర్వాత నాతోకూడ కలియలా. బహుశా పూలమ్మే పనికూడా మానేశాడనుకుంటా. తర్వాత నాకొక పూలమ్మే చైనీయుడు అతగాడు ఒక చీనాదేశపు వేశ్యను పెండ్లాడి, ఎల్లవేళలా నల్లమందు తిని మత్తుగా పడియుంటున్నాడని చెప్పాడు.

చాలాకాలం తర్వాత నాకు జీహీవద్దనుంచి జాబు వచ్చింది.

"ప్రియా,

"నేను మీకీ ఉత్తరం హోసనది ఒడ్డునగల మా వూరినుంచి వ్రాస్తున్నా. ఇక్కడ సీమరేగుచెట్లున్నాయి. వీటిపై మరకతాలు, మాణిక్యాల్లాంటి అందమైన ఆకులు కంటికింపుగా వున్నాయి. ఎక్కడైతే యిదివఱకు 'ఊ' అనే అర్దారు భవంతి ఉండేదో అక్కడిపుడు మావూరి బడివున్నది. భూమి మరలా మా అందరి రైతుల పరమైంది. నా తల్లి జాడకూడ నాకు తెలిసింది. ఇప్పుడామెను నేనిక్కడికి గొని తెచ్చా. కరువు రోజుల్లో నా తండ్రి వద్దనుండి నా తల్లిని ఖరీదుచేసి తీసికొనిపోయిన జమిందారు నేడు దేశద్రోహ నేరంక్రిందా, బ్లాక్ మార్కెట్ చేసినాడనే కారణంమీదా జైల్లో బంధింపబడియున్నాడు. ఇక్కడ నాకు ఉపాధ్యాయురాలి ఉద్యోగం యివ్వబడింది. నేనిప్పుడు పిల్లలకు ఇంగ్లీషు నేర్పుతున్నా. తెలుసా? మీ జీహీ పిల్లలకు చదువు చెబుతుందని మీరెప్పుడైనా ఊహించనైనా ఊహించారా? నే నప్పుడప్పుడు ఆ విధంగా తలంచి ఆనందంతో చిందులు తొక్కుతుంటా. ఇటువంటి ఆనందం ఎప్పుడైనా సాధ్యమేనా? ఎన్ని కష్టాలుపడి, త్యాగాలుచేసి మేమీ స్వాతంత్ర్యాన్ని పొందాము! ఆలోచిస్తే నా కవగాహన అవుతుంది. ఈ స్వాతంత్ర్యం కొఱకు నేనేమీ చేయలేదని. ఇప్పుడు నా జీవితమంతా ఈ పనిలో వినియోగించినా అదీ చాలా స్వల్పమే.

"మీరెప్పుడైనా యిక్కడికి వస్తే ఎలా ఉంటుందంటారు? మీరు ఆశ్చర్య చకితులౌతారు. వీరు ఆ పాత చైనీయులేనా? ఆనాటి వూరేనా యిది? దేశ స్వరూపమే మారిపోయింది. మేమంతా స్వతంత్రులమైనామనీ, మా భూమికి మేమే అధిపతులమైనామనీ మా ఊర పిచ్చుకలకుకూడా తెలుసునని నా ఉద్దేశ్యం.

"మీరు జ్ఞాపకానికి వచ్చినపుడల్లా మిమ్మల్నిక్కడ చూడాలని అభిలషిస్తుంటా. ఇక్కడొక పిల్లవాడున్నాడు. అతడు తఱచు మిమ్మల్ని మరపింపజేయాలని ప్రయత్నిస్తుంటాడు.

మీ జీహీ."

నేను జీహీ ఉత్తరానికి జవాబు వ్రాయలేదు. పలుమార్లు జాబువ్రాసి చించివేసా. ఇక్కడ నాకు మరికొన్ని యిబ్బందులు ఇక్కట్లు ఎదురువచ్చాయి! రంగు కాగితాల ధర పెరిగిపోయింది. దండలు, గుత్తులల్లో ఉపయోగించే జరీ, జల్తారు తీగల ధరకూడా వ్యాపారస్థులు పెంచేశారు. ధర పెరిగిపోవడంవల్ల ప్రజలు కాగితపు పూలను తక్కువగా కొననారంభించారు. ప్రజానీకందగ్గర గుడ్డలు కొనుక్కోవటానికే డబ్బులు లేనప్పుడు కాగితపు పూలు కొని వా రేంచేయగలరు? నేను తరచు ఆకలితో, నిరుద్యోగంతో తిరగసాగాను. నిస్సహాయతతో విసుగుచెందాను. రెండు మూడు మార్లు పోలీసువాండ్లకు, నాకు 'నీ వంటే నీ వని' జగడంకూడా జరిగింది. నాకు ఆదాయం ఏమీ కనిపించడంలేదు. అట్టి పరిస్థితుల్లో ప్రతిరోజూ పోలీసు గస్తీవారికి ముప్పావలా నే నెక్కడినుంచి తెచ్చియిచ్చేది? చాలా ప్రేమతో, ఆ పారావాడు లంచగొండిని కానని, లంచమంటే తనకు గిట్టదనీ నాతో రెండుమూడు పర్యాయాలన్నాడు. కాని అతనియింట్లో అతనిభార్య జబ్బుగా వుందట. ఆమె మందుకు ఆయన జీతంలో డబ్బు మిగలదు. వస్తువుల ధరలు విపరీతంగా పెరిగిపోయిన ఈ గడ్డురోజుల్లో నీతి, నిజాయితీలతో పనిచేస్తే కడుపునిండదు. కడుపు ఒకపాడు పీడ. అయితే మరి నా దగ్గర డబ్బులుంటేగా ఆయన కిచ్చేది. అతగాడు నామీద ఎగిరిపడి యిక గత్యంతరంలేక నన్ను ఖైదులో పెట్టాడు. పనీపాటా లేకుండా వ్యర్థుడుగా, దేశదిమ్మరిగా తిరుగుతున్నాననే కారణంపై నన్ను పదిహేనురోజులు జైల్లో ఉంచారు. నేను ఖైదు నుంచి వచ్చిన తర్వాత జీహీరాసిన మరొక ఉత్తరం నా కందింది.

"ప్రియా!

"మీరు నా మొదటి ఉత్తరానికి జవాబివ్వలేదు. ఎందువల్ల వ్రాయలేదో త్వరగా తెల్పండి. ఇప్పుడిక్కడ మా వూరిలో ఈ పంటకాలానికి ముందునుంచికూడా ఒక జమీందారు ఇల్లున్నది. ఏ జమీందారుకూ పంటలో భాగం యివ్వలేదు. ఉత్పత్తి యావత్తూ మాకే చెందింది. వస్తువుల ధరలు తగ్గిపోయాయి. ఇంకా తగ్గిపోతూనే ఉన్నాయి. చెడిపోయిన ప్రపంచ పరిస్థితులు క్రమేపీ దారికి వస్తున్నాయి. నిన్న మా జాతీయ పర్వదినం. ఊరంతా దీపాలు వెలిగించారు. సభలు, సమావేశాలు, విందులు, వినోదాలు, నృత్య, సంగీత ప్రదర్శనాలు జరిగాయి. స్కూలు వెలుపల ఊరివాళ్ళు ఒక పెద్ద ఉత్సవం జరిపారు. ఈ సందర్భంలో నే నొక పెద్ద చిచ్చుబుడ్డి లాంటిదాన్ని తయారుచేశాను. అది సర్కసు లేక వస్తు ప్రదర్శనంలోని దీపాలు ఎలా తిరుగుతాయో అలాగే గిర్రుగిర్రున తిరిగింది. గ్రామస్థులు నా కళాకౌశల్యాన్ని తిలకించి ఆనందించారు. నా కొక రజిత బహుమానాన్ని ప్రసాదించారు. స్కూల్లోకూడా నే నందరి అభిమానాన్ని చూరగొంటున్నా. ఏం, నా యీ మాటల్లో ఏదైనా మీకు రుచించని దున్నదా?

మీ జీహీ."

ఈ జాబుకు నే నీ క్రిందివిధంగా జవాబిచ్చా:

"ప్రియమైన జీహీ!

"సుఖంగా ఉండు. నే నిప్పుడే పదిహేనురోజుల ఖైదుశిక్ష అనుభవించివచ్చా. నీకు ఉత్తరం వ్రాస్తున్నా. నేను చేసిన పాపమల్లా వ్యర్థ్యంగా నిరుద్యోగంతో ఉండడమే. నాకు నా నిరుద్యోగానికి తగ్గ శిక్ష పడింది. నిజానికి ఆ శిక్ష ఏమంత్రివర్యుని పరిపాలనలో నేను నిరుద్యోగిగా ఉన్నానో ఆ మంత్రికి పడవలసింది. ఇక్కడ పని చాలా మందకొడిగా ఉంది. పనికావలెనన్నా దొరకదు. పూలు అమ్ముడు పోవటంలేదు. ధాన్యపుధర పెరిగిపోయింది. వస్త్రపుధరకూడా పెరిగింది. ప్రతివస్తువుధర పెరిగిపోతూనే ఉన్నది. ఇక్కడీవిధంగా ఎందుకు జరుగుతున్నది? ఎందువల్ల ధరలు పెరిగిపోతున్నాయని ఆలోచిస్తున్నా. మీ దేశంలో ధరలు తగ్గుతుంటే మా దేశంలో పెరుగుతున్నాయి. నీ మీద నాకున్న అనురాగంకొద్దీ నే నీ విధంగా ఆలోచించటంలా. చుట్టుపట్ల ఏర్పడియున్న పరిస్థితుల్నిబట్టి ఆలోచిస్తున్నా. ఆలోచన కూడా చేయకపోతే యింక నే నేం చేసేది?

నువ్వు సుఖంగా ఉన్నావన్న సంగతి తెలుసుకొని నేను చాలా సంతోషించా. నేను సుఖంగా ఉండటమనేది కనుచూపుమేరలో కానరావడంలేదు. ఏ కుర్రవాడైతే నన్ను మరపింపజేయాలని నీ వద్ద ప్రయత్నిస్తున్నాడో, వానినిగురించి నాకు చింతలేదు. నేను నీ కొఱకెదురుచూస్తున్నా. నువ్వేమి చేస్తున్నావనే సంగతి నాకెందుకు?

నీ ఆత్మీయుడు."

తర్వాత కొరియాయుద్ధం ఆరంభమైనప్పుడు ఆమె రాసిన మరొక ఉత్తరంనాకు చేరింది. ఆ ఉత్తరంలో ఆమె యిలా వ్రాసింది: ఈ యుద్ధం నా జీవితపు సర్వవాంఛితాన్ని తారుమారు చేసింది. నే నిప్పుడు మొదట అనుకున్న రీతిగా కాలేను. నే నిప్పుడు కొరియాయుద్ధంలో చైనాదేశం తరపున వాలంటీరుగా పనిచేయబోతున్నా. అక్కడ నర్సుగా పనిచేస్తా, నే నక్కడినుండి బ్రతికి బయటికొస్తే బహుశా మీతో కలిసే అవకాశం చిక్కుతుంది. లేనట్లయితే, యిదే ఆఖరిఉత్తరంగా భావించండి. ఇదే సెలవుగా భావించండి. నన్ను మీమదినుంచి దూరంచేసికొని, మరిచిపోతే మంచిది. ఎక్కడైతే పరిస్థితులు ఒకదానితో ఒకటి ఎదుర్కొంటున్నాయో అక్కడ మనం కలిశాం. ఒక ప్రవాహందగ్గర కలియలేదు. శత్రుప్రవాహందగ్గర కలిశాం. అందువల్ల ఒకక్షణంలో ఆగిపోయి, మనమిద్దరం వేరైపోయాం. నే నిప్పుడు మందుగుండు సామగ్రి, ఇతర మారణాయుధాలు గుప్తంగా దాచియుంచబడిన కందకాలు, సొరంగాల దారివైపు వెడుతున్నా, మీ కాగితాల పూలను

నా బాటనుంచి తీసివేయండి. ఆత్మీయుడా! నా దేశక్షేమం, కొరియా క్షేమమేకాదు, యావదాసియాఖండపు క్షేమం ప్రమాదంలో ఉంది!”

దీని తర్వాత ఆమెవద్దనుండి మరల నాకు జాబేమీ రాలా. నే నామె తండ్రిని కలుసుకుందామని పోయా. కాని ఆయన శాశ్వతంగా తన కూతుర్నే మరిచిపోయాడు. జీహీకూడా అతనితో సంబంధాన్ని త్రెంచివేసుకొంది, తాను రాసిన ఏ ఉత్తరంలోనూ ఆమె తన తండ్రిని గురించి ప్రస్తావించనేలేదు. చిట్టచివరికిలాంటి దైన్యస్థితి ఏర్పడింది. ఆమెకూడా శాశ్వతంగా తన తండ్రిని మరిచిపోయింది. ఇప్పుడు జీహీ స్వతంత్రురాలు కనుకనే కొరియాకు వెళ్ళింది.

కొరియా యుద్ధం అనేక పాచికలు మార్చింది. అనేక రూపాలు మారింది. కాని జీహీ సంగతి తెలియలేదు. స్వతంత్ర చీనాదేశపు మొదటి సంవత్సరాది పండగ వచ్చింది. పోయింది. నే నామె ఊరులోని స్కూలు అడ్రసుకు అనేక జాబులు వ్రాశా. కాని ఆమె వద్ద నుంచి వర్తమానం రాలేదు. ప్రతిరోజూ పత్రిక చూచేవాణ్ణి. ఎందువల్లనంటే, కొరియాయుద్ధం కేవలం జీహీ యొక్క యుద్ధమే కాదుగా! ఇప్పుడది నా యుద్ధం కూడా!

నిన్న ‘బెల్టనర్’ అనే పత్రికద్వారా జీహీ సంగతి తెలిసిపోయింది. కొరియా యుద్ధానికి సంబంధించి అందులో ఒక చిత్రం ముద్రింపబడింది. అందులో కొంతమంది అమెరికను యుద్ధవీరులు వెనుక భాగంలో నిల్చొనియున్నారు. వారు తమ ముందున్న కొరియా, చీనాదేశాల పన్నెండుగురు సిపాయిల శిరస్సులు ఛేదించి, వాటిని యిటకలపై పెట్టియున్నారు. ఈ పన్నెండు తలలలో ఒకటి జీహీది. పన్నెండు తలలేమిటి లక్ష తలలున్నాసరే, నేను వాటిలో జీహీ తలను గుర్తించగలను. ఆమె పెదవులు మూసుకొని ఉన్నాయి. కండ్లు తెరచుకొని యున్నాయి. వెంట్రుకలు చిందరవందరగా పడి వున్నాయి. జీహీ! జీహీవలె తనదేశం కొఱకు, బహుశా తన కపరిచితమైన దూర దూరానగల అనేక దేశాలకొఱకు ప్రాణాన్ని పణంగా ఒడ్డిన జీహీ!

మరల నా హృదయంలో ఉప్పెనలు లేవదీస్తూ, ఆరాటం కలుగజేస్తూ ఆ సాయంకాలం వచ్చింది.... అప్పుడు నలువైపులా వర్షం కురుస్తోంది. మే మిద్దరం ఒక గంట కాలపు ప్రవాహంలో ఒకరి చేయి నొకరు పట్టుకొని ఏకాంతంగా నిలువబడియుంటిమి ఆ సాయంకాలం ... ... ! జీహీ శాశ్వతమైన ప్రేమతో కూడిన అనశ్వర జీవితం కోసం గతించింది. నేడు నా చేతిలో ఛేదింపబడిన ఆమె శిరస్సున్నది. గర్భకుహరంలో సుగంధాన్ని, పరిమళాన్ని దాచుకొన్న జీవితమనే ఓ ముకుళిత పుష్పమా! జీహీ! నేను నీతో ఏమనను? నా ప్రేమయొక్క చివరి సాయంతనమా! ఏ విధంగా నీ శిరోజాల్ని

ముద్దిడి అనను? ఇదుగో అందుకో నా ఆఖరి ప్రేమపూర్వక వందనం. అందుకొని మరీ పండుకో. నీ తీక్షణమైన చూపులు నా దేశంలోని యువతీయువకులకు కూడ ప్రసాదించి మరీ కండ్లు మూసుకొని శాశ్వతంగా నిద్రపో! నిద్రపో, చీనాదేశపు ప్రేయసీ! నా గులాబీ పుష్పమా! నా మల్లె మొగ్గా,! నా వజ్రపు పువ్వులరాణీ! ఈ రాత్రి మా అందరికీ భరింపరానిది మా అందరికీ ఎందుకు భారంగా ఉన్నదంటే మేము నిన్ను మృత్యువునుంచి తప్పించలేకపోయాం. నీ తల నరికినవారిపై మాకు శత్రువునుంచి తప్పించలేకపోయాం. నీ తల నరికినవారిపై మాకు శత్రుభావ మేర్పడింది. వారు నీ తల నరికారేకాని నీ ఆత్మను నీ బుద్ధిని, నీ ఆశయాన్ని చంపలేకపోయారు. ఆసియాఖండం యెడల మనకు గల ప్రేమానురాగాల్ని ఏ కత్తీ ఖండించలేదు. పిశాచి, క్రూరుడు, మ్లేచ్ఛుడైన డైక్ కాని, అమెరికన్లుగాని, లేదా వారి తాబేదార్లు ఆంగ్లేయులు, పరాసులు, టర్కి దేశస్థులుకాని ఆసియా ప్రజల ప్రేమపాశాన్ని త్రెంచలేరు.

నా కివాళ ఒక విషయం తెలిసింది: అదేమిటంటే, నువ్వు మరల నా దగ్గరికి వస్తావని; ఎలాగయితే రెండువేల సంవత్సరాలక్రితం నేను నీ దగ్గరికి వచ్చానో, అలాగే నేటినుంచి రెండువేల సంవత్సరాల తర్వాత నువ్వు నడచి నా దగ్గరికి వస్తావని, అప్పుడు నిన్ను, నన్ను, సమస్త ప్రపంచ ప్రజానీకాన్నుండి ఎవ్వరూ వేరుచేయలేరు.

ఈ సంగతి నే నీ రోజు తెలిసికొన్నాను. అందుకని, జీహీ, నే నీ రోజు నీ కొఱకెదురు చూస్తున్నా. ఎందుకంటే, నేను ఎప్పుడైతే జీహీకొఱకెదురు చేస్తున్నానో అప్పుడే కాంతివంతమైన, జ్యోతిర్మయమైన దీపాల కొరకెదురుచూస్తున్నానన్న మాట. నవవసంతం కొఱకెదురు చూస్తూనానన్నమాట... ...!

❋ ❋ ❋

బాపూజీ పునరాగమనం

ఐదున్నర గంటలవుతుంది. సాయంకాలపు పత్రిక చదివి తిరోముఖం పట్టాను. ఎవరో తలుపు తట్టారు. నేను లేచి తలుపు తీసేవాణ్ణే. కాని, లోపలిగడియ దానంతటదే విడిపోయింది. ఆ వ్యక్తి తలుపు తెఱచుకొని స్వయంగా లోనికి వచ్చేశాడు. నిడుపాటి, బక్కచిక్కిన మానవుడాయన. ఆయన కేవలం ఒక అంగవస్త్రం కట్టుకొని ఉన్నాడు. వక్షస్థలంపై మూడు గుండు దెబ్బల గుర్తులున్నాయి. త్వరత్వరగా పొడుగాటి అంగలు వేసుకుంటూ నా దగ్గరికి వచ్చి కూర్చున్నాడు. నావైపు మెల్లగా వంగి "ఏంచేస్తున్నారు?" అన్నాడు.

"లెక్కచేస్తున్నాను."

"ఏంలెక్కా?"

"అదే, గత మూడు సంవత్సరాల్లో కూలీల రొమ్ములపై ఎన్ని పర్యాయాలు గుండ్లు పేల్చబడినవో, ఆ లెక్క."

అతడు నవ్వి ఇలా అన్నాడు: "అయితే నా రొమ్ముమీద పేల్చబడిన మూడు గుండు దెబ్బల్నికూడ లెక్క వేసుకో."

నే నన్నాను: "అవి యీ లెక్కలోకి రావు. కాని ఒకే విధానపు పర్యవసానం."

ఆయన నవ్వి అన్నాడు: "అదంతా నేను అర్థంచేసికొనగలను. నువ్విప్పుడు త్వరగా లేచి కూర్చో. నేను నా దేశాన్ని చూడాలనుకొంటున్నాను."

"మీ కష్టాలన్నీ శాశ్వతంగా మటుమాయమైనాయి గదా! ఇక, మా యిక్కట్లతో మీ కేమి సంబంధం?" అని నే నన్నాను.

"నిజమే. నేను సుఖంగా, హాయిగా పరుండియుంటే, క్రింద ఉన్న ఈ భూలోకంనుంచి నా కొక ఆర్తనాదం వినబడింది. ఎనలేని, భయానకమైన గోల, అలజడి చెవిలో బడ్డాయి. అందుకని నే నక్కడ ఉండలేకపోయాను. నిన్ను లోకులీవిధంగా ఎందుకు జ్ఞాపకం చేసుకొంటున్నారు? ఏమిటో ఆ విపత్పరిణామం, పోయి చూద్దాం అనుకొన్నాను."

"అరే, మీకు తప్పుడు వర్తమానం చేరింది. బహుశా స్వర్గ లోకంలోని వార్తాహరులు

సరిగా పరిచేయటంలేదని అనుకొంటాను. ఇప్పుడు మిమ్మల్నిక్కడ ఎవరూ జ్ఞాపకం చేసుకోటంలేదు. మొదట్లో మీ బొమ్మను ప్రజలు సినిమాలో చూచి చప్పట్లు కొట్టేవారు. ఇప్పుడో! మంత్రుల ప్రతిమల్ని చూచి చూచి, మిమ్మల్ని పూర్తిగామరచి పోయారు. మీ ప్రతిమను చూచి అనందించే ఉత్సాహం వాళ్ళలో తగ్గిపోయింది."

"అయితే, నేను పెద్దపెద్ద మిల్లుల పొగగొట్టాలనుంచి కన్నీటి ధారల పొగ నిర్విరామంగా బయటికి రావడం చూశాను... ... ..."

"అది కేవలం పొగ తెర... పొగ యొక్క నీలితెర ... దీన్ని అడ్డం పెట్టుకొని, మిల్లువాండ్లు తమ ఆస్థిపాస్తుల్ని సురక్షితంగా ఉంచుకొంటున్నారు. వాండ్లు చెప్పేది మీ పేరు, కోసేది కూలీల గొంతుకలు; దేవుని పేరు జెప్పి మేకల్ని కోసినట్లు."

ఆయన చిరునవ్వు నవ్వి యిలా అన్నాడు: "ఇతరుల్ని విమర్శించటం నీ పాత పద్ధతేగా. నేను వార్ధాలో ఉండగా, నీ రచన 'స్వరాజ్యపు యాభై సంవత్సరాల అనంతరం' చదివాను. ఇప్పటికి చాలాకాలమైంది. ఆ వ్యాసం చదివింతర్వాత నీపై నాకు చాలా కోపం వచ్చింది."

"ఆ వ్యాసం నేను 1940లో వ్రాశా. ఇంతవరకు స్వతంత్రపు తొలి చిహ్నాలే కానరావడంలేదు. అయితే, యిప్పటికి స్వరాజ్యం వచ్చి మూడేళ్లు మాత్రమే అయింది నా వ్యాసం... అయితే నేను నన్ను గురించి ఏమని చెప్పను?... ...!"

మేమిద్దరం నవ్వడం మొదలెట్టాం.

ఆయనన్నాడు: "బాగానే ఉంది కాని నువ్విప్పుడు త్వరగా ఈ గదినుండి బయటికి నడు. నేనుకాస్త నా దేశం చూడదల్చుకొన్నా."

"ఎలా వెళ్ళుదాం? బస్సుకోసం ఒక పెద్దలైనులో నిలబడవలసి యుంటుంది."

"నేను బ్రతికి ఉండగా ప్రజలు నన్ను చూడటంకోసం ఒక పెద్ద లైనులో నిలబడేవారు. సరే, యిప్పుడు కూడ అలాగే నిలబడుతున్నారా నిజమేనా!"

గదినుండి బయటికివచ్చి మేమిద్దరం బస్సు స్టాండులో బస్సుకొఅకు ఎదురు చూస్తున్నాం. మాకు ఎదురుగా ఒక సింధీ స్త్రీ తన చేతిలో కిరసనాయిలు డబ్బా పట్టుకొని నిలబడియుంది. ఆమె చాల కోపంతో యిలా అనటం మొదలుపెట్టింది: "బస్సులో ఈ కిరసనాయిలు డబ్బాను తీసుకొని వెళ్ళనివ్వకపోతే నేను దానిని రేషన్‌షాపు వరకు ఎలా గొనివచ్చేది? రేషన్‌షాపు ఇక్కడినుంచి రెండు మైళ్ళ దూరంఉంది. మా క్యాంపులో పిడుగన్నా పడలేదు. భలే రామరాజ్యం! మేము కరాచీలో చెడ్డవాళ్ళ మయ్యామా? అక్కడ ఇల్లు వదిలేశాం. దుకాణం వదిలాం. ఇక్కడ క్యాంపులో ఊరికే బడివున్నాం. మంచి స్వరాజ్యం

దొరికింది. బస్సులో పీపాకూడా పెట్టనివ్వరు. ఇప్పుడే తెలిసింది శరణార్థులకు ఇక మీదటనుండి రేషన్ యివ్వటంకూడా ఆపివేయబడుతుందని. భలే రామరాజ్యం దొరికింది. ఇప్పుడు వృక్ష సంతతిని పెంచుతున్నారు. ధాన్యాన్ని పండిస్తున్నారు. కాని మా రేషను ఆపివేస్తున్నారు.

ఒక మరాఠీ గుమస్తా అన్నాడు: "అయ్యో, తల్లీ! నీ కింత మాత్రం తెలియదా? చెట్లను పెంచుతున్నది భారత దేశాన్నంతా అరణ్యంగా మార్చడానికి. అప్పుడు ప్రతిచెట్టుమీద కోతులు ఎగురుతాయి. అప్పుడుగాని రామరాజ్యం దాని సరియైన అర్థం సార్థకం కాదు."

"అరే,యీ బస్సుకూడా వెళ్ళిపోయిందే, ఈ ఐదవ బస్సు కూడ పూర్తిగా నిండిపోతున్నదే. ఒక్క సీటుకూడా ఖాళీగాలేదే!" అని నే నన్నాను.

"ఎందువల్ల?' ఆయన నన్నడిగాడు.

"ఇక్కడ దాపులో శరణార్థుల క్యాంపువుంది. అందువల్ల జన సమూహం జాస్తిగా ఉంది. బస్సులుకూడా ఇక్కడే ఉన్నాయి.

"అయితే పద. నడిచి వెడదాం. నేను నా దేశాన్ని తప్పక చూడాలి."

ఇరవై నిమిషాల తర్వాత మేము స్టేషను చేరుకొన్నాం.

నే నడిగాను: "మీరు స్వర్గాన్నుంచి యిక్కడికి మూడవ తరగతిలో వచ్చారా? లేక మొదటి తరగతిలోనా?"

"లేదు. నేను నా స్టేషను వాగనులో వచ్చా. దాన్ని తిరిగి పంపించివేశా. ఇప్పుడు మూడవ తరగతిలోనే వెడదాం."

"అయితే అసలైన మూడవతరగతి ఉందిక్కడ. మీరిదివరకు ప్రయాణం చేసేవారే ఆ మూడవ తరగతికాదు. దాంట్లో ఎలక్ట్రిక్ పంకాకూడా ఉండేది. ఇరువైపులా రెండుసీట్లు మీ కొరకు ఖాళీగా ఉండేవి. ఇప్పుడు మీరు దేంట్లో అయితే పంఖాలుగాని, కుర్చీలుగాని లేకుండా ఒక్కొక్క సీటుమీద పది, పన్నెండుగురు మనుష్యులు భుజంభుజం ఆనుకొని, ముచ్చెమటలు పోస్తూ వుండగా తపనతో కూర్చొని ఉంటారో అట్టి అసలైన సిసలైన మూడవతరగతి జనతాలో ప్రయాణం చేయవలసి వుంటుంది."

"నువ్వు మూడవతరగతి టిక్కెట్టే తీసుకో. నేను నీ కంటె ఎక్కువగా నా దేశ ప్రజల్లో కలిసి మెలిసి తిరిగాను."

"ఆలోచించుకోండి. ఈనాడు ఏ కాంగ్రెసు నాయకమ్మన్యుడు గాని, మంత్రిగాని జనతాలో ప్రయాణం చేయటంలేదు. వినోబాభావే కూడ మొదటి తరగతిలోనే ప్రయాణం చేస్తున్నట్లు విన్నాను. ఆహా! మొదటి తరగతి పెట్టె ఎంత ఎయిర్‌కండిషన్డ్‌గా ఉంటుంది!

లేకుంటే ప్రత్యేకమైన విమానం... ...!"

"నువ్విలాగ చెప్పుకుంటూనే పోతావు. లేకపోతే నే నింకెవరినైనా వెంటబెట్టుకుంటా."

"మంచిది. చెప్పండి. టిక్కెట్టు ఎక్కడికి తీసుకొనేది?"

"ఢిల్లీకి."

ఢిల్లీ చేరింతర్వాత మేము రాష్ట్రపతి భవనంవైపు వెళ్ళాం. రాష్ట్రపతియొక్క ఎ.డి.సి. చాలా అట్టహాసంగా కనిపించాడు.

నే నన్నాను: "వీరు నా పాత ఆప్తులు. దయచేయండి. వీరు రాష్ట్రపతిగార్ని కలవటానికి వచ్చారు."

ఎ.డి.సి భారతీయుడే. హిందుస్తానీలో మాటాడేవాడు. అయితే, ఉచ్ఛారణ ఆంగ్లేయుల ఉచ్ఛారణవలె ఉంది. అతని నోట్లో టైపు మిషను ఉన్నదా అనిపించేది. అది ఎంత మంచి హిందూస్తానీ పదాన్ని కూడ ఆంగ్ల పద్ధతిలో ఉచ్ఛరించుకొంటూ పోయేది.

"చాల విచారించవలసిన విషయం. రాష్ట్రపతి దొరకర్. దర్బారులో ఉన్నార్.

"అయ్యయ్యో!" నేను విచారంగా అన్నాను."

"అవునయ్యా, దర్బారులో ఉన్నారంటిగదా!"

"అయ్యయ్యో! అయ్యో!" అని నేను మరల అన్నాను.

ఎ.డి.సి. వదనం చెవులదాకా ఎర్రబడింది. ఆయనన్నాడు: ఏం నేన్ నిజం చెప్టం లేదా? దర్బారులో ఉన్నార్, పనిలో ఉన్నార్. దర్బారులో కూడా మీరు కలిసికోవటానికి వీల్‌కాదు."

"అయ్యో!" నే నన్నాను. "దర్బారులోకి వెళ్ళటానికి ఏమైనా షరతు ఉన్నదా?"

"రాకుమారుడు (ప్రిన్స్) అయి ఉండాలివోయ్. లేకపోతే కౌన్సిల్ మెంబరుగాని, పార్లమెంటు మెంబరుగాని అయి ఉండాలోయ్. అట్ట కాకపోతే బడా కాంగ్రెసు నాయకుడ్ హోనాచాహియే."

"అయితే మీరు వెళ్ళండి." నేను వారితో అన్నాను.

ఆయన ఎ.డి.సి. తో అన్నాడు, "మీరీ చీటీని రాష్ట్రపతి కివ్వండి. ఆయన స్వయంగా నన్ను లోనికి పిలుస్తారు."

ఎ.డి.సి. చీటీ తీసికొని లోనికి వెళ్ళాడు. కొంత సేపటికి అదే చీటీ తీసికొని తిరిగి వచ్చాడు. ఆయన యిలా అన్నాడు: "రాష్ట్రపతి గార్ చెప్తున్నార్, యిది తమాషాయా అని, మీ పేరుగల మనిషి యిక్కడి కెలా రాగలడ్? ఆయన రాజ్‌ఘాట్‌లో ఉన్నాడ్ అని."

"అయ్యయ్యో!" నే నన్నాను.

"అయ్యయ్యో!" ఎ.డి.సి. కోపంగా నా వంకచూచి అన్నాడు: నేనే చెప్తున్నాన్. ఈ పేరుగల మనిషి సమాధి రాజ్‌ఘాట్‌లో ఉంది."

"హేయ్! హేయ్!" నే నన్నాను. "ఎం రాజ్‌ఘాట్ దగ్గిరికి వెడదామా? లేక యిక్కడ సత్యాగ్రహం చేయాలనే ఉద్దేశ్యం మీకుందా?"

అతను నవ్వి అన్నాడు "స్వరాజ్యం వచ్చింతర్వాత కూడ రాష్ట్రపతి భవనం మొదట్లో ఎలా ఉండేదో యిప్పుడు కూడ అలాగే ఉంది. అదే పద్ధతి, అదే ఆచారవ్యవహారాలు."

"మీరు స్వర్గలోకంలో ఉండి ఉర్దూ భాష చక్కగా అభ్యసించినట్లు తెలుస్తోంది."

"మరేం చేయమంటావు? ఉర్దూ హిందూదేశంనుండి వెళ్ళిపోయింతర్వాత స్వర్గలోకంయొక్క భాష అయి కూర్చొంది ప్రియ తమ్ముడా!"

చాలాసేపు ఆలోచనలో మునిగింతర్వాత ఆయన ఎ.డి.సి ని అడిగాడు; "ఏం నేనొక నిముసం పాటు లోనికి వెళ్ళగలనా? నా కిక్కడనేక పూర్వస్మృతులు ఎదురవుతున్నాయి."

"సారీ , మీరు లోనికి వెళ్ళటానికి పర్మిషనులేదు. అదీగాక మీరు డ్రస్సులో లేరు"

"ఏం డ్రస్సు?"

"ఇంగ్లీషు వాండ్ల డ్రస్సు లేదా నల్లవిని, పొడుగాటిక్లోక్ ఉండాలి."

"నేను బకింహాం ప్యాలెస్‌కు ఈ డ్రస్సులోనే వెళ్ళివచ్చా,

"అది స్వరాజ్యం రాకముందుమాట. నేడు మీరు బకింగ్‌హాం ప్యాలెస్‌కు కాదుగదా స్వతంత్ర భారతలోని ఏ చిన్న ఆఫీసుకైనా ఈ దుస్తులు ధరించి వెళ్ళలేరు." అని నే నన్నాను.

"పద, పద."

"ఎక్కడికి?"

"జవహర్‌లాల్ నెహ్రూను కలుసుకొందాం."

నెహ్రూజీ యింటివద్దకు వెడితే తెలిసిందికదా, ఆయన బొంబాయిలో ఒక పిచ్చి ఆసుపత్రిని తెరవడానికి వెళ్ళారని, అక్కడినుంచి సర్దార్ పటేల్ యింటి దగ్గరికి వెడితే, వారు అఖిలభారతీయ మార్వాడీ వ్యాపారసంఘం తరఫున ఉపన్యాసమివ్వడానికి బికనీర్ వెళ్ళారని తెలిసింది. అక్కడినుంచి మిష్టర్ మున్షీ యింటికి వెడితే, వారు ఖుసాదర్, మన్ మడ్‌నడుమ ఒక ఖర్జూరపు మొక్క నాటటానికి వెళ్ళారని తెలిసింది. అదృష్టవశాత్తూ ఆ రోజే జగజీవనరాంగారికి "కోకో కోలా కంపెనీ" వారి తరఫున మాట్లాడటానికి ఆహ్వానంరాగానే వారు నాసిక్ వెళ్ళిపోయారు. శ్రీయుత కిద్వాయిగారు చీలాబేలీపట్ణంలో ఒక కొత్త టెలిఫోన్ ఎక్స్‌ఛేంజి స్థాపించటానికి వెళ్లారు. శ్రీ హరేకృష్ణ మెహతాబ్

సత్యనారాయణకథలో నిమగ్నులైయుండిరి. సర్దార్ బల్దేవ్‌సింగ్ కాశ్మీరులో ఉండిరి. మౌలానా అబుల్ కలాం ఆజాద్ కలకత్తాలో జబ్బుగా ఉన్నారని తెలిసింది. శ్రీ రాజగోపాలాచారికి అమెరికా వెళ్ళటానికిగాను ఆహ్వానం వచ్చియుండింది, అంటే క్యాబినెట్ పూర్తిగా అదృశ్యమైపోయింది.

నే నన్నాను: "చెప్పండి. ఇప్పుడేమిచేద్దాం? ఎవరైనా డిప్యూటీ మంత్రిని మీరు కలుస్తారా?"

"డిప్యూటీమంత్రి అంటే ఎవరు? ఎలా ఉంటాడు?"

ఇది చాలా రుచికరమైన పదార్థం. మంత్రికంటే కింద, డిప్యూటీ సెక్రటరీకంటే పైన... ... రెండుమెట్ల మధ్యగల కర్ర అనుకోండి."

ఆయన ముక్కు మీద స్వేదబిందువుల్ని వ్రేలితో తుడుచుకొంటూ అన్నాడు. "నే నెన్నడూ మధ్యకర్రను మెచ్చుకొనేవాణ్ని కాను.

"మీరలా అనకండి. మీరు ఆంగ్లేయులతో సాగించిన పోరాటం మధ్యస్థమే అంటే, ఆంగ్లేయులతో సహాయ నిరాకరణం, బొంబాయిలో కార్మికులపై తుపాకికాల్పులు – ఇవన్నీ మధ్యస్థపు గుర్తులేకదా! హిందీ లేక హిందూస్తానీ మధ్యస్థపు కర్ర కాదా? సహాయ నిరాకరణం, గోసేవ, మసీదుల, మందిరాల పునరుద్ధరణ, పూనా ఎవార్డు ఇర్విన్ ఒడంబడిక, మౌంట్ బాటెన్ పదవీ విరమణ – ఇవన్నీ నూతన స్వాతంత్ర్యం, అంటే ఈ మధ్యస్థపు కర్రతో తయారు చేయబడ్డది. అంటే ప్రజలు ఆంగ్లేయుల డిప్యూటీమంత్రుల ద్వారాను, మన డిప్యూటీ మంత్రుల ద్వారాను మంచి సత్కారాలు, కాదు కాదు, ఛీత్కారాలు పొందారు. వారి భోగభాగ్యాలు పోయాయి. రివాల్వర్లు పేల్చబడ్డాయి. ఒకటి, రెండు, మూడు... ... మీ రొమ్ముపైగల మచ్చలు మీ రొమ్ముయొక్క మచ్చలే క్షమింతురుగాక ... ... "

"నీ మేధస్సు మునుపటికంటే చాలా పదునైనట్లుగా కనబడుతున్నది. మంచిది, యిక్కడ నుంచి పోదాం పద"

"కాందిశీకులక్యాంపు చూస్తారా మీరు? రండి. బొంబాయిలోని కోలీవాడ క్యాంపుకు తీసుకొని వెడతాను. అక్కడ ఐదువందల మనుష్యులకు ఒక్కకక్కును (బయలుదొడ్డి) ఉన్నది. హిట్లరు కాలంలో ఉండే జైళ్ళలో కూడ దీనికంటె ఎక్కువ శుచి, శుభ్రత ఉండేవి. ప్రజలు తమ కష్టాల్ని దూరంచేసికోవడానికి ప్రయత్నించినా, శాంతియుతంగా సభలు, సమావేశాలు జరుపుకొన్నా వారిపై తుపాకులు పేల్చటం పరిపాటయింది. శనగల్ని కుంపటిలోవేసి మాడ్చినట్టుగానే తుపాకులు ప్రజలపై ప్రయోగించ బడుతున్నాయి."

ఆయన దీర్ఘంగా ఆలోచించి యిలా అన్నాడు: "పద చంపారన్ పోదాంపద. అక్కడ నేను మొట్టమొదటిసారిగా రైతు ఉద్యమాన్ని లేవదీస్తాను."

"అయితే మరల మూడవతరగతి టిక్కెట్టు తీసుకునేదా? ఆ చెక్కబల్లమీద కూర్చొని కూర్చొని మీ ఎముకలు నలిగి పోయాయి... ..."

"ఆగు! స్వర్గం నుంచి స్టేషన్ వాగిన్ తెప్పిస్తా. నా కిపుడు ఆకలి గూడ వేస్తున్నది."

"అలాగయితే మీ మేకనుగూడ తెప్పించుకోండి. ఇక్కడ ఢిల్లీలో మేకపాలు ఎక్కువగా దొరకవు. మీ శిష్యులు అనేకమంది దొరుకుతారు. కాని మేకల్ని పెంచేవారు మచ్చుకైనా దొరకరిప్పుడు!"

"అయితే మరి ఈ రోజుల్లో ప్రజలు ఏం పెంచుతున్నారు?"

"శ్రీమంతులయినవారు పర్మిట్లు, అలాట్‌మెంట్లు పెంచుతున్నారు. చీట్లపేక అడీశేర్ సాహెబ్‌లు అమెరికన్ల సాంగత్యాన్ని, సాన్నిహిత్యాన్ని పెంచుతున్నారు; డాలర్లతో నిర్మితమైన బూట్లు నాకుతున్నారు. లంచగొండ్లు, భోగులు అయిన అధికారులు తెల్లరంగు ప్రేయసిని, నల్లరంగు "పేకార్డ్" ను పెంచుతున్నారు. నావంటి బుద్ధిహీనులు మీ మేధస్సును, తమ మేధస్సును నాకుతున్నారు.

"మంచిది. ఈరోజు నేను నీ మేధస్సును, బాగుపరుస్తాను. నీకు గూడ మంచి మేక పాలు తాగిస్తా. దానివల్ల నువ్వు నీ జీవిత పర్యతం నన్ను తలచుకొంటావు."

"ఇక్కడుండగా మీ మేకకు షడ్రసోపేతమైన ఆహారం తినిపించేవారని, బాదంహల్వా తినిపించే వారని, విటమిన్ ఇంజక్షన్లు ఇచ్చేవారని వినియున్నాను. ఇప్పుడు స్వర్గంలో అదేమి తింటున్నదో?"

"ఏం తింటంలేదు. వట్టి అమృతం తాగుతోంది."

మేమిద్దరం నవ్వ నారంభించాం. అంతలోనే స్వర్గంనుంచి స్టేషన్ వాగన్ వచ్చింది. మేమిద్దరం చంపారన్ చేరుకున్నాం.

ఝుబ్బు నాతో అన్నాడు: "ఇప్పుడు మీ వెంట ఉన్న మనిషి వంటి మనిషే ఒక పర్యాయం మా జిల్లాలోకి వచ్చాడు. కేవలం ఇట్లాగే చిరునవ్వు నవ్వేవాడు. అప్పుడు నాకు రెండేళ్ళు జైలుశిక్ష విధించబడింది. నే నప్పుడు యువకుణ్ణి. అప్పుడు నాకు జైలుకు వెళ్ళాలంటే సరదాగా ఉండేది.

"ఎందుకని?"

"ఎందుకంటే, జీవితం దుర్భరంగా ఉండేది. జమీందారు సర్కారుకు జాస్తిగా పన్నుకట్టవలసి వచ్చేది. వాడు మా చేత ఊరికే పనిచేయించుకొనేవాడు. చిల్లిగవ్వకూడ

మా కిచ్చేవాడు కాదు. ఆంగ్ల అధికారి చాలా దౌర్జన్యం చేసేవాడు. అందుకని యిప్పుడు మీ వెంట ఉన్న మనిషివంటి మనిషిపై నేను, మా ఊరువాళ్ళం విశ్వాసముంచాం. ఆయన మాటప్రకారం జైలుశిక్ష అనుభవించాం. తిరగలి విసిరాం, ఇంటిని దోపిడీ చేసుకోనిచ్చాం, భూమిని ఆక్రమించుకోనిచ్చాం."

"ఇప్పు డెలాగుంది?" నా సహగామి అడిగాడు. "ఇప్పుడు భోగమే భోగముకదా! ఇప్పుడు మనకు స్వరాజ్యం వచ్చిందికదా!"

"అవును అది నిజమే." ఝుబ్బా చల్లని శ్వాసపీల్చి అన్నాడు."

"రాజ్యం మనదే. కాని భూమి మాదికాదు. భూమి ఆ జమీందారుదే. అతని దౌర్జన్యం, కర్కశత్వం మునుపటిలాంటివే. ఆయన పైన పెద్ద అధికారులున్నారు. కాని వారుగూడ అటువంటివారే. టోపీ మాత్రం మారింది. మరింకేం మారలా. మొదట్లో ఆంగ్లేయుల టోపీ ఉండేది. ఇప్పుడు గాంధీటోపీ వచ్చింది. అంతే తేడా. గత నెలనుంచి కరువువచ్చి పడ్డది. కాని ఢిల్లీలోని మంత్రి దాన్ని గమనించడు. వర్షర్తువులో కరువెలా వస్తుంది అంటాడు. నిన్ననే మా ఊరి కుమ్మరివాడు చచ్చిపోయాడు. ఆకలితో చచ్చిపోయాడు. కాని మన మంత్రి ఎందుకు గ్రహిస్తాడు? అందరూ చచ్చిపోతే కరువే ఉండదు. పై నుంచి తహశీల్‌దారు అంటాడు. 'చెట్లు పెంచండి. సోదరా! ఈ భూములో ఇన్ని బియ్యం లేవుగదా! ఇన్ని పెద్దచెట్లు ఎక్కడ మొలుస్తాయి? ఉండనే ఉందికదా ఆంగ్లేయుల మంకుతనం...!"

"మీరు సత్యాగ్రహం ఎందుకు చేయరు?" ఆయన అడిగాడు.

ఝుబ్బా మెల్లగా అటూ యిటూ నాల్గువైపులా కలయజూచాడు. చెవిలో మెల్లగా చెప్పాడు: "మెల్లగా మాట్లాడండి. ఎక్కడనుంచియైనా ఎవరైనా విన్నాడంటే తుపాకి పేలుతుంది. మనం బ్రతికేది నాల్గురోజులు. ఎలాగో ఓ లాగు గడుపుకుంటేసరి. శ్రీ రాముడు మీవంటి అంగవస్త్రం ధరించిన వానికి మేలుచేయుగాక! మిత్రమా ఎంత చక్కని సలహా యిచ్చావ్! నా సోదరులు కొంతమంది పాయసా లారగిస్తూ జల్సాగా కాలం గడుపుతున్నారు. ఇక్కడ ఝుబ్బా వెనకటి వలెనే జీవితంతో పోరాడుతున్నాడు. మంచి రామరాజ్యమే వచ్చింది. దీనికంటే రావణ రాజ్యమే మేలేమో!... ... ." అతని నయనాల్లో నీళ్ళు గిర్రున తిరిగాయి.

నేనన్నాను: ఝుబ్బాను ఇంకేమైనా అడగదలిస్తే అడగండి. లేకుంటే యిం కెక్కడికైనా వెడదాం."

ఆయన గాద్గదిక స్వరంతో అన్నాడు : "ఇక్కడినుంచి పద."

"ఎక్కడికి వెడదాం? ఇరవైఒక్కమంది కమ్యూనిస్టు ఖైదీల్ని తుపాకి గుండ్లకు ఎరజేసిన

సేలం జైలుకు పోదామా?"

"వద్దు"

"అయితే, త్రివేంద్రంలో మేకల్ని కోసే కసాయిశాలను పోదామా? ఆ కసాయిశాలకు పర్మిటు ఒక కాంగ్రెసువాది పొంది యున్నాడు."

"వద్దు, వద్దు"

"అయితే, ఆచార్య కృపలానీని కలుసుకోండి. మంత్రిత్వం ఎలా పొందగలిగేది, మంత్రిత్వం ఎలా పోయేది, పోయింతర్వాత మరల దానిని ఎలా సంపాదించవలసిందీ ఆయన మీకు తెలుపుతాడు."

"వద్దు, వద్దు, వద్దు."

"అయితే కాశ్మీరం పోదాం పదండి. అక్కడ భారత సైన్యాలు, పాకిస్తానీ సైన్యాలు ఒకదాని నొకటి అభిముఖంగా ఎదురొడ్డి సత్యాగ్రహం చేస్తున్నాయి."

"లేదు సోదరా! నేను నా దేశం యొక్క నిజమైనస్థితి ఏమిటో చూడదల్చుకొన్నాను. నాదేశం యొక్క స్థితి!"

"ప్రభుత్వం ప్రజలసొమ్ము వెచ్చించి ప్రకటించిన ప్రభుత్వ జాబితాలు చూస్తే అది తెలిసిపోతుందికదా! మీరు చనిపోయినదాదిగా ఇప్పటివరకు ధరలు మూడు రెట్లు పెరిగిపోయాయి. మొదట చక్కెర దొరికేదికాదు. ఇప్పుడు బెల్లంకూడ బ్లాక్ మార్కెట్‌లోకి వెళ్ళింది. ఖద్దరుకూడ అంతే. భేదం యింతే. బెల్లం బ్లాకుమార్కెట్టులోపల దొరుకుతోంది. ఖద్దరు బ్లాకు మార్కెట్టుపైన పేర్చబడి, దాచి యుంచబడింది. ప్రజల చేతుల్లో వట్టి రాట్నమే ఉన్నది!"

"నాకు నీమాటలపై మొదట నమ్మకంలేదు. ఇప్పుడసలే లేదు." ఆయన బోసినోటితో చిరునవ్వు ఒలకబోస్తూ అన్నాడు."నేను స్వయంగా ఇంకెవరినైనా అడిగి తెలుసుకొంటాను. పద, బొంబాయిపోదాం. అక్కడ అనేక విషయాలు తెలుస్తాయి. నూలు ధర నాకు చంపారన్‌కి రావటంవల్ల తెలిసింది. ఒక వస్త్రపు ధర తెలుసుకోదలుస్తున్నాను."

"గుడ్డల్లోకూడ రెండు రకాలున్నాయి. ఒకటి కులీనులు తొడిగే గుడ్డలధర. దానికి ప్రభుత్వం ప్రకటించిన ధర వేరే ఉంది. రెండవది పేదవారు తొడిగే గుడ్డలధర. దానికి వేరే ధర ఉంది. గత రెండు వత్సరాలనుంచి యిదే పద్ధతి అమల్లో ఉంది."

"అంటే?"

"అంటే అదే ధోవతీ. ధర అదే. రామరాజ్యమైనా, రావణ రాజ్యమైనా – ఏదైతేనేం? ఏం ప్రయోజనం? అదే లంగోటీ బీదవారికి... ..."

"మొదట నువ్వింత కసరుకొనేవాడివికావే! ఏం సంగతి?"

"మొదట వస్తువుల ధరలు ఇంత ఎక్కువగా ఉండేవికావు? నే నన్నాను: "మొదట నా కలలో గులాబిరేకులగుత్తులు అగుపించేవి. కాని ఏం చేసేది? వాటి ధర రెండునుంచి మూడు, మూడునుంచి నాల్గు రెట్లు పెరిగిపోయింది. అవి వాడిపోయి మట్టిలో కలిసిపోయి నా కగ పడటం ఆరంభించాయి. ఇప్పుడసలే కనబడటంలేదు. నేను ఎవరినైతే ప్రేమించానో ఆమె నా నిరుద్యోగాన్ని చూచి నన్ను వదలి పెట్టింది. 'సట్టా' ఆడే ఒకనివద్దకు వెళ్ళిపోయింది. పోతూపోతూ నా శరీరంపై కేవలం ఒక అంగవస్త్రం మాత్రం వదిలిపోయింది."

"నువ్వు మేకపాలు తాగుతావా?"

"స్వర్గంనుంచి వచ్చిన మీ మేకపాలు నేను త్రాగలేను. అమృతం తాగే మేక పాలు తాగి నేను శాశ్వతంగా ఈ లోకంలో బ్రతికి ఉండదలుచుకోలేదు."

"ఎందుకని?"

"శాశ్వతంగా బ్రతికి ఉండటంవల్ల రాబోయే సంతతికి చేటు కల్గుతుంది. కొద్దికాలంపాటు బ్రతకడం, తర్వాత చనిపోవడం మంచిది. లోకం మమ్మల్ని శాశ్వతంగా మరిచిపోతే, ఎంతైనా మంచిదనుకొంటాను."

"అదెలాగు?"

"పాతపూలు పుష్పించి, విప్పారి, గాలిలో అటూ యిటూ కదలి చివరికి ముకుళించుకుని పోయినప్పుడు, క్రొత్త పుష్పాలు ఎలా వాటి స్థానాన్ని అలంకరిస్తాయో అలాగ."

ఇంతలోకే స్టేషన్ వాగన్ వచ్చింది. మేమిద్దరం బొంబాయిలోని భేండే బాజారు చేరుకున్నాం.

కమాల్ అనే ఆయన అతనితో అన్నాడు: "నేను మిమ్మల్ని గుర్తు పట్టాను."

"ఎలాగ?" అత నడిగాడు.

"మీరు అహమదాబాదులో సారాభాయి యింట్లో ఉంటుండే వారు. నేను సారాభాయి మిల్లులో నౌకరుగా ఉండేవాణ్ణి."

"ఇప్పుడెక్కడుంటున్నారు?"

"ఇక్కడ సేసూన్ మిల్లులో పనిచేస్తున్నాను."

"ఇంగ్లీషువాండ్ల మిల్లు ఇంకా యిక్కడే ఉందా?"

"ఇంగ్లీషువాండ్ల ఏ వస్తువు ఇక్కడినుంచి వెళ్ళింది? ఇంగ్లీషు భాషకూడ ఇక్కడే

ఉందికదా!"

"గుడ్డ ఏ ధర అమ్ముతున్నది?"

"నాకు తెలీదు," కమాల్ అన్నాడు: 'రెండేండ్లనుంచి అసలు గుడ్డే నేను కొనలేదు."

"ఎందుకని?"

"కూడు, గూడు, జబ్బు, నీరు, దీపం ఖర్చులుపోగా డబ్బులు మిగలదు."

"నీ భార్య ఎక్కడుంది?"

"పాకిస్తాన్‌లో."

"ఎందుకని?"

"అప్పుడు కొట్లాటలు, కలహాలు చెలరేగాయి కదా! అప్పుడు నా భార్య నా తల్లితో బాటు వెళ్ళిపోయింది. నేనుకూడ వెళ్ళిపోయి యుండేవాణ్ణే. కాని మీరు నా ప్రాణం దక్కించారు."

"ఇప్పుడు నువ్వు నీభార్యను తిరిగి ఎందుకు రప్పించుకోవూ?"

"ఎలా పిలిపించుకొనేది? డబ్బులేదు. కార్మికులు సమ్మె చేస్తున్నారు."

"ఎందుకు సమ్మె చేస్తున్నారు?"

"బోనస్ యివ్వనందువల్ల."

"బోనసా? ఏం... ...?"

"మిల్లు యజమానులు కోట్లకొద్ది ధనం ఆర్జించారు. మీకు గుర్తుందనుకొంటా. ఒక పర్యాయం మీరు కంట్రోలు తీసివేయించారు. కొద్ది దినాల్లోనే మిల్లు యజమానులు కోట్లకొలది రూపాయలు తారుమారు చేశారు."

"అవును అది నా తప్పిదమే."

"తప్పిదం మీది. సౌఖ్యం మా కబ్బింది! స్వరాజ్యం యొక్క వయస్సు పెరిగిపోయేకొద్దీ వస్తువుల ధరలుకూడ పెరిగిపోతున్నాయి.

"నీవు చివరి కేం కోరుకుంటున్నావు – బోనసా?"

"కాదు! నేను నా స్వంత ప్రభుత్వాన్ని కోరుకుంటున్నాను. నేను కర్మాగారాలన్నిటినీ స్వయంగా నడుపుతాను. పొలాలన్నిటినీ స్వయంగా దున్ని, విత్తనం వేస్తాను. కష్టమంతా స్వయంగా చేస్తాను. ప్రతిఫలాన్నంతటినీ స్వయంగా అనుభవిస్తా"

"అలాంటప్పుడు తుపాకి పేలుతుంది సుమా!" ఆయన నవ్వి అన్నాడు.

"నా కది తెలుసు. అయితే మీరు నే నీ ఒక్క పంచె కట్టుకొని ఉండడంచూచి ఆనందిస్తున్నారా? అలా అయినప్పుడు మీరు మా ప్రాణాల్ని ఎందుకు సంరక్షించారు?

ఏం, కుళ్ళి కుళ్ళి, కనలికనలి చావటానికా?"

"నేను నా జీవితమంతా అంగవస్త్రం కట్టుకునే గడిపాను."

అది ఏసుక్రీస్తు త్యాగం వంటిది. అటువంటి త్యాగం జీవితంలో ఒకే పర్యాయం లభిస్తుంది. దాని మూలకంగా జాతి యావత్తూ పునర్జీవం పొందుతుంది. అభ్యుదయంవైపు నడుస్తుంది. కాని ఈ త్యాగం ఏం త్యాగం? మీరు ఆత్మపరిత్యాగం చేసింతర్వాతకూడ జాతి పరిస్థితి మారలేదు. యధాతథంగా ఉంది. ఈ దేహంమీద ఆ అంగవస్త్రమే ఉండిపోయింది."

"సంతృప్తిజెందడం నేర్చుకో కమాల్."

కమాల్ చిరునవ్వు నవ్వి యిలా అన్నాడు: "అయితే పదండి. వట్టి బోనస్ మాత్రమే యిప్పించండి. చేయిలో చేయి వెయ్యండి! ఏదీ యీ చెయ్యి?"

అతడు నవ్వి అన్నాడు: "మీ సమ్మె మూలకంగా ఏం ఫలం చేకూరలేదు... ..."

"రెండుసార్లు తుపాకి పేలింది. ఇక ముందుకూడ పేలుతుంది. ఇంట్లో ఉన్న పళ్ళాలతోసహా అమ్మివేశాం. బొంబాయిలోని మిల్లులు మూసివేయబడినందువల్ల, అహమ్మదాబాదులో మిల్లు యజమానులు సంతోషిస్తున్నారు. తమ మిల్లుల్ని సంతోషంతో నడుపుకొంటున్నారు. మాకేదయితే దుఃఖదాయకమో వారి కది ఆనందదాయకం."

"నా స్వతంత్ర భారతంలో మేక, సింహం రెండూ ఒకే ఏటి గట్టున నీళ్ళు త్రాగుతున్నాయి."

"అయితే, అది జంతు ప్రదర్శనశాల అయివుండాలి, లేదా సర్కసు అయినా అయి ఉండాలి. అంతేగాని విశాలమైదాన ప్రదేశం మాత్రం కాదు."

"నా స్వరాజ్యంలో ధనికులూ, పేదలూ యిద్దరూ సమానులే,

"కాదు. అది పెట్టుబడిదారుల స్వరాజ్యం. బీదవాండ్ల స్వరాజ్యం ఎంతమాత్రం కాదు."

"నువ్వు ఇతరుల హక్కులు కాజేయాలని కోరుతున్నావు."

"ఇతరుల హక్కుక్రింద ఒక పెద్ద మిల్లు ఉండి, నాకు కేవలం ఒక గుడిసె ఉన్నట్లయితే, యితరుల అదృష్టంలో లండన్ ప్రయాణం ఉండి, నా జేబులో టీ త్రాగటానికికూడ చిల్లిగవ్వ లేకుండా ఉంటే, ఇతరుల అదృష్టంలో కాలేజీ చదువు ఉండి, నా అదృష్టంలో ప్రాథమికాక్షరాలు రెండు కూడ లేకుండా ఉంటే, నేను ఇతరుల హక్కు తప్పకుండా కాజేస్తాను"

"కమాల్, నువ్వు చాలా ఆకలిగా ఉన్నట్లు కనిపిస్తున్నది."

"అవును. నేను రెండు రోజులనుండి ఏం తినలేదు. నేను ఒకటిన్నర నెలనుండి సమ్మె చేస్తున్నాను." కమాల్ వెకిలిగా నవ్వి అన్నాడు.

"అయితే రా. నీకు మేకపాలు తాగిస్తా."

కమాల్ నవ్వి అన్నాడు: "ఆకలి బాగా వేస్తూంది. మేక పాలతో ఏమవుతుంది? అదుగో! ఎదురుగా రొట్టెవాని దుకాణం ఉంది. అక్కడ ఏదైనా కొనిపెట్టరాదా?"

ఇంతలో స్టేషను వాగను వచ్చింది. మేము కడప వెళ్ళిపోయాం. కడపలో ఒక వూరేగింపు జరుగుతూండింది. పల్లె ప్రజలు గుమాస్తాల బిడ్డలు, ఉపాధ్యాయులు, పేద గుమాస్తాలు నిరుద్యోగులైన యువకులు, ఇద్దరు ముగ్గురు బీద జర్నలిస్టులు అందరు చేతులలో జెండాలు పట్టుకొని వూరేగింపులో నడుస్తున్నారు. "మాకు శాంతి కావాలి" అని నినాదాలిస్తున్నారు. ప్రపంచంలో శాంతి వర్ధిల్లాలి. మూడవ ప్రపంచయుద్ధం రాకూడదు. మొదట ఎవరైతే ఆటంబాంబు వేస్తాడో అతణ్ణి మేమంతా గర్హించి, మా శత్రువుక్రింద జమకడతాం".

మేముకూడ ఈ వూరేగింపులో పాల్గొన్నాం. ఆయన బోసి నవ్వు నవ్వి దగ్గరున్న ఒకాయనతో అన్నాడు: "మీకు శాంతి ఎందుకు కావాలి?"

"ఎందువల్లనంటే నేను నా బిడ్డల్ని చదివిస్తున్నాను."

"నీ పేరేమి?"

"సుబ్బారావు".

"నీ కేం జీతం దొరకుతుంది?"

"ఇరవై రెండు రూపాయలు".

"ఇరవైరెండు రూపాయల్లో నీ జీవితం గడుస్తుందా?"

"పస్తుండవలసి వస్తున్నది."

"మరి శాంతిని కోరుతున్నావే?"

సుబ్బారావు కాస్సేపు ఆగి అన్నాడు: "శాంతియా...? మీ ప్రశ్న నా కర్థమయింది. శాంతి నాకు తప్పక అవసరం. ఒకటి బడికి వెళ్ళే నా పిల్లలున్నారు గనక. వీళ్ళని చదివించటం అంటే నాకెంతో ఆనందం. తర్వాత నా ముసలితల్లి ఉన్నది. ఆమె బహుశా యింకా ఎనిమిది, పది సంవత్సరాలపాటు బ్రతుకుతుంది. ఆమె ఎంతో కష్టపడి నన్ను చదివించింది. అలాంటప్పుడు నేనుకూడ కష్టపడి ఆమెను కొంతైనా సుఖపెట్టలేకపోతే నేను బ్రతికి ఏం ప్రయోజనం? నా జీవితమే వ్యర్థం. అందువల్ల నాకు శాంతికావాలి. కాగా తల్లి ఎవరికి యిష్టంకాదు?... కొంత కాలానికి నేనే అమ్మాయినైనా ప్రేమించటం

కూడ జరుగుతుంది... ఇప్పుడు మీ కర్థమైందా నాకు శాంతి ఎందుకు కావాలో?"

ఆయన ముందుకునడిచాడు. ఒక రైతు నినాదాలిస్తున్నాడు. ఆయన వాని నడిగాడు: "నీవు సాలీనా చెల్లించవలసిన భూమిశిస్తు తీసుకొన్న అప్పుకు వడ్డీ కట్టగా ఏం మిగుల్తుంది?'

"ఒంటిపూట భోజనం, వర్షాలు సకాలంలో రాక, ఋతువు సరిగా లేకపోతే అదికూడ మిగలదు."

"మరి నీకు శాంతి కావాలా?"

"అవును" రైతు ఆగి ఆగి అన్నాడు: "ఎప్పటికైనా భూమిపై శాంతి, సౌఖ్యం విరాజిల్లుతాయి. వాటిని చూడటంకోసం, నేను బ్రతక దలుస్తున్నాను."

"వీళ్లు ఎంత మంచివారు!" ఆయన వదనంలో సంతోషం తాండవించింది. "నేను వీళ్ళతోబాటే చివరిదాకా ఊరేగింపులో వెడతాను. వీరు నన్ను అనుమతించినట్లయితే వీరి సభలో ఉపన్యాసం కూడా ఇస్తాను."

"అలాగే, అలాగే' నేను దృఢసంకల్పంతో, విశ్వాసంతో అన్నాను: "వీరు హిందూదేశం యొక్క నవ వైతాళికులు". ఇదే సంకల్పంతో నేను ఆ ఉత్సవంలో ఆయన్ని ఒక పాత కాంగ్రెసు వాదిగా పరిచయం చేశాను. ఆయనపేరు తెల్పటం సమంజసం కాదని తెల్పలేదు.

ఆయన అన్నాడు: 'హిందూదేశంలో శాంతి ఉద్యమం చాలా ప్రాచీనమైనది. ఇక్కడ యుద్ధోన్మాదుల ఉద్యమంకూడ చాలా పురాతనమైనదే. అయితే, యుద్ధకాముకు లెప్పుడైతే తలఎత్తేవారో, అప్పుడే శాంతివాదులు ప్రజల సహకారంతో వారిని ఎదుర్కొనేవారు. శాంతిశక్తులు మన చరిత్రలో ప్రతి పేజీలో జ్వాజ్వల్యమానంగా ప్రకాశిస్తూ అగపడతాయి. గౌతముడు, అశోకుడు, అక్బరు, కబీరు, నానక్, చిష్తి ... ... వీరంతా హిందూదేశంలో శాంతికి ప్రాణం, జీవం వంటివారు. అది భారతధర్మం. అది దాని సంస్కృతీ పరాకాష్ఠ. దానికోసం మంచివారు తమ జీవితాన్నే త్యాగంచేశారు. ఆహుతి చేశారు. వాండ్లు కేవలం ఉపన్యాసా లిచ్చేవారు కాదు. దానికోసం ఆత్మబలిదానం కూడ చేసేవారు. నేడుకూడ ప్రపంచానికి శాంతి అవసరం కదా! హిందూదేశస్తులు శాంతి ఉద్యమంలో ప్రపంచ జనులందరితోబాటు ఏకకంఠంతో శాంతిగీతం అలపిస్తారు. అండగా నిలబడతారు. ఇది, నామటుకు నేను నా జీవితాన్ని అర్పిస్తున్నాను... ... ఎందుకంటే నాకు తెలుసు... ... ... "

పోలీసువాండ్లు అదంతా చట్టానికి విరుద్ధమని చెప్పి జనంపై లాఠీఛార్జీ చేయటం మొదలెట్టినందువల్ల ఆయన అంతకుమించి మాట్లాడలేకపోయారు. మొదట లాఠీచార్జీ

చేశారు. తర్వాత కాల్పులు జరిపారు. కొందరికి లాఠీ దెబ్బలు తగిలాయి. కొందరికి గుండు దెబ్బలు తగిలాయి. ఆయన రొమ్ముమీద ఒకటికాదు, రెండుకాదు, మూడు గుండు దెబ్బలు ఒకదాని తర్వాత ఒకటివచ్చి తగిలాయి. ఆయన 'హే రామా' అంటూ ప్లాటుఫారంమీదనుంచి నేలమీదికి ఒరిగి పోయాడు. ఒరిగిపోవడంతోటే చల్లబడిపోయాడు.

పోలీసుతాణాలో ఆయన్ని గుర్తుపట్టడంకోసం నన్ను పిలిచారు. పోలీసు ఇన్‌స్పెక్టరు నన్నడిగాడు: నీ వీ మనిషిని గుర్తించగలవా?"

"చాలా బాగా గుర్తించగలను. ఈయనపేరు మోహన్‌దాస్ కరంచంద్ గాంధి. ఈతడు మన జాతిపిత. నేడీయన్ని రెండవ పర్యాయం కాల్చివేశారు!"

❊ ❊ ❊

తుపాకిగుండ్లు - చెర్రీపూలు

సియోలు మండుతోంది... ... ...

శిథిలమైన యిటకలగోడ వెనకాల లైమ్ ఒక 'లక్కీస్ట్రయిక్' సిగరెట్టు ముట్టించాడు. రైఫిలు చేతబూనియున్న అతగాడు నలువైపులా కలియజూచాడు.

నలువైపులా పట్టణంలోని భవనాలు పడిపోయి, గచ్చు యిటుకలు, సున్నం కుప్పలు కుప్పలుగా పడియున్నాయి. అక్కడక్కడా కాంక్రీటుతో కట్టబడిన హర్మ్యాలు సగం కాలిపోయి వున్నాయి. అమెరికా సైన్యాలు పట్టణపు తూర్పుదిశనుండి పడమటి దిశకు పోయేందుకు వీలుగా పట్టణానికి మధ్య విమానాల చేత వేలటన్నుల తుపాకిమందు ప్రేలించి ఒక చిన్న మార్గ మేర్పరిచారు. అప్పటికీ సియోలు లొంగిపోనందున లెక్కలేనంత మందుపేల్చి వేఱొకదారి యేర్పరిచారు. అది ఉత్తరం నుండి దక్షిణానికి పోతుంది. ఇప్పుడు పట్టణాన్ని నాల్గు భాగాలుగా విభజించి, చుట్టుముట్టారు. అడుగడుక్కూ పోరాటం సాగింది. ఈ దరిద్రపు కొరియావారు చచ్చేంతవరకూ పోట్లాడుతూనే వుంటారు!

లైమ్ గట్టిగా ఒక్క దమ్ములాగి ఆలోచించాడు. నలువైపులా చూచాడు. ఆయనకు నలువైపులా సగం కాలిపోయిన భవనాలు కనబడ్డాయి. నలువైపులా కూలిపోయిన భవనాల కుప్పలు, పగిలిపోయిన నీళ్ళ పంపులు. రోడ్లవెంబడి కూల్చబడి, క్రింద పడియున్న విద్యుస్తంభాలు ఎక్కడ చూచినా కొరియా, అమెరికా సిపాయిల శవాల కుప్పలు, ఫిరంగులు అట్టేపెట్టిన గాజుపలకల కందకాలు, నలువైపుల గాలిలో వ్యాపించిన గంధకపు వాసన, పాడుకంపు, బాంబులు ప్రేలుతున్న రొద, కండ్లు గప్పే నల్లని దట్టమైన పొగ... .... ఈ పొగ దుమ్మూ, ధూళివలె పట్టణమంతా క్రమ్ముకొంది. లైమ్ దగ్గనారంభించాడు దగ్గతూ, దగ్గుతూ తిట్లు తిట్టిపోస్తూ తన వెంటనున్నవాని వైపు తిరిగి, అన్నాడు: "జూస్! ఇది చాలా గడ్డు పోరాటమే. దీని దుంప తెగ, యిది ఎంత నీచాతినీచమైన, నికృష్టమైన యుద్ధమనుకున్నావ్ జూస్!"

జూస్ అసలు పేరు 'లైమ్ జూస్' కాదు 'ఆరెంజి జూస్' కాదు, 'కోకా కోలా జూస్' అసలే కాదు. "జోన్స్' అతని అసలు పేరు. కాని అతని స్నేహితులు అతన్ని 'జూస్' అని

పిలిచేవారు. ఎందుకంటే, అతని ముఖం చూడటానికి గుండ్రని రాయిమల్లేవుండి, మృదువుగా, అమాయికంగా వుండి వెలవెలపోయినట్లు కనిపించేది. సూది కాస్త గుచ్చినట్లయితే, బుగ్గలనుండి రసం ధారగా కారేటట్లుండేది. ఆయన ముఖం. వెంద్రుకలు రాగివర్ణంలో ఉండేవి. కనుబొమలు, కనురెప్పలు చాల తెల్లగా ఉండేవి. ఆయన చిన్ని చిన్ని పచ్చనికండ్లు కోడిపిల్లలవలె మిణుకుమిణుకుమని ప్రకాశిస్తుండేవి. అతడు గడ్డం గీక్కుంటూ అన్నాడు: "యుద్ధమా కష్టభరితమైనది. రక్తం ఏరులైపారింది. కాని చివరికి మనం గెల్చాం. ఇందులో సందేహమేమీలేదు" అంటూ లైమ్ ఎదురుగా ఉన్న కాంక్రీటు భవనంవైపు విజయోత్సాహంతో చూచాడు. ఆ భవనం కప్పు సగం ఎగిరిపోయింది. సగం మిగిలి ఉన్నది. కప్పుపై అమెరికా జెండా ఎగురుతోంది. కిటికీలు, దర్వాజాలు అన్నీ విరిగిపోయి యున్నాయి. రోడ్డు అంతటా గాజుముక్కలు తుత్తునియలై చిందర వందరగా పడియున్నాయి. లైమ్ రెండవసారి సిగరెట్టు పీల్చాడు. ఒక్క దమ్ము లాగాడోలేదో సిగరెట్టులో సగం అప్పుడే కాలిపోయింది. దాని మసి ఎగిరి అతనికళ్ళల్లో పడ్డది, అతడు తిట్టిపోస్తూ కండ్లు నులుముకోసాగాడు. "భగవంతుడు ఈ ఆసియావాళ్ళ నందరినీ నాశనం చేయుగాక! వీళ్ళు నన్నెక్కడికి లాక్కొని వచ్చారు! నేను సిన్సినాటిలో ఇన్సూరెన్సు ఏజంటుగా సుఖంగా వుండేవాణ్ణి."

"ఏ కంపెనీ తరపునా?"

"ది గ్రేట్ ఫెడరల్ అమెరికన్ ఇన్సూరెన్సు కార్పొరేషన్ ఇన్ కార్పొరేటెడ్... ... ... "

"ఇప్పుడు కూడ దాని ఏజంటేనా?" జూస్ తన చిన్న చిన్న గుడ్లు తిప్పుతూ, ఎదురుగావున్న భవనంవైపు చూపిస్తూ అన్నాడు:

"అదిచూడు"

లైమ్ చూచాడు. అతనికి ఎదిరిపక్షపు సగం కాలిన భవనంపై 'ది గ్రేట్ ఫెడరల్ అమెరికన్ ఇన్సూరెన్సు కార్పొరేషన్' పేరు ప్రతిచోటా పగిలిపోయిన అక్షరాల్లో గోచరించింది. ఈ భవనం పైన కూడ అమెరికాజెండా ఎగురుతోంది. భవనం వెలుపల అమెరికా పారా సైనికులు కొందరు స్టాలిన్, కిమిఇర్ సేన్‌ల చిత్తరువులను చిందటంలో నిమగ్నులై యున్నారు. "అరే. నిజం! అదేనే! నా అమెరికా కంపెనీ యిక్కడి కెలా వచ్చింది?" అని అన్నాడు లైమ్.

జూస్ చిరునవ్వు నవ్వి అన్నాడు: "దానితోపాటు మరికొన్ని పేర్లుకూడా ఉన్నాయి. బాగాచూడు."

లైమ్ సగం కాలిపోయిన పేర్లు చదవ నారంభించాడు – కాలిఫోర్నియా రైస్ గోడౌన్సు,

ఏజంట్లు – ఫిలిప్స్& ఫిలిప్స్... కొరియా కోల్ అండ్ అయిల్ రిఫైనరీస్ లైఫ్ కార్పొరేటెడ్ – న్యూయార్కు హెరాల్డ్ ట్రిబ్యూన్ – లైఫ్ అండ్ టైమ్ – రైస్ ఎక్స్‌ఫోర్ట్ అండ్ కోకో కోలా ఇంపోర్టు కంపెనీ ఇన్ కార్పొరేడ్ – చికాగో.

లైమ్ సంతోషంతో అరిచాడు. "అరే, యివన్నీ మన పేర్లే. అమెరికా మొదటినుంచీ యిక్కడే వున్నట్లుగా వుంది!"

జూస్ అన్నాడు: 'దీంట్లో సందేహ మేమున్నది? మనం మొదటినించీ యిక్కడే ఉన్నాంగదా. ఇప్పటిదనుక యిక్కడేవున్నాం, కమ్యూనిస్టు పెనుభూతం ఏమన్నా చేసికోనీగాక, మనం ఇక్కడ నుంచి వెళ్ళేదిలేదు."

"ఖచ్చితంగా' లైమ్ పండ్లు బిగబట్టి అన్నాడు. అలా అంటున్నపుడు అతని దవడలు బిగుసుకు పోయాయి. లైమ్ తాటిచెట్టంతా మనిషి. అమెరికా దేశస్థుడు. అతడు తల్లి పరంగా సగం ఐరిష్, సగం జర్మన్, తండ్రివైపునుంచి నాల్గోవంతు నీగ్రో, సగం మెక్సికన్, ఎనిమిదోవంతు జీప్సీ, మిగిలింది ఫ్రాన్సీ అంటే ఆయన నూటికి నూరుపాళ్లు అమెరికన్ అన్నమాట. శ్వేతజాతీయుల ఘరానాతనం, ఆధిపత్యం మీద, నీగ్రోలను చిత్రహింస చేయటంమీద, ట్రూమన్ యొక్క ఆటంబాంబుమీద నమ్మకం కలిగియుండేవాడు. పైకి ఎంత పొడవుగా కన్పించేవాడో లోపల అంత పొట్టి. పైకి ఎంత ధీరుడుగా కన్పించేవాడో లోన అంత భీరువు, తుచ్ఛుడు, దౌర్జన్యపరుడు, క్రూరుడు, కృతఘ్నుడు. కర్తవ్య నిర్వహణలో వెనుకడుగువేసేవాడు కాని తన పక్షంవారికి విజయం చేకూరిందంటే, విజయపతాక నెత్తటానికి, విజయ ప్రతిష్ఠ పొందటానికి అందరికంటె ముందు పరుగెత్తుకొని వచ్చేవాడు. అంచేతనే యిప్పటివరకు బ్రతికియుండగల్గాడు. ఆయన పటాలంలోని యితర యువక సైనికులెపుడో సియోల్ ముఖాముఖి పోరాటంలో అసువులు బాసారు. ఇప్పుడు జూస్, లైమ్ యిద్దరు మాత్రమే మిగిలిపోయారు. జూస్ కూడా పైకి అమాయకుడుగా కనబడతాడేగాని, లోపల అంతా లైమ్ వంటివాడే. అందువల్ల వారిద్దరిమధ్య ఎడతెగని సాన్నిహిత్యం ఏర్పడ్డది. వీరిద్దరూ కలిసి యుండడం చూచి, యితర సైనికులు అనేవారు: "అలా చూడండి. లైమ్ జూస్ సీసా యిటు వస్తున్నది."

ఆకస్మికంగా ఎదురుగాఉన్న భవనపు మొదటి అంతస్థుమీద ఇద్దరు అమెరికా సైనికులు ప్రత్యక్షమయ్యారు. వారి చేతులలో నీలి రంగు గుడ్డ ఉన్నది. వారు దాన్ని బయట వ్రేలాడదీశారు. ఆ దారిని వస్తూ పోతూ ఉండే ప్రతి అమెరికా సైనికుని దృష్టి దానిపై పడేందుకుగాను, ఆ నీలిరంగుగుడ్డపై తెల్లని పెద్ద పెద్ద అక్షరాల్లో ఈ విధంగా వ్రాయబడి యుంది:

"కనీ వినీ ఎరుగని మేటి వేలం"

"రండి ఖరీదుచేయండి."

వెంటనే అక్కడి విశాలమైన హాలులో అనేకమంది అమెరికా సైనికులు ప్రత్యక్షమయ్యారు. వారంతా త్రాగి తందనా లాడుతున్నారు. బిగ్గరగా అరుస్తున్నారు. ప్రసిద్ధమైన గొప్పవేలం. మీ కందరికీ అడ్డేలేదు. చక్కని అవకాశం రండి, కొనండి. ఇలాంటి అవకాశం, యిలాంటి సరకు మీ కెన్నటికీ లభించదు"అని.

దీనిని లైమ్, జూస్ యిద్దరూ చూడటమే తడవుగా భవనంలోకి పరుగెత్తారు. దబదబా మెట్లపై కెక్కి మొదటి అంతస్థులోకి వెళ్లారు. లోనికి వెళ్ళి చూచారుగదా, ఒక పెద్దహాలు. దాంట్లోకి వెళ్ళడానికి ముందు దర్వాజాదగ్గరే అరడాలరుకు ఒక టిక్కెట్టు ఇస్తారు. దానిని తీసికొని లోనికి వెళ్లాలి. రెండు టిక్కెట్లు తీసికొని వారిరువురూ లోనికి వెళ్ళారు. లోపల వీరివంటి అమెరికా సైనికులే రెండు మూడు వందలమందిదాకా ఒక ఎత్తైన స్టేజీచుట్టూ గుమిగూడియున్నారు. ఈ స్టేజీహాలుకు పడమర దిక్కుగా ఉంది. ఒక పొడగాటి మనిషికంటె కూడ ఎత్తుగా వుంది. దాని కొకప్రక్క తలుపు వున్నది. రెండవప్రక్క వెళ్ళడానికి దారి ఏమీలేదు. స్టేజీమీద త్రాళ్లు రింగులు రింగులుగా అమర్చబడి యున్నాయి. స్టేజీ శూన్యంగా ఉంది. కాని హాలులో నలువైపులా సైనికులు ఒకరినొకరు త్రోసుకుంటూ అరవడం మొదలెట్టారు. హాలంతా నిండిపోయింది. ఆ సైనికులు రాగాలాపనచేస్తూ, తిట్టుకుంటూ, మద్యపు సీసాలు నోళ్ళకు కరచుకొని గడగడా త్రాగుతున్నారు.

లైమ్ జూస్‌వైపూ, జూస్ లైమ్‌వైపు ఒకర్నొకరు చుచుకొన్నారు. వారికేం అర్థంకాలా. తర్వాత జూస్ తనకు చేరువగా నిలబడియున్న ఒక సైనికు నడిగాడు. "ఇదేం తమాషా? ముష్టి యుద్ధమా?" అని.

ఆ సైనికునిది దిట్టమైన విగ్రహం. ఆజానుబాహువు. అతని పండ్లవరుసలో ముందరగల రెండు పండ్లూ ఊడిపోయాయి. అతడు తలవూపి అన్నాడు: "లేదోయ్,"అని ఆయన తప్ప త్రాగియున్నాడు.

లైమ్ అడిగాడు: "మరేమిటి? థియేటరా?" అని.

"కాదు"

"ఇంకేమిటి? నాట్య ప్రదర్శనమా?

"కాదు" ఆ అమెరికన్ అజానుబాహువు మొదటివలెనే విద్యుచ్ఛక్తితో నడిచే ఆటవస్తువువలె తూలుతూ అన్నాడు.

లైమ్ కోపంగా చీదరించుకొని, "అయితే యింకేమిటయ్యా?" అన్నాడు.

"చూడటంలేదా? – వేలంపాట."

"ఏ వస్తువు వేలం వేసేది?"

"నాకేం తెలుసు? నేనూ నీ మాదిరిగానే అరడాలరు ఖర్చుచేసి లోనికి వచ్చా. ఇక్కడ స్టేజీ ఖాళీగా వుంది. ఇదంతా వట్టి హుళక్కి, వేళాకోళంగా కన్పిస్తోంది. అంతా మాయే. మాయ స్టేజీ. సగం డాలరు కూడ మాయే. యుద్ధం మాయ. అంతా మిథ్య. నన్ను వదలండి. నే నలసియున్నాను."

హఠాత్తుగా హాలులో ఒక పెద్ద గోల బయలుదేరింది. వేలం పాట పాడేటటువంటి దాని కంతటికీ మేనేజరు వలె నున్న ఒకతను స్టేజీమీదకి వచ్చి, గంట వాయించి చెప్పాడు: "ఆటంబాంబు సుతులారా! ఈ దినం మనం సియోలు నగరాన్ని పట్టుకొన్నాం. అంటే, కొరియా దేశాన్నే జయించామన్నమాట. ఆ ఆనందంలో ఈ వేలం పాట వేయబడుతున్నది. ఇటువంటి వేలం మీ జీవితంలో ఎన్నటికీ చూచియుండరు. ఇప్పుడు చూడండి. మీ జేబులు ఖాళీ చేసుకోండి... ... ఆటంబాంబు తనయులారా!"

ఈ విధంగా అని అతగాడు పెద్దగా గంట వాయించాడు. స్టేజీ యొక్క పడమటి దర్వాజావైపు సైగచేశాడు. వెంటనే తలుపు తెరచుకొంది. లోపలినుంచి కొరియా యువతుల సముదాయ మొకటి స్టేజీమీదికి తోడ్కొని రాబడింది. ఒక్క క్షణంపాటు హాలులో నిశ్శబ్దం. ఆ అమ్మాయిల శరీరంపై రవ్వంత గుడ్డయినా లేదు... నగ్న శరీరాలు... క్రింది చూపులు... విరబోసిన వెండ్రుకలు ... నగ్న పాదాలు... ఈ బాలికలు తమ మానాన్ని, నగ్న శరీరాన్ని ఏవిధంగానూ దాచుకోవటానికి వీలు లేకుండా వారి చేతులు వీపు వెనకాల పిఱుదుభాగాలతో జతచేర్చి త్రాళ్ళతో బంధింపబడియున్నాయి. తమ ముఖాన్ని చేతుల్లో దాచుకోవడానికిగాని, లేక వెండ్రుకలు వక్షస్థలం పైకి వ్రేలాడ దీసుకోటానికిగాని, లేదా మిగిలిన శరీరభాగాన్ని కప్పుకోవడానికి గాని వారి కెట్టి అవకాశమూ లేదు. అందువల్ల ప్రేమకు చిహ్నమైన చెర్రీ పూలమొగ్గలు సింగారించుకొన్న మెడలు నేడు నగ్నంగా ఉన్నాయి. ముక్కుపచ్చలారని ముద్దుబిడ్డలు, పసికందులు తమ మాతృ మధువును గ్రోలిన స్తన్యాలు నేడు నగ్నంగా విలవిల బోతున్నాయి. లోపల విత్తనముండే, ఆ విత్తనంలోపల మొగ్గవుండే, మొగ్గలోపల పుష్పముండే, పుష్పంలోపల తిరిగి విత్తన మేర్పడే గర్భం నగ్నంగా వుంది. ఇటువంటి సుందరమైన స్త్రీజాతిని ఆమెరికా 'వీరసైనికులు' నగ్న శరీరాలుగా చేసివేశారు. త్రాళ్ళతో బంధితమైన ఈ ఆసియా ఖండపు జీవాత్మ, శతాబ్దాలపాటు తనకు జరిగిన అవమానపు చెరగని మచ్చల్ని తన హృదయకోశంలో దాచుకొని, విదేశీయులమధ్య తిరుగాడుతోంది. ఈ వేలంశాల నేడేకాదు, నేటికి చాలా కాలం క్రితంనుంచే ఏర్పాటు

చేయబడియుంది. ఎక్కడెక్కడ దౌర్జన్యం వికటాట్టహాసం చేసిందో అక్కడా, చెంగిజ్‌ఖాన్ గూడారాల్లో, డెమాస్కస్ పురవీధులలో, గ్రీకు బహిరంగ స్థలాల్లో, రోము పట్టణపు ఆంపీ థియేర్లలో, దక్షిణ అమెరికా రాష్ట్రాల్లో, హిట్లరు బంధిఖానాలలో ఎక్కడెక్కడయితే దౌర్జన్యం పాలనచేసిందో అక్కడ ఈ అమాయికమైన జీవాత్మకు మానభంగం జరిగింది. దాని గుడ్డలు తొలువబడ్డాయి. పాదాలు నగ్నంగానూ, రొమ్ము వంద ముక్కలు చేయబడి, దుమ్ము, రక్తంలో తడువబడ్డాయి. కేవలం తన కనురెప్పల లోపలమాత్రం తన ప్రతిష్ఠ, వైభవం ఔన్నత్యాన్ని కప్పిపుచ్చుకొని, తనకు జరుగుచున్న అప్రతిష్ఠను గుడ్లప్పగించి చూచింది ఈ ఆసియా ఆత్మ. ఇది విచారవదనంతో ఈ వేలంపాటల్ని చూచింది. అనాగరికమైన వాటి గోడల్ని అడిగింది: "ఏం, స్త్రీలను నగ్నం కావించడానికేనా మానవుడుద్భవిస్తున్నది? పిల్లల్ని కాల్చి చంపటానికా? వృద్ధుల గుండెల్ని బాయనెట్లతో చీల్చి, చిచ్చుపెట్టడానికా? లేక ఒక బ్రిడ్జి కట్టడానికి, ఒక గ్రంథం వ్రాయడానికి, ఒక పాట పాడి వినిపించడానికి, ఒక చెర్రీ మొగ్గను ఎత్తి ప్రియురాలి కొప్పులో ఉంచడానికా? కాని వేలపు గృహాల అనాగరిక గోడలు ఈ ప్రేమపూర్వకమైన ప్రశ్నకు ఎప్పుడూ ద్వేషం, అయిష్టత, అలక్ష్యంతో జవాబిచ్చాయి. నేడు ఆటంబాంబు కొడుకులు; కొరియా బజారుల్లో అదేవిధమైన వేలంపాట ఏర్పాటు చేశారు.

హాలులో ఒక క్షణంపాటు నిశ్శబ్దంగా ఉండింది. రెండవ క్షణంలో వందలకొద్ది చప్పట్లు, అరపులు, ఈలలు ఆరంభమయ్యాయి. అమెరికా సైనికులు వెకిలినవ్వులు నవ్వుతూ, పశుప్రాయమైన క్షణిక సంతోషాన్ని ఒలకబోస్తూ, పండ్లు పటపట కొరుకుతూ అరవనారంభించారు. "కమాన్ త్వరగా పాట మొదలెట్టండి. ఒక డాలర్, నేను పాట ఆరంభిస్తున్నా" అని ఒక అమెరికాసైనికుడు పెద్దగా అరిచాడు.

"రెండు డాలర్లు" రెండవవాడు పలికాడు.

"మూడు డాలర్లు" మూడవవాడు పలికాడు.

"నాల్గు డాలర్లు... ... ఒకటి రెండు... ... ఒకటి రెండు... ..."

"ఐదు డాలర్లు.... .... ఒకటి రెండు... ... ఒకటి రెండు... ..."

ఇలా పాట ఆరంభమైంది. కాని ఒక అమ్మాయికొరకు ఒకడు ఇరవై డాలర్ల కంటె ఎక్కువపాటపెట్టలేదు. అందుకని డాలర్లతోపాటు ఇతర వస్తువులుకూడ పాటలో తీసుకుంటారు. గడియారం, ఫౌంటెన్ కలం, టైపిన్... ... . ఒక అమ్మాయిని పాటపాడటం అయిపోయిన తర్వాత, ఆ అమ్మాయి చేతులకు కట్టబడియున్న త్రాడు కోసివేయబడి, స్టేజీ కిందగల పాటపాడినవాని యొద్దకు విసరివేయబడుతుంది. అంత

వద్దనుండి చివరిపాటపాడిన వాని వద్దకు అమ్మాయిని విసరివేసేసరికి, స్థిమితత్వాన్ని కోల్పోయిన ఆమె చేతులు 'హే ఈశ్వరా' అంటూ నగ్నమైన తన మానాన్ని కప్పుకోజూస్తాయి. కాని వెనువెంటనే పాట పాడిన వాడు ఆమె నడుములో చేయి వేసి ఆమెతో అక్కడికక్కడే ఎగరటం మొదలెడ్తాడు; లేదా ఆమె నలాగే ఆమె భుజాల్లో చేతులువేసి, హాలు వెలుపలికి గొనిపోతాడు.

లైమ్ ఆత్మవిశ్వాసంతో తన జేబుల్లోకి చేతులుపోనిచ్చి, జూస్ వంక చూచి నవ్వాడు. జూస్ కన్నుగీటి అన్నాడు : "పాట పాడవెందుకు?"అని.

"నాకు నచ్చినపిల్ల యింకా రాలేదు. వచ్చినప్పుడు పాట పాడతా. అందరికంటె ఎక్కువ పాడతా."

"నీ కెటువంటి పిల్ల కావాలి? హేజెల్ లాంటిదా?"

లైమ్ కోపంతో అతనివంక ఉరిమిచూచి అన్నాడు: "షట్ అప్, హేజెల్ నా ప్రేయసి. ఆమె మాట ఎత్తకు."

చేరువగా నిలబడియున్న ఆజానుబాహువైన అమెరికన్, స్టేజీ మీదికి గొనిరాబడిన ఒక నగ్న బాలికవైపు సైగచేసి అన్నాడు: "హేజెల్ అంటే ఈమే. రేచెల్, ఇజబెల్లాలవలె ఉంది. ఈమెకు, అమెరికా అమ్మాయికి మధ్య నాకెట్టి భేదమూ కనబడటంలేదు"

లైమ్ పిడికిలిబిగించి అన్నాడు. "అరవబోకోయ్! నువ్వెవరవు మధ్యలో మాట్లాడటానికి?"

ఆ అమెరికను చాల హీనస్వరంలో అన్నాడు : "నేనే... నేనే... ఎవర్నోకాదు ఒక మామూలు అమెరికన్ సైనికుణ్ణి కాని, నా కీరచ్చ యిష్టంలేదు."

"ఇష్టంలేకపోతే యిక్కడెందుకు నిలబడ్డావు? వెళ్ళు. చర్చికి వెళ్లు... ... లేదా మేకపాలు త్రాగి, భగవంతుణ్ని ధ్యానించు... ...బాస్టర్డు!"

ఆ అమెరికా సైనికు డక్కడనుంచి తొలగిపోయాడు. ఇంతలోనే కొరడాశబ్దం లైమ్ దృష్టి నాకర్షించింది. త్రాటితో బంధింపబడిన తన చేతుల్ని త్రాటినుండి విడదీసికోవటానికి ప్రయత్నిస్తున్న అమ్మాయి శరీరంపై పడ్డది, వేలంపాట ఏర్పాటు చేసిన మేనేజరు కొరడాదెబ్బ. ఆ అమ్మాయి శరీరచ్ఛాయ రాగివర్ణంలో వుంది. కండ్లు ఎర్రగా, నిప్పులు చెరిగినట్లున్నాయి. శిరోజాలు అతికోమలంగా, మృదువుగా, పొడుగ్గా వున్నాయి. ఆమె తన మాతృభాషలో (కొరియా భాషలో) బిగ్గరగా ఏదో అంటోంది. బహుశా ఈ సిపాయీలను తన భాషలో తిట్టిపోస్తూండవచ్చు. మేనేజరు కొరడా దెబ్బ మరల ఆమె శరీరంపై బడ్డది. దాంతో ఆమె శరీరంపై ఒక పొడుగాటి నీలివర్ణపు చార తామ్రలోహపు పోతపోసినట్టుగా,

అచ్చుగుద్దినట్లుగా పడిపోయింది. ఆ అమ్మాయి తన బలాన్నంతా వినియోగించి తన పండ్లతో త్రాటిని కొరికివేసింది.

లైమ్ ఆమెను ఆప్యాయతతో చూచాడు. ఉచ్ఛస్వరంలో అన్నాడు: "ఇరవైడాలర్లు," అని.

ఇతడు మొదట్లోనే అందరికంటె ఎక్కువ పాడేశాడు. అక్కడి సైనికులంతా అతనివైపు ఆశ్చర్యంతో చూడసాగారు.

లైమ్ అన్నాడు : "హాఁ! హాఁ! ఏం చూస్తున్నారు? పాట పాడింది నేనే. ఆ అమ్మాయిని నా దగ్గరికి విసరివెయ్యండి:"

"ఇరవై డాలర్లు, పై పెచ్చొక బంగారపు గడియారం." సార్జంట్ కార్టన్ అరిచాడు.

ఈ సార్జంట్ కార్టన్ అనే ఆయన గత యుద్ధంలో పనిచేసి, అనుభవం పొందినవాడు. మంచి నేర్పరి. ఆరడుగులకంటె ఎత్తుగా ఉండేవాడు. ఎద్దులాంటి మెడ - కండ్లు కల్మషమైనవి. పండ్లు మలినమైనవి. హృదయం కల్మషమైనది ఆత్మ అంతకంటె కల్మషమైనది. ఎటువంటి ఆత్మ కటువంటి యమకింకరులు.

లైమ్, సార్జంట్ కార్టన్ వైపుచూచి, కోపంతో అన్నాడు: "ఇరవై డాలర్లు, ఒక బంగారపు గడియారం, ఒక ఫౌంటెన్ కలం."

"ఇరవై డాలర్లు, ఒక బంగారు గడియారం, ఒక ఫౌటెన్ కలం, ఒక బంగారపు టుంగరం."

"ఇరవై డాలర్లు, బంగారుగడియారం, ఫౌంటెన్ కలం, బంగారపు టుంగరమేకాక, వెండిబిగిల్ గల నా బెల్టు. అమ్మాయి నిటు విసరిపారవేయండి. లేకుంటే నేను నా ట్రవుజరు మీపై విసురుతాను."

అక్కడివాళ్లు ఫక్కున నవ్వారు. చివరికి లైమ్‌పాటే గెల్చింది. అమ్మాయి ఆయనవైపు విసరివేయబడింది. లైమ్ ఆత్మాభిమానం కొరకు పడిచస్తూ, కాట్లాడుతూ, విదిలించుకుంటూ, అరుస్తూ గోల పెట్టుతున్న ఆ అమ్మాయిని, తన బలమైన పార్శ్వాలలో ఒత్తిపట్టుకొని రెండు నాల్గు లెంపకాయలువేసి, ఆమెను తన స్వాధీనంలోకి తెచ్చుకొన్నాడు. ఇప్పుడామెను హాలు వెలుపలికి లాగుకొని పోదామనుకొంటుండగా, పడమటి దిశగల వాకిలినుంచి ఒక నీగ్రో సైనికుడు పరుగెత్తుతూ, పరుగెత్తుతూ రొప్పుతూ, రోలుతూ, అక్కడికివచ్చి అననారంభించాడు: "మిత్రులారా! ఇది మంచిది కాదు" అని.

"ఏం మంచిదికాదు నీగ్రో?

" ఈ వేలంపాట... ... దీన్ని బందుచేయండి. మిత్రులారా! చాలాకాలం క్రితం

సరిగ్గా మన మిటువంటి వేలాలే దక్షిణ అమెరికా రాష్ట్రాల్లో ఏర్పాటుచేశాం. మిత్రులారా! ఎరుగుదురా? మన మిట్టి వేలాలు వేసినందుకుగాను ఎంత మూల్యం చెల్లించవలసి వచ్చిందో. నేనంటున్నా..."

"డర్టీ నిగ్గర్" సార్జంట్ కార్టన్ బిగ్గరగా అరిచాడు.

"ఈ నీగ్రో కుక్కను స్టేజీ పై నుండి తొలగించండి" అని హాలులో నుంచి అనేక కంఠాలు ఒక్కసారిగా వినిపించాయి.

"నేను తొలగిపోను" నీగ్రో సిపాయి అరుస్తూ అన్నాడు. "ఇది మంచిపనికాదు. ఇది తప్పు. ఇది మానవ సభ్యతకే విరుద్ధం."

"సభ్యతా!" అక్కడి సిపాయిలంతా గొల్లున నవ్వారు.

"వెధవ, వాడు రెడ్ కమ్యూనిస్టు!"

నీగ్రో సిపాయి తన రెండుచేతులూ చాచి, తల పైకెత్తి, అననారంభించాడు. "మిత్రులారా! నేను కమ్యూనిస్టును కాదు. మామూలుగా ఒక అమెరికానగరంలో నివసించేవాణ్ణి. నేను హార్లెమ్ నివాసిని. హార్లెమ్ ఏడవ గల్లీలో నా తల్లి వుంటున్నది. నాకిద్దరు చిన్న తమ్ముళ్లు ఉన్నారు. ఈ వీధి చివరలో జీన్ అనే ఆవిడ యిల్లున్నది. జీన్ ఎప్పుడూ ఊరికూరికనే నవ్వుతూంటుంది, జీన్ ఎప్పుడూ హాప్‌కారన్ తింటూ ఉంటుంది. జీన్ నా కాబోయే భార్య. జీన్ సరిగ్గా ఈ కొరియా అమ్మాయిలలాగానే ఉంటుంది. నా కాబోయే భార్య ప్రతిష్టను కాపాడండి, మిత్రులారా!"

"అచ్చమైన కమ్యూనిస్టురా." సార్జంట్ కార్టన్ తనపిస్తోలు వెకిలితీసి, అరచి, "వాడిని స్టేజీనుంచి క్రిందికి నెట్టి పారవేయండి" అన్నాడు.

నీగ్రో అన్నాడు "నేను కమ్యూనిస్టును కాను. నేను మార్క్సు పుస్తకాలు చదవలేదు. నేను బైబిలు మాత్రమే చదివాను. నా కిప్పటి వరకు ఏ కమ్యూనిస్టుతోను చేయి కలపడం తటస్థపడలేదు. కాని ఆకలితో మాత్రం అనేక పర్యాయాలు చేయి కలిపాను. కమ్యూనిజం అంటే ఏమిటో నాకు తెలియనే తెలీదు. మా చర్చిపాదరీ ఉన్నాడే తెల్లపాదరీ ఆయన నాతో చెప్పాడుగదా, ఏ వ్యక్తి అయితే మంచి వాడవుతాడో అతడు స్త్రీ గౌరవాన్ని కాపాడతాడని. ఎందువల్లనంటే స్త్రీ మన తల్లి అవుతుంది, చెల్లెలవుతుంది. అర్థాంగి కూడా కావచ్చు. స్త్రీ మన సభ్యతకు కులతిలకం, దీపికవంటిది. వంశ ప్రతిష్టే కాదు, జాతి గౌరవమంతా స్త్రీ పైనే ఆధారపడి వున్నది. ఆ తెల్లపాదరీ ఈ విషయాలు మాత్రమే నాతో చెప్పాడు."

"పక్కా కమ్యూనిస్టులాగా మాట్లాడుతున్నాడు" లైమ్ పిడికిలి బిగించి అన్నాడు.

"వీడు ఎర్రవెధవ. వీణ్ణి కాల్చి చంపండి. స్టేజీమీదినుంచి క్రిందికి నెట్టి వేయండి."

నీగ్రోసిపాయి విశాలవక్షస్థలం చిత్రమైన ఆత్మాభిమానంతో ముందుకు నెట్టుకొని వచ్చింది. అతడు రొమ్ము విరచి, నెమ్మదిగా అచంచల విశ్వాసంతో అన్నాడు. "వద్దు సోదరులారా! మీ రీ లజ్జాకరమైన చేష్టల్ని పరిసమాప్తి చేసేంతవఱకు నే నిక్కణ్ణుంచి కదలను. నాకు అమెరికా చరిత్ర కొంత తెలుసు. అది జరిగి రెండువందల యేండ్లయినా కాలేదు. అప్పుడు దట్టమైన చేలుగల ఆఫ్రికా ఖండపు సముద్ర తీరాన కొంతమంది పడవలకు లంగరు వేశారు. పచ్చపచ్చని పంట చేలలో పచ్చపచ్చని పిచ్చుకలు, 'తోతో' అని అరిచే నీలవర్ణపు పిచ్చుకలు, జిరాఫేలు, ప్రశాంతంగా పారే ఏర్లుగల ఆఫ్రికా ఖండంలోని మా చుట్టు ప్రక్కల గల ఊళ్ళనుంచి మా తండ్రి, తాతల్ని, వారి ఆస్తిపాస్తులన్నిటినీ ఈ ఓడల తెల్ల యజమానులు బలవంతంగా పట్టుకొని ఓడలపై నెక్కించుకొని అమెరికాకు చక్కా కొనిపోయారు. అక్కడ మిసిసిపీలో ఓడల్ని లంగరు వేసేచోట యిలాంటి వేలంపాడే శాలలే ఉన్నాయి. అచ్చం యిలాంటి మేనేజరే అక్కడ కూడ ఉన్నాడు. ఇలాగే అతని చేతిలో కొరడావుంది. ఆ కొరడాతో నల్లని శరీరాలపై అతను కొట్టినపుడు రక్తం ఏకధారగా కారింది. మిత్రులారా! ఆ రక్త ధారకు తగిన మూల్యం మనం చెల్లించవలసి వచ్చింది కదా! మూడు సంవత్సరాలపాటు జరిగిన అమెరికా అంతర్యుద్ధంలో వేలకొలది తల్లుల ముద్దుబిడ్డలు హతులయ్యారు. లక్షలకొద్దీ స్త్రీలు విధవలయ్యారు. ఉత్తర, దక్షిణ అమెరికాలమధ్య ఎడతెగని వైరం, విరోధ మేర్పడ్డాయి. మిత్రులారా! ఇట్టి భయానకమైన తమాషాను మీరు మరల మొదలెట్టకండి. నేను మీకు అమెరికా చరిత్ర మాత్రమే ఎఱుక పరుస్తున్నాను. ఈ లజ్జాకరమైన పని యిప్పుడు జరగటానికి వీల్లేదు. చెంగిజ్‌ఖాన్ వేసిన వేలాలు, హాలాకు వేసిన వేలాలు కాలగర్భంలో కలిసిపోయినట్లు కొరియాలోని ఈ వేలంకూడా తుడిచిపెట్టుకొని పోగలదు. రోమ్, గ్రీస్, డెమాస్కస్, బెర్లిన్లలోని వేలాలు అంతమైనట్లు ఈ వేలంకూడా అంతంకాగలదు. ఈ దౌర్జన్యం అంతమౌతుంది. ఆసియా ఖండపునారి చిరకాలం జీవించి యుంటుంది."

హఠాత్తుగా హాలులో మూడు తుపాకీగుండ్ల శబ్దం వినబడింది. నీగ్రోయొక్క పొడుగాటి, వెడల్పైన దిట్టమైన కాయం కంపించింది. ముందుకు చాచిన అతని రెండు చేతులూ తాళ్ళతో బంధింపబడ్డాయి. అతని మెడ ఒకప్రక్కకు ఒరిగిపోయింది. నేటికి రెండువేల సంవత్సరాల క్రితం ఏసుక్రిస్తు మెడ ఒరిగినట్లు, అతని భారమైన కాయం గింజుకొని గింజుకొని త్రాళ్ళపై వంగిపోయింది. అక్కడినుంచి క్రిందగల సిపాయీలమీద తల్లక్రిందులుగా "ధడాం" అని పడిపోయింది. అతడు పడిపోవడంతోటే హాలులో కిలకిలా

రావాలు విన్పించాయి. రక్తవాహిని స్టేజీని ఎర్రగా చేసివేసి, క్రిందికిపారి, నేలనంతటిని రక్తములో తడిసి వేసి, ముందుకు సాగిపోయింది... ... ...

కొందరు సిపాయీ లతని శవాన్ని లాగి, బహిర్ప్రదేశంలో ఉన్న వసారలోకి విసరి పారవేశారు. వేలంపాట తిరిగి ప్రారంభమైంది.

"ఒక డాలరుకు ఒక అమ్మాయి, ఒక గడియారానికొక అమ్మాయి, ఒక టైపిన్‌కు ఒక అమ్మాయి, ఒక వెండి సిగరెట్టు పెట్టెకు ఒక అమ్మాయి!"

పాట పెరుగుతూ పోయింది స్టేజీ ఖాళీ అవుతూపోయింది. స్టేజీ వెనకాల అమెరికా పతాకం నవ్వుతూ పోయింది. నక్షత్రాలు చారలు గల పతాకం! నక్షత్రాలు, చిక్కని నీలవర్ణంలో తెల్లచారలు గల పతాకం! నక్షత్రాలు. బంగారంవంటి శరీరంపై నల్లచారలు గల పతాకం! నక్షత్రాలు, కొరడాలు... ...!

కొంతసేపైన పిమ్మట భవనంలోని ఒక గదిలో లైమ్, సార్జంట్ కార్టన్, జూస్ నగ్న శరీరువైన ముప్వురు కొరియా బాలికల్ని తమ తొడలపై కూర్చోబెట్టుకొని చీట్లపేక ఆడదొడిగారు త్రాగుతున్నారు. ఆట బాగుంది. అమ్మాయిలూ మనోహరంగా ఉన్నారు. మద్యంకూడ చెడ్డగా లేదు. ఇప్పుడాతల పొగరు అమ్మాయి లైమ్ కౌగిలిలో నిశ్శబ్దంగా చాలా ఓర్మితో కూర్చొని యుంది. ఒక్కొక్కప్పుడు గిలావు (గలీబు) లాంటి వెడల్పైన ఆమె కనురెప్పల గుండా పిడుగుపాటు వంటి దృక్కులు వెలికి వస్తాయి. కాని మరుక్షణంలోనే ఆ తీక్షణమైన చూపులు లోపలికి లోపలే అంతర్థాన మౌతాయి. సార్జంట్ కార్టన్ అకస్మాత్తుగా చీట్లపేక బల్లమీద పడవేసి అన్నాడు. "పోనివ్వండి ఈ ఆట ఏం బాగాలేదు."

"నాకు బాగానే ఉందే!" లైమ్ అన్నాడు."

"నేను బానిసల ఆట ఆడదలుస్తున్నాను. దాంట్లో బానిస రాణీ కంటె మిన్న అవుతాడు."

"కాని, యిదెలా సాధ్యం? చీట్లపేకలో 'క్వీన్' (రాణీ) 'జాక్' (బానిస) కంటె పెద్దదికదా!"

"ఇది కొత్త ఆట. గత యుద్ధంలో నే నీ ఆటను నాజీ సైనికుల వద్ద నేర్చుకొన్నాను. ఈ ఆటలో క్వీన్ జాకీకంటె చిన్నది. ఏం జూస్?"

జూస్ అన్నాడు "అవును. అయితే దీనికి నలుగురు మనుష్యులు కావాలి. మనం ముగ్గురమే ఉన్నాం."

కార్టెన్, లైమ్ ఒడిలో కూర్చొనియున్న కొరియాబాలిక వైపు ఆకాపూరితమైన దృక్కులు సారించి అన్నాడు: "ఈ అమ్మాయిలతో కలిసి మనం ఆర్గురమున్నాం. కాని, యీ

అమ్మాయిల కీ ఆట తెలీదు. ఇదే పెద్ద తంటా!"

లైమ్ అన్నాడు: "నే నర్థంచేసికొన్నా సార్జంట్! నీ కేం కావాలి?"

"ఏమిటి? సార్జంట్ అడిగాడు.

లైమ్ పైశాచికనవ్వు నవ్వి అన్నాడు: "నువ్వు పాటపాడి పొందలేక పోయినదాన్ని, యీ ఆటలో గెల్చుకొందా మనుకుంటున్నావు.

అంతేనా?"

సార్జంట్ అవునన్నట్లుగా తల ఊపాడు.

లైమ్ మెల్లగా అన్నాడు : "నా కిష్టమే."

"అయితే, మరి నాల్గవవాడో ..." జూస్ అడిగాడు. సార్జంటు లేచి వెలుపలకి వెళ్లాడు. వెలుపల ఆ పొడుగాటి సిపాయి ఒక కొరియా అమ్మాయిని తన పొడుగాటి కోటుతో కప్పుకొని, తలవంచుకొని మెలమెల్లగా ఆమెను నడిపించుకొనిపోతూ ఉన్నాడు. సార్జంట్ ఆయన్ని పెద్దగా కేక వేసి పిలిచాడు – "ఏయ్, బుడ్డీ !... " అని

ఆ అమెరికన్ సిపాయి వెనుదిరిగి సార్జంటువైపు చూచాడు. సార్జంట్ వానిని తన దగ్గరికి పిలిచాడు. అతడు కొరియా అమ్మాయిని వెంటబెట్టుకొని సార్జంట్ కడకు వచ్చాడు. సార్జంట్ వాని నడిగాడు. "ఆమెను కోటుతో ఎందుకు కప్పావు?"

"ఈ కోటు నాదేనయ్యా." సిపాయి జవాబిచ్చాడు.

"కాని కోటు ఈ పనికోసం కాదయ్యా, దాన్ని తీసివెయ్యి" అని సార్జంట్ అన్నాడు. అలా అంటూ అమ్మాయి కప్పుకొనియున్న కోటును స్వయంగా తీసివేసి, ఆమెను మరల నగ్నంచేశాడు. ఇంతలో లైమ్కూడ తలుపుదగ్గరికి వచ్చాడు. అతడా అమెరికా సైనికుని చూడటంతోనే నిర్లక్ష్య భావంతో అన్నాడు. "నీకీ కర్మకాండ యిష్టం లేదుకదా, మరి నువ్వీ నగ్ననారితో ఎందుకు తిరుగుతున్నావు?"

సిపాయి నవ్వాడు. ఇతని ముందుపండ్లు రెండూ ఊడిపోయాయి. ఆయన నెమ్మదిగా అన్నాడు. "నాదేంవుంది? నలుగురి వెంబడి నారాయణ."

జూస్ తలుపుతట్టి అన్నాడు. "అలా అయితే లోపలికిరా. చీట్ల పేకాడుదాం." అని.

"ఏ మాట?" సైనికుడు లోపలికివస్తూ అడిగాడు.

"అదే, దేంట్లో అయితే బానిసలు, రాణులకంటె పెద్దవారవుతారో ఆ ఆట."

ఆయన నాల్గవ కుర్చీలో కొరియాయువతితో బాటు కూర్చున్నాడు. జూస్ అడుగగా తన పేరు "సింప్సన్" అని తెలిపాడు.

లైమ్ అడిగాడు, "సింప్సనా? సింప్సన్ అనే గొప్పవాడొకాయన ఉన్నాడే, ఆయనతో

నీ కేమైనా సంబంధం వుందా?"

"ఉన్నది."

"ఏం సంబంధం?"

"అదే బానిసల సంబంధం. వాండ్లు అధిపతులు. నేను బానిసను. మనమంతా బానిసలమే. చిన్న సింప్సనులంతా పెద్ద సింప్సనుల బానిసలు మంచిది, రండి! చీట్లపేక యిటివ్వండి. నేను కోస్తా. మంచిది, సార్జంట్, ను నువ్వెవరి బానిసవు?"

"నేను 'క్విన్ ఆఫ్ డైమండ్స్' బానిసను ." అని అతడు తన ఒడిలో కూర్చొనియున్న యువతివైపు సైగచేసి, "ఇదుగో, నా ఒడిలోవున్న ఈమె 'క్వీన్ ఆఫ్ డైమండ్స్," అని అన్నాడు.

జూస్ అన్నాడు, "నేను పిచ్చుకల బానిసను. ఈమె నా పిచ్చుక – 'క్విన్ ఆఫ్ స్పేడ్స్."

అమెరికా సైనికుడన్నాడు. "చూడు తుర్రుమని ఎగిరిపోకుండా చూడు"

లైమ్ నవ్వి అన్నాడు : "ఈమె నా 'క్విన్ ఆఫ్ హార్ట్సు'–

ఈమెపై సార్జంట్ నిఘా ఉన్నది. నే నీమె బానిసను." ఆయన సింప్సన్ వైపు తిరిగి అన్నాడు : "ఇప్పుడు నీకేం ఛాన్సులేదు. మే మే ఆజ్ఞయిస్తే దానిని నువ్వు శిరసావహించాలి. దానికి నువ్వు బానిసవు."

సింప్సన్ అన్నాడు: "బానిస బానిసే. బానిసలకు ఛాన్సంటూ ఒకటి వుంటుందా? వారెల్లప్పుడూ ఆజ్ఞలకు బానిసలే. మెకార్థర్ ఆజ్ఞ కానివ్వండి. లేదా ట్రూమన్ ఆజ్ఞ కానివ్వండి. లేదా వారి కంటె పెద్ద హోదాగలవాని ఎవరి ఆజ్ఞఅయినా కానివ్వండి. వారి ఆజ్ఞల్ని మనం పాటించవలసిందే కదా! అట్టివారికి బ్యాంకులమీద నూనె బావులమీద, ఇనుప కర్మాగారాలమీద ఆధిపత్య ముంటుంది."

కార్టన్ తన బెల్టు వదులుచేస్తూ అన్నాడు. "ఇహ నీ వెధవ వాగుడు ఆపు, ఆట మొదలెట్టు" అని.

సింప్సన్ అన్నాడు. "నేను సిద్ధంగా ఉన్నా. కానివ్వండి. అయితే, ఆట షరతు ఏమిటి?"

కార్టన్ అన్నాడు. "షరతుక్రింద ఈ అమ్మాయిల్ని యివ్వటం జరుగుతుంది. నువ్వు ఆజ్ఞల బానిసవైతే, 'క్వీన్ ఆఫ్ ఆర్డర్స్' నీ దగ్గరకు రావలసియుంటే, ఈ అమ్మాయి నీ దగ్గరే ఉంటుంది. కాని, 'క్వీన్ ఆఫ్ ఆర్డర్స్' లైమ్ దగ్గరికి వస్తుందనుకో, ఈ అమ్మాయికూడ నీ ఒడి నుంచి లేచి లైమ్ దగ్గరకు వెడుతుంది. అదేవిధంగా నేను 'క్వీన్ ఆఫ్ డైమండ్స్'

బానిసనుగదా, కాని నా దగ్గరికి 'క్వీన్ ఆఫ్ హార్ట్స్' వస్తుందనుకో..."

"అయితే, యిదేమంత పెద్ద ఛాన్సుకాదే!" లైమ్ మధ్యలో అడ్డుతగిలి అన్నాడు.

కార్టన్ కండ్లెర్రజేసి అన్నాడు : "... అప్పుడు "క్వీన్ ఆఫ్ హార్ట్స్" నా దవుతుంది. ఈ విధంగా మీలో ఎవరిదగ్గరికైనా నల్గురురాణులు వచ్చినట్లయితే, యీ నల్గురు అమ్మాయిలను అతడు గెల్చుకొన్న వాడవుతాడు. గొప్ప వేలం!"

జూస్ సంతోషంతో అన్నాడు: "చాలా మంచి ఆట, ఇప్పుడు త్వరగా కోయండి."

వాండ్లు చీట్లపేక కోసి, ఆటలో నిమగ్నులయ్యారు. చాలసేపటివఱకు ఎవరిదగ్గరి కీ కూడ ఏ రాణీ రాలేదు. తర్వాత లైమ్ దగ్గరికి 'క్వీన్ ఆఫ్ స్పేడ్స్' వచ్చింది. సింప్సన్ గుడ్లుతేల వేసి అన్నాడు: "నే ననలేదా, నీ పిచ్చుక తుర్రుమని ఎగిరిపోతుందని."

దాని తర్వాత వెంటనే సింప్సన్ తన అమ్మాయిని పోగొట్టు కొన్నాడు. ఆమె లేచి, సార్జంట్ ఒడిలోకి వెళ్ళికూర్చుంది. మరి కొంతసేపటికి సార్జంట్ దగ్గరికి 'క్వీన్ ఆఫ్ డైమండ్స్' తిరిగివచ్చింది. ఇప్పుడతని వద్ద ఇద్దరమ్మాయిలున్నారు. కాని, ఏ రాణినయితే ఆయన తన పేకముక్కల్లో తీయాలని అనుకుంటున్నాడో, ఆమె అతని వద్దకు రావడమేలేదు. లైమ్ మామూలుగా నవ్వుతూవున్నాడు. ఆయన సార్జంట్‌ను ఎత్తి పొడవ నారంభించాడు: 'క్వీన్ ఆఫ్ హార్ట్స్' తన బానిసవద్ద సుఖంగా ఉంది. ఆమె నీ ముక్కలోకి ఎన్నటికీ రాదు, సార్జంట్!"

అకస్మాత్తుగా బయట ఏదో పెద్ద శబ్దం వినవచ్చింది. సార్జంట్, లైమ్, జూస్ లేచి వెంటనే వెలుపలికి వెళ్లారు. సియోలు పతనమైంది. కాని, పట్టణం నడిమధ్యలో ఒక మైలుదూరందాకా చతురస్రాకారపు ప్రాంతంలోని వీధులు, సందుగొందులు, బజార్లు, పెద్ద పెద్ద భవనాల లోపల యింకా పోరాటం సాగుతూనే వుంది. పట్టణపు యితర భాగాల్లో, అక్కడక్కడా గెరిల్లాలు తమ మరఫిరంగులతో అమెరికన్ల ప్రాణాలు ఎగురవేసి, వారికి అపరిమిత నష్టాన్ని కలుగజేస్తున్నారు...

సార్జంట్, లైమ్, జూస్ తిరిగి లోపలికి రాగా, లోపలి వాతావరణం కూడ కొంత మారినట్లు వారి కవగతమైంది. వారొకరకంగా సింప్సన్ వైపు చూశారు. కాని, సింప్సన్ మారు మాటాడకుండా తన చీట్లపేకలో నిమగ్నమైయున్నాడు. అమ్మాయిలుకూడ నిశ్శబ్దంగా తను కుర్చీలపై కూర్చొనియున్నారు. తన 'క్వీన్ ఆఫ్ హార్ట్స్' వదనంలో ఒక సంతోషపు రేఖ తళుక్కుమనడం చూచి, లైమ్‌కు అనుమానం కలిగింది. కాని అతని కనుమానం వేయదగిందేమీ జరుగలేదు. ఆమె దాసీత్వానికి ఒప్పుకొంది. చాలా ఆత్మనిబ్బరంతో అతని ఒడిలోకివచ్చి కూర్చొంది.

సింప్సన్ అడిగాడు: "ప్రేలుడు ఎలా వుంది?"

సార్జంట్ అన్నాడు: "ఎదురుగా ఉన్న పెద్ద బజారులోని ఒక పెద్ద భవనాన్ని మన సైనికులు టాంకులతో ఎగరగొట్టారు, దీంట్లో అనేక వందల మంది గెరిల్లాలు ఏడుదినాలనుంచి ఐక్యతతో, దృఢ నిశ్చయంతో ఊపిరాడకుండా పోరాడుతున్నారు. వీరిని జయించటం గగనమైంది. భవనాన్ని ఎగురగొట్టడం తప్ప వేరేమార్గం లేకపోయింది."

"చాలా బాగుంది." సింప్సన్ అన్నాడు: "ఇక కానివ్వండి. ఆ భవనం పూర్తిగా మనవశమైనందుకు భగవంతునకు ధన్యవాదాలు. ఇక్కడెవ్వడూ ఎర్రవాడు లేడుకదా కొంపదీసి.

అట తిరిగి ఆరంభమైంది. ఒకప్పుడు సార్జంట్ దగ్గరికి ఇద్దరమ్మాయిలు వచ్చేశారు. వేరొకప్పుడు లైమ్ దగ్గరికి, మరొకప్పుడు జూస్ దగ్గరికి, ఒక పర్యాయం సార్జంట్ దగ్గరికి ముగ్గురు అమ్మాయిలు వచ్చారు. కాని 'క్వీన్ ఆఫ్ హార్ట్స్" అతని వద్దకు రానేలేదు. ఆయన చాలా చికాకుతో చీదరించుకొని ఆడ నారంభించాడు. మాటల్లో ఎత్తిపొడిచాడు, "ఎందుకనో 'క్వీన్ ఆఫ్ హార్ట్స్' నీ దగ్గరికి రావడమే లేదు" అని. ఈ 'క్వీన్ ఆఫ్ హార్ట్స్' యిప్పటికి జూస్ దగ్గరికి వచ్చింది. సింప్సన్ దగ్గరికికూడ. కాని సార్జంట్ కౌగిలిలోకి ఆమె రాలేదు. కాలం గడుస్తోంది. కను చీకటి కొద్దికొద్దిగా ఎక్కువవుతోంది. వెలుపల గెరిల్లాల మెషిన్‌గన్ల సద్దు పెచ్చు పెరిగింది. కాని సార్జంట్ దగ్గరికి 'క్వీన్ ఆఫ్ హార్ట్సు' రానేలేదు, అతని ముఠ్వురు సహచరులు ఆట ఆపమన్నారు. కాని, సార్జంట్ ఒప్పుకోలేదు. చివరకు లైమ్ అతనితో అన్నాడు: "పోవయ్యా, సార్జంట్, నేను నా 'క్వీన్ ఆఫ్ హార్ట్సు'ని నీకు ఊరికినే బహూకరిస్తున్నాను." కాని సార్జంట్‌కు యీ కించపరిచే మాటలు రుచించలేదు సరిగదా మరికాస్త చేదయాయి. ఆయన మనుపటికంటె మరింత ఆవేశంతో ఆడదొడిగాడు. చాలా ప్రొద్దుపోయింది. సింప్సన్ అకస్మాత్తుగా అన్నాడు: "బ్రదర్, కాలాతీతమైంది. ఇదే చివర ఆట సుమా! ఇక మాట్లాడకు."

సార్జంట్ అన్నాడు: "మంచిది. చివరిఆటే ఆడుదాం. అయితే, చీట్లు నేను కోస్తా."

లైమ్ నవ్వి చీట్లు కోస్తున్నాడు.

సింప్సన్ అన్నాడు : "చీట్లు కోసేవంతు నీదేననుకో. కాని నన్ను కోయ్యానివ్వు."

"ఎందువల్ల?" లైమ్ అడిగాడు.

సింప్సన్ నవ్వి అన్నాడు : "చివరిఆట కనుక నామాటవిను." లైమ్ చీట్లపేక సింప్సన్ కిచ్చివేశాడు. సింప్సన్ సార్జంట్ వైపు లైమ్‌వైపు చూచాడు. వారిద్దరి దృష్టి చీట్లపేకపై ఉంది. సింప్సన్ మెల్లగా కోయ నారంభించాడు.

లైమ్ అన్నాడు: "కలుపు"

సార్జంట్ అన్నాడు: "మళ్ళీ కలుపు"

సింప్సన్ పేక కోసి, బల్లపై ఉంచేశాడు. సార్జంట్ అన్నాడు.

"నేను కోస్తా."

లైమ్ శ్వాస ఆపి నెమ్మదిగా తల ఊపాడు.

సార్జంట్ చీట్లు కోసి, ఒకముక్క పైకెత్తాడు – 'క్వీన్ ఆఫ్ హార్ట్స్' అది.

లైమ్ నిలబడ్డాడు. బరువైన ధ్వనితో అన్నాడు. "ఇది మోసం. సింప్సన్, నీకు వచ్చిందది. ఇదంతా మాయ పన్నాగం."

"దాన్ని ఋజువుపరుస్తావా?" అని సార్జంట్ పెద్దగా అన్నాడు. ఇప్పుడతను గూడా కుర్చీనుండి లేచాడు.

"దీన్ని ధృవపరుస్తా." అని లైమ్ అన్నాడు: "చివరి ఆటగదా అని నేను 'క్వీన్ ఆఫ్ హార్ట్స్' యొక్క ఉనికిని మొదటనే గమనించి ఉంచా."

"ఇది చూడు, లైమ్ తనచేతిలోగల 'క్వీన్ ఆఫ్ హార్ట్స్' ఉన్న ముక్క చూపించాడు.

సింప్సన్ అన్నాడు: "నాకు తెలుసు. అందుకనే ఎత్తుకు పై యెత్తు వేసి, నేను వేఱొక 'క్వీన్ ఆఫ్ హార్ట్స్' గల ముక్కను సార్జంట్ ఆకులతో కలిపివుంచా... నే నెప్పుడూ మాయగాళ్ళ దగ్గర మాయచేస్తూవుంటాను. ఇంటిదగ్గరకూడ అలాగే చేసేవాణ్ణి. ఇక్కడ కూడ అదే చేశా...."

లైమ్ పిస్తోలు వెలికితీశాడు. సరిగ్గా యిదే సమయానికి, గుమ్మంలో ఒక దీర్ఘకాయుడైన అమెరికన్ సైనికుడు దబాలున క్రింద పడ్డాడు. పడటంతోటే యిలా అన్నాడు: 'గెరిల్లాలు ఈ భవనంలోకి వచ్చేశారు. వాండ్లు క్రింద కాపలావాళ్ళందరికీ సఫా చేసివేశారు. త్వరగా పారిపోండి."

లైమ్, కార్టన్, జూస్, సింప్సన్ అమ్మాయిలను వదిలి పారిపోనారంభించారు. ఇంతలోనే 'క్వీన్ ఆఫ్ హార్ట్స్' బిగ్గరగా అరచి అన్నది: "ఆగండి" అని.

అమెరికా సిపాయిలు వెనుదిరిగి 'క్వీన్ ఆఫ్ హార్ట్స్' చేతిలో పిస్తోలు ఉండటం చూశారు. వారొక నిమిషం పాటు ఆశ్చర్య చకితులై అక్కడే నిలబడిపోయారు. 'క్వీన్ ఆఫ్ హార్ట్స్' అరచి, వచ్చీరాని ఆంగ్లంలో అంది: "ఈ భవనంలో ఎవ్వరూ ఎఱ్ఱవాడు లేడని మీరను కొన్నారు. కాని, 'క్వీన్ ఆఫ్ హార్ట్స్' ఎఱ్ఱగా ఉంటుందన్న సంగతే మీరు మరచిపోయారు.

ఇలా అని ఆమె పిస్తోలు గురిపెట్టి లైమ్‌ను కాల్చింది. సరిగ్గా యిదే సమయంలో

లైమ్ కూడా పిస్తోలు గురిపెట్టి కాల్చాడు. జూస్, కార్టన్లు కూడా కాల్చారు. అదే సమయంలో మెట్లపై నుంచి ఎవ్వరో పిస్తోలు కాల్చిన ధ్వని వినబడింది.

కొంతసేపైన తర్వాత అన్నివైపులా నిశ్శబ్దం ఆవరించింది. గెరిల్లాలు ఆ భవనాన్నంతా వశపర్చుకొన్నారు. దాపులో ప్రతిచోటా మరఫిరంగులు రహస్యంగా అట్టేపెట్టి వుంచారు. మెట్లకు దగ్గరగా తలుపు సమీపంలో కార్టన్, సింప్సన్, జూస్, లైమ్‌ల శవాలు పడి వున్నాయి. తలుపుదగ్గర వేఱొక అమెరికా సిపాయి శవంకూడా వుంది. లోపల యిద్దరు, ముగ్గురు కొరియా అమ్మాయిలు కూడా చచ్చిపడి యున్నారు. వీరిని వేలంపాటలో కొన్న అమెరికన్ సిపాయిలు తా మీ లోకంనుండి పోతూపోతూ వారినికూడా అంత మొనర్చి పోయారు. నాల్గో అమ్మాయి 'క్వీన్ ఆఫ్ హార్ట్స్' కూడా బాగా గాయపడ్డది. ఆమెపై ఒక గెరిల్లా వంగియున్నాడు. ఆమె భుజాన్ని అదిలించి, కదిలించి అంటున్నాడు. "మింగ్! మింగ్! లే, లేచి కూర్చో, నేను వచ్చేశా! నీ 'హక్కూ! మింగ్, కండ్లు తెరువు, ఒక్కక్షణం కండ్లు తెరువు, నాతో మాట్లాడు..."

మింగ్ కండ్లు తెరచి హక్కూవైపు చూచింది. ఆమె పల్చని, లేత పెదవులపై ఒక పెద్ద బాధాకరమైన నవ్వు వచ్చింది. ఆమె నెమ్మదిగా తన పార్శ్వాన్ని ఎత్తి హక్కూ భుజాన్నానించింది. చాలా దీనస్వరంతో అంది: "హక్కూ!... నన్ను క్షమించు, నేను నా ప్రాణం వున్నంతవరకూ నువ్వు చెప్పినమాట వినలేదు. గెరిల్లా దళంలో చేరటానికి యిష్టపడలేదు. ఇంత ప్రమాద మున్న సంగతి నాకు తెలీదు... .... "

హక్కూ విచారంతో అన్నాడు: "అయితే, నువ్విక్కడి కెలా వచ్చావు మింగ్?"

మింగ్ అన్నది: "నాకై నేను రాలేదు. బలవంతంగా యిక్కడికి తేబడ్డాను. నా వలెనే యింకా నాల్గువందల అమ్మాయిలు తేబడ్డారు."

"నాల్గువందలా?!" హక్కూ ఆమె వైపుచూచి, పెదవి కొఱికి, శత్రువు యెడల ద్వేషంతో అన్నాడు.

"అవును హక్కూ? మేము నాల్గువందలం" అని మింగ్ ఆగి, ఆగి మెల్లగా అంది."

"తర్వాత ఏమయింది?"

"వాండ్లు నా జుట్టు పట్టుకొని, నన్ను యింటినుంచి వెలికి లాక్కొని వచ్చారు. లాక్కొనివచ్చి, నా ఒంటిమీది గుడ్డలన్నీ ఊడ బెరికారు, తర్వాత వేలంపాటలో నన్ను పశువుమాదిరిగా అమ్మారు. తర్వాత చీట్లపేక మాదిరిగా నేనాడబడ్డాను. హక్కూ! ఏం, మనం జంతువులమా? చీట్లపేకలోని ముక్కలమా?..."

హక్కూ మాట్లాడలేదు. అతని మనస్సు కళ పెళ ఉడుకుతోంది. కాని యీ

సమయంలో అతని నోరు మూగవోయింది. అతని రెండు కాళ్ళు గజ గజ వణుకుతున్నాయి.

మింగ్ నెమ్మదిగా అన్నది, 'కాని నేను ప్రతీకారం తీసికొన్నాను. హక్కూ! నీ మింగు తన్ను ఖరీదు చేసిన వానిని తన పిస్తోలు గుండు కెరజేసింది. ఇద్దరు గమ్మని కూర్చొనియున్నప్పుడు వారికి తెలియకుండా నేను మెల్లగా వెనకనుంచి ఒకని బెల్టునుండి రివాల్వరు తీశాను... నేను తీసింది వానికి తెలియనే తెలీదు..."

రాయివలె మొద్దుబారిపోయిన హక్కూ ముఖంలో ఆనందపు కాంతిరేఖ తొంగిచూచింది. ఆయన మింగ్ తలను తన చేతుల్లో ఎత్తి పట్టుకొని, చాలా ప్రేమతో అన్నాడు: "మింగ్, నాకు తెలుసు ఎప్పుడో ఒకప్పుడు నువ్వుకూడా గెరిల్లాగ తయారుకావలసి వస్తుందని. మొదటనే నువ్వు గెరిల్లా దళంలో చేరితే ఎంత బాగుండేది! లోతైన కందకాల్లో, బురదతో నిండిన గుంటల్లో, కొండ గుహల్లో దాగుకొని పనిచేస్తున్నప్పుడు నువ్వు నాకు జ్ఞాపకమొచ్చేదానివి. కాని, జ్ఞాపకమొచ్చినపుడల్లా నేను ఏహ్యాభావంతో నిన్ను నా మదినుండి తొలగించి, దూరంగా పారవేసేవాణ్ణి... ... ... గెరిల్లా కాలేకపోయిన మింగ్! తన దేశంకోసం పోరాడలేకపోయిన మింగ్!"

మింగ్ రెండవ చేయికూడ పైకి లేచింది. ఆమె నెమ్మదిగా అన్నది; "ఇప్పుడు నీ మింగును క్షమించు. ఆమె ఈ లోకంనుంచి వెళ్ళిపోతున్నది."

మింగు పెదవులనుండి రక్తం కారింది. ఆ రక్తాన్ని, ఉమ్మిని హక్కూ తన చేతులతో తుడిచివేశాడు. మింగ్ కండ్లు మూతపడ్డాయి. ఆమె అతి హీనస్వరంలో అన్నది: 'జ్ఞాపకమున్నదా హక్కూ! నువ్వు మొట్టమొదటిసారి మావూరికి వచ్చినప్పుడు నేను మా యింటి వెలుపల బూరుగుచెట్ల దగ్గర నిన్ను కలిశాను. నువ్వొక శాంతి విజ్ఞాపన పత్రాన్ని నా కందించావు."

"జ్ఞాపకముంది" అని హక్కూ అన్నాడు, " ... ... అవి వసంత కాలపు రోజులు. మీ వూరిలో 'ఆడూ' ('పీచ్') చెట్లపై తెల్ల తెల్లని కుసుమాలు వికసించి యున్నాయి. అవే పూలు నీ కొప్పులో కూడ అందాలు చిందించాయి."

"ఆ వెన్నెల రాత్రికూడ జ్ఞాపకమున్నదా? మింగ్ అంది:

"అప్పుడు మన యిరువురి హృదయాలలో వలపు టూగుటుయ్యాల లూగింది. మన ప్రాణాలు ఆనంద డోలికలలో తేలియాడాయి. అనురాగం పిల్లనగ్రోవియై గానంచేసింది. మన హృదయాలు తన్మయత్వం చెందాయి. నువ్వు పిల్లనగ్రోవి ఊదుతున్నావు, నేను నీ కౌగిలిలో ఉన్నాను. మన తలలపై, 'షంషాద్' ('పియర్') చెట్టు ఆకులు ఊగుతున్నాయి. ఆ ఆకులు ఒక ప్రక్క పచ్చాగాను, రెండవప్రక్క చంద్రబింబంవలె తెల్లగాను ఉన్నాయి.

వాటి కండ్లలో ఒకప్పుడు సంధ్యారుణం, వేరొకప్పుడు వెన్నెలవంటి తెల్లదనం ఏర్పడుతున్నాయి!"

"జ్ఞాపకముంది" అని హక్కూ గాద్గదికకంఠంతో అన్నాడు: "అప్పటికింకా అమెరికా సైనికులు మీ వూరిని కాల్చి ధ్వంసం చేయలేదు... ...."""

మింగ్ కండ్లు తెరచి హక్కూవైపు చూసింది. వినీ వినబడని అతి దీనస్వరంలో చెవిలో గుసగుసలాడింది: "ఆ రాత్రి మన మనుకొన్నాం ప్రపంచంలో శాంతి వర్థిల్లుతుందని. మన మొక చిన్న కొంప వేసికొంటాం. ఆ కొంపలో బుద్ధుడులాంటి ఒక నలుసు పుడతాడు. మన యిద్దరికే ఒక నలుసు! ఇంటి ప్రాంగణంలో చెర్రీ మొగ్గలతో చెట్టు విరియబూస్తుంది. నేను నా చేతులతో వండిన రొట్టెను తిని, నువ్వు పనికోసం వరిచేలలోకి వెడతావని..."

హక్కూకు అదంతా జ్ఞాపకమొచ్చింది. తన యౌవన ప్రతిమ, తన ప్రేమజ్యోత! ఒక నిడివైన .... పల్టీలుకొడుతూ దీపంవలె మండుతూ కానవచ్చిందతనికి. ఒకే ఒక గాలివిసురు కీతని యౌవనదీపం ఆరిపోయింది. అతని ప్రేమ మంటగలిసింది. మింగ్ చేతులు చల్లబడ్డట్లు, ఆమె గుడ్లు వెలికివచ్చి అలానే వుండిపోయినట్లు హక్కూ గమనించగల్గాడు. ఆ కండ్లు! హక్కూను వలచి, చిన్న గూడు నిర్మించుకొని, 'షంషాద్" ('పియర్') మొక్కలు పెంచి. పసివాని లేపెదవుల చిఱుతనవ్వును – చెర్రీ పూలమొగ్గలను చూసి, జీవిత మధువును గ్రోలుటకు తహతహ లాడినగుడ్లు! తేలవేసిన గుడ్లు అలాగే వుండిపోయాయి. ఆమె బుగ్గలు చెమ్మగిల్లాయి. హక్కూ వెంటనే తన గరకుచేతితో నెమ్మదిగా ఆమె బుగ్గల చెమ్మను తుడిచాడు. తదుపరి మెల్లగా మరల మింగ్ కండ్లు మూసివేశాడు. మెల్లగా ఆమె ముఖంమీద తన సైనిక టోపీ ఉంచాడు. మెల్లగా తన కోటుతీసి, ఆమె శరీరంపై కప్పాడు. మెల్ల మెల్లగా చడీచప్పుడు లేకుండా, పాదాలు నేలకు అనీ, అననట్లు అడుగులు వేస్తూ, గదినుంచి వెలికి వెళ్ళిపోయాడు.

బయట విశాల మైదానం. అక్టోబరు నెల. రాత్రి మసక మసకగా ఉంది. పొడిరాత్రి. ఆకసంపై చుక్కలు మిణుకు, మిణుకు మంటున్నాయి. ఎక్కణ్ణుంచో పెద్దశబ్దం వినవచ్చేది. ఎక్కడో ఒక భవంతి ధమ్మున కూలిపోయిన శబ్దం వినవచ్చేది. ఎర్రఎర్రని నిప్పు రవ్వలు పైకి విరజిమ్మబడి ఆకాశ వలయాన్ని ఆవరిస్తున్నాయి. దూరంగానూ, సమీపంలోనూ మరఫిరంగుల నిరవధిక ధ్వని వినబడేది. ఆ క్షణంలోనే మరల నిశ్శబ్దం ఏర్పడేది. ఉండీ ఉండి యిటు వంటి నిశ్శబ్దం ఏర్పడినప్పుడు హక్కూ బహిర్ప్రదేశంలో నిలబడి, ఒక నిమిషంపాటు ఆలోచించాడు. నేడు మింగ్ చాలాదూరం వెళ్ళిపోయింది. నా కొరియా దేశానికో అంధకార బంధురమైన కాళరాత్రి! ఏమి, లోకంలోని ప్రజలందరూ తమ తమ

యిండ్లలో కూర్చొని, యిది ఆలోచించడం లేదా కొరియా నేడు తన రక్తంతో శాంతివిజ్ఞాపన పత్రంపై ఎలా సంతకం చేస్తున్నదన్న సంగతి.

హక్కూ కండ్లురిమి చీకటిలో చూచాడు. నల్లడల వ్యాపించిన కారుచీకటి వద్దనుంచి సమాధానం పొందవలె ననుకొన్న వానివలె. అకస్మాత్తుగా అప్పటి నిశ్శబ్దం గెరిల్లాల మెషిన్‌గన్ల ధాటికి పటా పంచలైంది. హక్కూ తా నాశించిన సమాధానం దొరికిందను కొన్నాడు. అతను చిరునవ్వు నవ్వి తన తుపాకిలో గుండ్లు వరుసగా పేర్చి, తా నున్న చోటనే చతికిలబడ్డాడు.

మంచిముత్యాలను లెక్క పెట్టినట్లుగా ఆయన మెల్లగా తన తుపాకిగుండ్ల నెంచాడు. ఎంచుతూ, ఎంచుతూ వుండగా అతని పెదవులపై అహంకారపూరితమైన చిరునవ్వు ఉదయించింది. ఆయన తనలో తానే అనుకొన్నాడు; "మేం జంతువులం కాము. పేక ముక్కలు అంతకంటే కాము. మేం కొరియాదేశపు శాంతికాముక మానవులం. శత్రువు మా దేశంలోని ప్రతి టౌనును జయించవచ్చు. కాని, మా హృదయసీమలోని ఏ మూలకూడా అతని స్వాధీనం కాదు. మేము బ్రతికియున్నంతవఱకూ, మా బొందిలో ప్రాణ మున్నంతవఱకూ మా కొరియా దేశం పరాధీనంకాదు.

నిస్సందేహంగా యివాళ రేత్రి అంధకారంగావుంది. అయినా ఈ అంధకారంలో అక్కడక్కడా తారలున్నాయి. నిస్సందేహంగా నేడు సియోలు కాలుతున్నది. కాని, నేడు సియోలు కాలుతూకూడా పోరాడుతూనే వున్నది. సియోలును సామ్రాజ్యవాదు లెన్నటికీ గెలువలేరు. సియోలు కొరియాదేశపు హృదయం."

❊ ❊ ❊

వలపు రేతిరి

పర్వత కనుమ ఒడిలో రెండు రాస్తాలున్నాయి.

ఒక రాస్తా కనుమ పైనుంచి మఱ్ఱిచెట్ల, చేల, వృక్షాలగుండా పోతుంది. రెండవది కనుమ క్రింది అంచుల్ని తాకుతూ వెడుతుంది. కనుమ అంచుల వెంబడి వరిచేలున్నాయి. పొలాల గట్లదగ్గర పశువులు మేస్తున్నాయి. అక్కడ తిరనారి, నీలధారి లతలు వంగియున్నాయి. ఈ రెండు రాస్తాలమధ్య కనుమవుంది. కనుమ ఏమంత ఎత్తు ప్రదేశంలో లేదు. అందువల్ల పై రాస్తానుంచి క్రింది రాస్తా, క్రింది రాస్తానుంచి పై రాస్తా స్పష్టంగా కానవస్తాయి. పై రాస్తాన ఒక యువకుడు నడుస్తున్నాడు. క్రింది రాస్తాన ఒక నెల జవ్వని పోతోంది. ఈ రెండు రాస్తాల్లో ఎంత దూరం చూచినా ఆ యిద్దరూ మినహా మరెవ్వరూ లేరు.

యువకు డొక క్షణంపాటు ఆగాడు. ఒక మఱ్ఱిచెట్టును ఢీకొని నుదురుపై ఏర్పడిన స్వేదాన్ని అతడు తుడుచుకొన్నాడు. పొడుగాటి కాకీరంగు చొక్కాను సరిజేసుకున్నాడు. పిమ్మట వంగి క్రిందిరాస్తాపై చూపుసారించాడు. యువతి ఆగకుండా వెడుతోంది. అబ్దుల్ చిరునవ్వు నవ్వాడు.

వారు ఏడుకోసులనుండి అలా కలిసి వెళుతున్నారు. అయితే వారి దారులుమాత్రం వేరేవేరే. వారిద్దరిమధ్యా కనుమవుంది. ఇద్దరూ అపరిచితులు. ఆమె యెవరో ఈయనకుగాని, ఈయన యెవరో ఆమెకుగాని తెలీదు. అయినా తామిద్దరు తోటి బాట సారులమే కదా అనుకొన్నాడు అబ్దుల్. కనుక తోటి బాటసారుల మధ్య వుండవలసిన సంబంధమే వారిద్దరిమధ్యా ఉండాలి.

కాని ఒంటరిగా ప్రయాణించటం ఆమె కలవాటు గాబోలు. అందువల్ల ఈ సంబంధపు కోమల మాధుర్యాన్ని ఆమె గ్రహించలేకున్నది. ఇల అనుకున్నప్పుడు అబ్దుల్ ఫాలభాగంపై కోపపు చిహ్నాలేర్పడ్డాయి, అతని బలమైన దవడ మరికాస్త ఉబ్బింది. అప్పుడాయన బాటసారి ఫక్కీలో నవ్వి, తన కోరగడ్డాన్ని గీరుకోసాగాడు. ఆ గడ్డంమీద చిన్న చిన్న వెంట్రుకలున్నాయి. అవి మొలచి రెండు రోజులే అయింది.

ఆయన మెడతిప్పి అమ్మాయివైపు చూచాడు. ఆమె అప్పుడే కొంతదూరం ముందుకు వెళ్ళిపోయింది. పైరాస్తాకు దగ్గరగా కన్పించింది. ఆమె వచ్చేరాస్తాలో మొదట ఒక యింటి ముందర ఒక ముదిత ఆమెను సాగనంపడం చూచాడు అబ్దుల్. అప్పుడు ఆమె రూప లావణ్యాన్ని చూచి, ముగ్ధుడై అట్టే నిలబడిపోయాడు. అక్కడ మాత్రం కనుమ చాలా ఎత్తు ప్రదేశంలో వుంది. రెండుదారుల మధ్య దూరంకూడ ఎక్కువగానే వుంది. కాని పోయేకొద్దీ కనుమ నిమ్నోన్నతాల్లో అగుపిస్తుంది. కొండదారులు వేరువేరుగా ఉన్నప్పటికీ, కొంత దూరం నడిచిన మీదట అవి ఒకదాని కొకటి చాలా సన్నిహితంగా వచ్చేస్తాయి. అప్పుడు వాటిమధ్యదూరం కొద్ది గజాలు మాత్రమే వుంటుంది. అంత దగ్గరికి వచ్చిన ఆ దారులు అంతలోనే వెనక్కి జరిగి దూరమైపోతాయి. అప్పుడు వాటిమధ్య కొన్ని వందల గజాల దూర మేర్పడుతుంది. కొండదారులకు జీవిత పోకడలు తెలుసుకాబోలు. ఎక్కడో దూరాన్నుంచి, ఒకదాని కొకటి చేరువగా వచ్చి, కలిసికొని, మరల అవి విడివడుతున్నాయి. జీవితంకూడ అంతే, అబ్దుల్ ఆలోచించాడు. దారి సవ్యంగా లేదు. కొండదారి ఆయన నడుస్తున్న దారిపై రాస్తాలో అడవిదారికి చాలా దగ్గరగా వచ్చింది. అప్పుడాయన తఆ అమ్మాయి మనోహర రూపు రేఖల్ని చాలా దగ్గరగా నిల్చొని తిలకించాడు. అలాగే మ్రోడుబారి నిలబడిపోయాడు. ఆయన ప్రస్తుత వయస్సులో ప్రతి యువతీ అందాల రాశిగానే కన్పిస్తుంది. ఆయన వసించే అరణ్యపుసౌందర్యం నిఖిల ప్రపంచంలో పేరెన్నిక గన్నట్టిది. కాని ఆమె వర్ణం, తేజస్సు, అంగసౌష్టవం, ముగ్ధసౌందర్యం ఎన్నడూ ఆయన చూసియుండలేదు. ఒక క్షణంపాటు ఆయన శ్వాస ఆగింది. అతని పాదాలు స్తంభించిపోయాయి. రాస్తాకూడ తన గమనాన్ని ఆపివేసింది. ఆకసంపై విహరించే నీలినీరదాలు ఆగిపోయాయి. ఎంచేతంటే, సౌందర్యం తారసిల్లినపుడు జీవిత మొక నిమేషం ఆగి, వంగి, ప్రణామం చేసి మరీ ముందుకు సాగిపోతుంది. అబ్దుల్ కూడ ముందుకు సాగిపోయాడు. సాగిపోతూ, వెనుదిరిగి సారెసారెకు ఆమెవంక వీక్షిస్తున్నాడు. ఆ సన్నుతాంగి నెక్కడికో సాగనంపుతూ, మెడగరచుకొన్న వృద్ధనారి నయనాల్లో గిర్రున తిరిగిన కన్నీటిచుక్కల నాతడు చూశాడు. ఆ పడుచు మోము భాస్కరుని తీక్ష కిరణాలలో మిల మిల మెరుస్తోంది. తేజోమయంగా భాసిస్తోంది.

అమ్మాయి క్రింది రాస్తానుంచి తాను నడుస్తున్న రాస్తావైపు రావడం అబ్దుల్ చూశాడు. కాని, చివర కా దారులు వేరుపడి పోయాయి. తన రాస్తా తూర్పుకుపోతూ, ఉత్తరానికి సాగిపోయింది. ఆమె రాస్తా దక్షిణానికి వెళ్ళిపోయింది. కాని, ఇది పదో క్రోసుదగ్గర మాట. పది క్రోసులవఱకూ వారిద్దరూ వెంటవెంట నడిచారు. అయితే, వేరువేరుగానే

రాస్తాల్లో చాలా దూరంవఱకు ఇతర ఏ ప్రయాణీకుడు కానరాలేదు. దాంతో అబ్దుల్ మనస్సులో ఒక చిత్రమైన గాద్గదిక ముత్పన్నమయింది. అతను ఆలోచించసాగాడు. హృద్యమై, కరుణామయమైన హిమపుటడవిలో ఆ రెండు ఆకృతులు ఒంటరిగా ఉన్నాయి. సృష్టికర్త ఈ అడవిని వా రిరువురికొఱకే ఏర్పాటుచేశాడు. ప్రకృతి రామణీయకత వెదజల్లే ఈ అడవిలోకి వారిరువురు తప్ప యితరు లెవ్వరూ ప్రవేశించలేదు. కాని క్రింది రాస్తాలో పలుచోట్ల ప్రజలు నివసిస్తున్నారు. పశులకాపరులు, పొలాలలో పనిచేసే రైతులు, వారి యిల్లాండ్రు ఆ రాస్తాలో ఉన్నారు. ఆ అమ్మాయి వారిని చూడటంతోనే నవ్వి, ఒకటి రెండు క్షణాలపాటు వారితో మాట్లాడేది. కాని వాండ్లు వీరిద్దరివలె బాటసారులు కారు. తమ పల్లెలలో, తమ యిండ్లలో, తమ పొలాల్లో పనిచేసుకొనేవారు, నిలకడగా ఒకేచోట ఉన్నవారు. ఒక గమ్యస్థానాన్ని చేరుకోవటంకోసం పయనమయే బాటసారులు కారు. వీరు బాటసారులో కాదో అబ్దుల్ కేమీ తెలియదు. కాని క్రింది రాస్తాలో మరొక బాటసారి ఏ వూరినుంచి అయినా బయలుదేరివచ్చి ఆ అమ్మాయిని వెన్నంటి రావడం అబ్దుల్‌కు సుతరాము ఇష్టంలేదు. అట్టి సంఘటన నతడు ఎన్నటికీ సహించలేడు. ప్రతి వూరు సమీపంలోకి వచ్చినప్పుడల్లా అబ్దుల్ గుండె లబలబా కొట్టు కోవడం ఆరంభిస్తూంది. ఊరు దాటిపోయి ముందుకు వచ్చింతర్వాత అమ్మాయి ఒంటరిగా తన దారిని పోతోంటే చూచినప్పుడుగాని అతని మనస్సు కుదుటపడదు. అప్పుడాయన నిర్విచారంగా ముందుకు సాగిపోతాడు.

ఇప్పటికి ఏడుక్రోసులు గడిచిపోయాయి. ఇంకా వారిర్వురూ తమ తమ రాస్తాలలో ఒంటరిగానే నడుస్తున్నారు. ఇలా ఒండొరులు ఏకాంతంగా నడుస్తుండడం, యితరు లెవ్వరూ వారికి తటస్థ పడకపోవడం అబ్దుల్‌కి సంతృప్తికరంగానే వుంది. కాని ఆమెతో ఇప్పటి వరకు తాను నోరువిప్పి మాట్లాడలేదనే బాధ ఒకప్రక్క బాధిస్తోంది. పట్టణ కుర్రకారువలె అతని హృదయంలో జంకుగొంకులు లేవు. అతడు పల్లెపట్టులో పుట్టి పెరిగినవాడు గ్రామీణ ప్రాంతాల్లో స్త్రీ పురుషులు, బాలబాలికలు నిష్కల్మష హృదయాలతో స్వేచ్ఛగా ఒకరితో నొకరు పలుకరించుకుంటారు. కాని ఆ వాసనే యిక్కడ కానరాదు! ఏమిటోమరి! ఆమెతో మాట్లాడడాని కీతడు ప్రయత్నించాడు. కాని ఆమె యీతనితో మాట్లాడలేదు. అందుకని అతనికి దుర్భరమైన వ్యధ, ఆగ్రహం కల్గాయి. తొలి మూడు నాల్గు క్రోసులంటే సరేసరి. పై రాస్తాను వదలిన వెంటనే ఒకదాని కొకటి చాలా దగ్గరగా వచ్చిన వారిరువురి బాటలు మరుక్షణంలోనే చీలిపోయి, కాస్త కాస్త ఎడమై, చివరికి చాలా దూరంవఱకు వెళ్ళిపోయాయి. వాటి మధ్య దూరం క్రమేపీ ఎక్కువైపోయింది.

ఇప్పుడాయన కొండ శిఖరానికి సమీపంలో ఉన్నాడు. ఇంత దూరంనుండి ఏం సంభాషణ జరుగుతుంది? అయినా, బిగ్గరగా కేకవేసి ఒకరిపేర్ల నొకరు అడిగి తెలిసికోవచ్చు. అతడలాగే చూశాడుకూడ.

అబ్దుల్ బిగ్గరగా అరచాడు: "ఓ గహీలే గహీలే జుల్నెవాలి యే ఖువా! జులి? (కాలిబాటను నడిచే ఓ పిల్లా! నువ్వెక్కడికి వెళ్లేది?)" అబ్దుల్ కంఠ ధ్వని చుట్టుప్రక్కల కొండలలో ప్రతి ధ్వనించింది. ఆ ప్రతిధ్వని అతని సమీపంలోని కొండలనుంచి వెనక్కు మరలి, మళ్ళీ అతని దగ్గరికి వచ్చేది. గిరులు తమ విశాల వక్షాన్ని చీల్చి ఉరుమువంటి శబ్దంతో మాటామాటి కామె నడిగాయి.

"ఓ గహీలే గహీలే జుల్నెవాలి యే ఖువాఁజులి?"

క్రింది అడవి రాస్తాపై నడిచే ఆ జవరాలు ఉలిక్కిపడ్డది. ధ్వని వస్తున్నవైపు ఆమె అటూ యిటూ, నలుదిక్కులా కలయజూచింది. ఎంచేతంటే - ఈ చిట్టడవీ, అందలి దేవతలూ ఆ తరుణీమణితో ముచ్చటచేస్తున్నట్లు ఆ ప్రతిధ్వని నల్దిశల్లోను వినవచ్చింది. చివరి కామె దృష్టి కొండశిఖరంపై లగ్నమైంది. అచ్చట తెలతెల్లని మేఘాల క్రింద నిలువెత్తు యువకు డొకడు నిలబడియున్నాడు. అబ్దుల్ తన ప్రశ్నను పునశ్చరణ చేశాడు.

అమ్మాయి అతనివంక జూచి, తన ముఖం ప్రక్కకు తిప్పుకొంది. ఎవరో యీ అపరిచిత వ్యక్తి? ఆమె అతని ప్రశ్న కెలా సమాధాన మీయగలదు? ఇప్పటివర కామె తన రాస్తాన నిదానంగా నడక సాగిస్తోంది. ఇప్పుడామె నడక తీవ్రమయింది. అది జూచి అబ్దుల్ గూడ తన నడక తీవ్రం చేయవలసి వచ్చింది.

అమ్మాయి జవాబీయనందున అబ్దుల్ కూడ ఊరకుండిపోయాడు. అతని రాస్తా అమ్మాయి రాస్తాకు చాలా దూరంగా వుంది. అత డనవసరంగా తన కంఠం పెద్దదిచేసి, అరచి అరచి గొంతు పోగొట్టుకోదలచలేదు. అందుకని అతడు మౌనంగా తన దారిన తాను పోయాడు. తదుపరి క్రోసు గడచిన తర్వాత అతని బాట క్రిందికి పోసాగింది. అంటే అమ్మాయి రాస్తాకి చేరువగా రాసాగింది. దగ్గరికి వచ్చి వచ్చి ఎంత సమీపానికి వచ్చిందంటే, ఆమె ముఖ కమలంపై గాలి కటూ యిటూ ఎగిరి పడుతున్న ముంగురులను అతడు స్పష్టంగా చూడగల్గాడు. ఆమె స్తనాల కాంతిరేఖలకు ఉన్మత్తుడయ్యాడు. ఆయన తనకు దగ్గరగా పై రాస్తాన నడుస్తున్న సంగతి ఆ అమ్మాయికి తెలుసు. అయినా ఆమె అతనివంక చూడటమేలేదు. ఆమె యెలా చూస్తుంది? అపరిచిత వ్యక్తి వైపెలాచూస్తుంది? అతనితో ఎలా మాట్లాడుతుంది.

అమ్మాయి వేగంగా నడుస్తోంది. అబ్దుల్ చిరునవ్వు నవ్వి తన పాదంతో మెల్లగా

చిన్నరాయి నొకదానిని క్రిందికి దొర్లించాడు. అది పైనుంచి క్రిందికి దొర్లి, పచ్చిక పై నుంచి జారివచ్చి ఒక చెట్టుకు తగిలింది. అక్కడినుంచి ఎగిరి క్రింది కాలిబాటపై అమ్మాయి ముందువచ్చి పడ్డది. అమ్మాయి గాభరాపడింది. కోపంతో కండ్లెర్రజేసి అబ్దుల్ వైపు చూచింది. అబ్దుల్ నవ్వాడు. అమ్మాయి ముఖం త్రిప్పుకొంది. అబ్దుల్ యింకొక రాయి దొర్లించాడు. అమ్మాయి ఎగిరిగంతేసి ముందుకుపోయింది. ఇక దౌడుతీయసాగింది. అబ్దుల్ నవ్వసాగాడు. ఏర్రషరాయి, ఎర్రచౌక్కా, గులాబీవర్ణ ముఖం – అబ్దుల్ ప్రాస కవిత్వం మొదలెట్టాడు.

"సుర్ఖ్‌ఫూల్ గులాబ్ దా జుల్దా గహీలె గహీలె
రుస్యా రుస్యాటర్ జుల్దా బహీలె బహీలె"

(ఎర్ర గులాబీపుష్పం కాలిబాటపై నడుస్తోంది. అప్రసన్నంగా నడుస్తోంది. వడివడిగా...)

అమ్మాయి ఉరిమి అబ్దుల్ వైపు చూచింది. కోపంతో ఒకరాయి అతనివైపు విసరికొట్టింది. అబ్దుల్ వెంటనే ఒక చెట్టు వెనకాల దాగుకొన్నాడు. రాయి ఒక చేల వృక్షానికి తగిలి, తిరిగి క్రింది కాలిబాట పైకి వచ్చిపడ్డది, అబ్దుల్ పొట్ట చెక్కలయ్యేట్టు నవ్వుతూ, పాడుతూ చెట్టు వెనకనుంచి వచ్చాడు.

'పత్థర్ మార్‌కె చన్నా రుస్‌జానా.'

అతని శబ్దం దూరమౌతూపోయింది. ఎందువల్లనంటే అతని బాట మరలా పైకి పోసాగింది. ఆమె ఎంత వెట్టిది! హాస్యం, స్వారస్యం అంటే ఏమిటో ఆమెకు తెలియదనుకున్నాడు అబ్దుల్. పాడటం తెలీదు, మాట్లాడటం అంతకన్నా చేతగాదు. ప్రయాణంలో ఒకరితో ఒకరు మాట్లాడుకొంటూపోతే, పాడే పాటలకు తన సహగామి వంతపాడుతూ, చెప్పే మధుర గాథలకు, 'ఊ' కొట్టుతూపోతే ప్రయాణం ఎంత కమనీయంగా, తీయగా, హాయిగా గడచిపోతుంది! బహుశా ఈమె యింటినుంచి వెలుపలికి రావడం యిదే మొదలు కాబోలు! బహుశా ఈమె గర్విష్టి అయివుండవచ్చు. ఆమె గర్వంగా ఎందుకు వ్యవహరిస్తున్నదో! అబ్దుల్ ఆలోచించాడు; మరల ఆలోచించాడు. అయితే యిదేమిటి? ఇంత గర్వమా? ఏడు క్రోసులవఱకు వారిర్వురూ కలిసి, ముందు వెనకాల వెంట వెంట నడిచారు గదా! ఇప్పటివఱకు ఆమె నోటినుంచి పల్లెత్తుమాట రాలేదే! 'మేము కూడా మానవులమే. మానవుల బిడ్డలమే. జంతుజాలం కాము.' అబ్దుల్ తన అంగీ సరిచేసికొని ముందుకు చూచాడు. అమ్మాయి చాలా ముందుకు వెళ్ళిపోయింది. అతడు తా నానుకొనియున్న చెట్టును వదలి నడక సాగించాడు.

తరువాత రెండు క్రోసులవరకూ అబ్దుల్ ఎట్టి ప్రయత్నమూ చేయలేదు, గమ్మోగా తన దారిన నడవసాగాడు. ఈ రెండు క్రోసులలో అతని రాస్తా అనేకమార్లు క్రిందికి వచ్చింది. పైకిపోయింది. మరల క్రిందికివచ్చింది. కాని ఆయన తన దారినే నడుస్తున్నాడు. ఒకసారి రెండు బాటలమధ్య దూరం కొన్ని గజాలు మాత్రమే ఉండింది. అయినా అబ్దుల్ అమ్మాయి వైపు చూడటానికిగాని, ఆమెతో మాట్లాడటానికిగాని ఎట్టి ప్రయత్నం చేయలేదు. మౌనంగా తన దారిన నడుస్తూపోయాడు. రెండుక్రోసులు గడచిపోయాయి. ఇప్పుడిది చివరిక్రోసు. వెంటవెంట నడిచే యీ రెండుబాటలూ ఈ కోసు చివరి పాదంలో విడివడతాయి. ఒకటి ఉత్తరానికి పోతుంది. రెండవది దక్షిణానికి పోతుంది. అబ్దుల్ హృదయంలో ఒక చిత్రమైన తపన, అలజడి బయలుదేరాయి. సంవత్సరాల తరబడి ఎరిగున్న తోట బాటసారి నుంచి విడిపోతున్నా ననుకొన్నాడు అబ్దుల్. అతనిగుండె దబదబ కొట్టుకొనసాగింది. గమ్యస్థానం సమీపించే కొద్దీ అతని నడక మందగించింది.

అమ్మాయి నడక తీవ్రతకూడ తగ్గింది. గత రెండు క్రోసులలో ఆమె పలుమార్లు అబ్దుల్‌ను క్రీగంటితో చూచింది. అబ్దుల్ మౌనంగా, చింతాక్రాంతుడై ఉండడంచూచి, ఆమె హృదయం గాయపడినట్లయింది. ఎక్కడినుంచో ఏదో విద్యుత్ప్రవాహంలాంటిది పరుగిడు కొంటూవచ్చి, వేగంగా తగిలి, ఆమె కాయంలోని అణువణువునూ ఉత్తేజపరిచేది. హఠాత్తుగా ఆమెకు జ్ఞానోదయమైంది. ఆమె రోమ రోమం గగుర్పొడిచాయి. రక్తం తుఫానువలె ఆమె నవనాడుల్లో అమిత వేగంతో ప్రవహింపసాగింది. ఇప్పటివఅకూ నిరుత్తరంగా ఉండిపోయిన ఆమె మౌనసంతోషం చింతాక్రాంత హృదయంలో లీనమైంది. మొట్టమొదటిసారిగా ఆమె ముఖం వికసించింది. నవ్వుతూ అబ్దుల్ వంక చూచింది.

అబ్దుల్ ఆగిపోయాడు.

అమ్మాయికూడ ఆగిపోయింది.

ఇరువురూ ఒకర్నొకరు చూచుకొన్నారు. తదుపరి అమ్మాయి కనురెప్పలు మెల్లగా పరిశుభ్రమైన చలమపై మేఘాలనీ పడ్డట్లు అతని చెక్కిళ్ళపై వ్రాలిపోయాయి. అబ్దుల్ గాభరాపడి ముఖంతిప్పుకొన్నాడు. అమ్మాయి అక్కడే రాతిపై కూర్చొంది.

అబ్దుల్ రాస్తా ఉత్తరానికి పోతుంది. ఉత్తరానికి అంటే అక్రోటు వృక్షాల్లో తేనెతెట్లు ఏర్పడ్డవైపుకు; చెట్లపై ఎర్రని గురివింద గింజలు తళుకు తళుకు మంటున్నవైపుకు; వటవృక్షాలు నింగినంటుతూ సైనికులవలె పారాకాస్తున్న వైపుకు; అకసంపై స్వచ్ఛమైన మేఘాలు ఉన్నతమైన కోటలను నిర్మిస్తున్న వైపుకు; శీతల వాయువులు ఉధృతంగా వీస్తున్న వైపుకు; తుఫానువంటి పెనుగాలి వీస్తున్నవైపుకు కాగాను నదీతీరంలో అగ్నిజార వృక్ష

మొకటి ఉంది. అక్కడే కొన్ని వందల సంవత్సరాలక్రితం జహంగీరు, నూర్జహాన్ల ప్రేమ కలాపం సాగింది. అబ్దుల్ రాస్తా ఉత్తరానికి పోతుంది. అతని యిల్లుకూడ ఆ దిక్కులోనే ఉంది.

అమ్మాయి అక్కడే రాయిమీద కూర్చొని యుంది.

అబ్దుల్ ఉత్తరానికి వెడుతున్నాడు. అతని మెడలో ఒక త్రాడు బంధింపబడివుంది. అది అతణ్ణి వెనక్కి లాగుతోంది. ఒక్కొక్క కాలికి ఒక్కొక్క మణుగు బరువుగల రాయి కట్టబడింది. పాదాలక్రింద అయస్కాంతముండి ఆయన్ని ముందుకు పోనివ్వకుండా అడ్డగిస్తున్నది. అలా ఉన్న అబ్దుల్ కొండపైకి ఎక్కిపోయాడు.

అమ్మాయి చాలా సేపటివరకు రాతిపై కూర్చునియుంది. అబ్దుల్ దట్టమైన చెట్ల సముదాయంలో అదృశ్యమైనప్పుడు, ఆమె అక్కణ్ణుంచి లేచి మెల్ల మెల్లగా తన దారిన నడవడం మొదలెట్టింది. ఇప్పుడపరాహ్ణంకూడ గ్రుంకసాగింది. ఇంకా ఆమె నడవవలసిన దూరం రెండుక్రోసులుంటుంది. అదికాస్తా నడిస్తే ఆమె తన తండ్రిని కలుసుకొంటుంది. అతడు తరువాత పొలంలో కట్టెలు కొట్టే పనిచేస్తాడు. పై రాస్తానుంచి బయలుదేరినప్పు డామె ఎంత సంతోషంగా వుండింది! ఆమె తల్లి తన భర్తకోసం బెల్లం, తేయాకు, ఉప్పు, సోడా తన కూతురు చేతికిచ్చి పంపింది. వాటితోపాటు ముతక కోరాగుడ్డతో కుట్టిన చొక్కా నొకదానినికూడ పంపింది. దాంట్లో తాళపు చెవుల గుత్తికూడ ఉంది. అతడు దానిని తొడిగి, ఎంత సంతోషిస్తాడు! అమ్మాయి తన దుప్పటికొసలో కట్టిన ఆ వస్తువుల్ని చేతుల్తో స్పృశించింది. ఆమె వదనంలో చిరునవ్వు తొంగి చూసింది. కాని, ఇప్పటి వఱకు ఆమె ముఖకవళికల్లో ఆవేదన, విచారపు చిహ్నాలే ఉన్నాయి. అందుచేతనే ఆమె ముఖంలో మొలకెత్తిన చిరునవ్వు అంతగా వికసించలేదు. ఆ యువకుడు తన రాస్తాన పోతున్నాడు. అతనిని చూసి తా నెందుకు విసుగుజెందినదీ, చీదరించుకొన్నదీ ఆమెకు సరిగా అర్థంకాలేదు. తానిప్పుడు తండ్రిని కలిసికొనే నిమిత్తం ఎలా పోతున్నదో? అలాగే అతగాడు కూడ తన యింటికి వెళుతున్నాడు. అటువంటప్పుడు తా నెందుకు విసుగు చెందింది? ఆయన్ని చూసి ఎందుకలా అయింది? ఎందుకామె శరీరంలోని రోమ రోమంలో సుడిగుండం బయలుదేరింది. ఈ సుడి ఎలా వుంటుంది? శరీరమంతా ముక్క చెక్కలైనట్లుగా, కాలుసేతులు బలహీనంగా, నీరసంగా వున్నప్పుడు నడవడం దుస్సాధ్యమవుతుంది. చిన్నతనంలో ఆమె యిలా అయ్యేదికాదు. కాని, ఇప్పుడో ... ఇప్పుడు... ఆ యువకు డీమె వెంట వెనక వెనకనే ఎందుకని రాలేదు? తన జీవితంలో, తన శరీరంలో, తన ప్రాణంలో ఎక్కడో, ఏదో వెలితి ఉన్న ట్లామెకు తోచింది.

అసంపూర్ణత్వపు, అపరిపక్వపు భావన!

అకస్మాత్తుగా అమ్మాయి వెనుదిరిగి చూచింది. దూరంనుంచి అబ్దుల్ తన బాటవదలి ఆమె బాటవైపు వచ్చేస్తున్నాడు. అమ్మాయి ప్రాణం లేచివచ్చింది. నిద్రాణమైయున్న ఆమె శక్తులు జాగృతమైనాయి. ఒకవంక భీతి; మరోవంక సంతసం. కోరికల మొలకలు, ఆశల బయళ్లు, చిన్న చిన్న పూలు, పచ్చ పచ్చని తొడిమలు – యివన్నీ ఆమె హృదయంలో దాగివున్నాయి. అమ్మాయి దిగ్భ్రమ జెందింది. ఆమె అంతరంగంలో ఏదో తెలియని దుఃఖాలోచనలు పాము పడగవిప్పి ఆడినట్లుగా మెదలసాగాయి. ఆమె వడివడిగా అంగలు వేయసాగింది.

కాని అబ్దుల్ మెల్ల మెల్లగా తల వంచుకొని ఆమె వెనక వస్తున్నాడు. అతడు తలచుకొంటే ఒక్క గంతువేసి ఆమెను పట్టుకోగలడు కాని, అతడామెను పట్టుకోలేదు. అతని పాదాలు మాటి మాటికి అతనిని ముందుకు లాగుకొనిపోయేవే. కాని అతగాడు తన పాదాన్ని ఆపుతూ, మెల్ల మెల్లగా తనకూ, అమ్మాయికీ మధ్య ఎక్కువ దూరం వుండేటట్లు నడుస్తున్నాడు. ఈ అమ్మాయి వానిని ఉత్తరం నుంచి దక్షిణానికి లాక్కొని వచ్చింది. ఈ విధంగా తన యింటి ప్రయాణం నిరర్థకమని అతని కిప్పుడు తెలుస్తున్నది. పూర్తిగా నిరుపయోగం. ఎవరో పగలు తన సూర్యుణ్ణి, రేయి తన తారల్ని తననుండి గుంజుకొన్నట్లుగా. అతడచ్చంగా అలాగే అనుకోసాగాడు. అందుకనే ఉత్తరపు దిశనుంచి దక్షిణానికి తిరిగివచ్చాడు. ఈ ప్రయాణం ఎక్కడితో అంతమవుతుంది? ఈ నాజూకుపాదాలు తనని ఎక్కడికి తీసుకెడుతున్నాయి? ఈ ఎర్రపూవు ఏ వనంలో వికసిస్తుందో చూడాలని అతని ఆకాంక్ష... ...

అతడు అమ్మాయి వెనకాలే నడుస్తున్నాడు. దారి తెలిసినందువల్ల అమ్మాయి ముందుకెళ్ళిపోయింది. ఏమిటిది? తానెప్పుడూ నడుస్తుండే దారేనా? కొత్తదారి కాదుకదా? ఆమెకు ప్రతీదీ కొత్తగా కన్పిస్తోంది. కాలిబాట చివరి అడవిపూలు ఆమెను ఆశ్చర్యంతో గుడ్లు మిటకరించి చూడలేదా? వృక్షముల లేగొమ్మలామెపై జాలిపడినట్లు వంగుతూపోయేవి, వాటి లేతపవనాల్లో తీయని గుస గుసలు వినవచ్చేవి. ఆమె పాదాలక్రిందవచ్చే చిన్నచిన్నని నీలపు రాళ్లు ఆమె మెడిమలకు తగిలి, వాటిని కంపింప జేసి మరీ దూరమై పోయేవి పోకిరిరాళ్ళు. వెంటనే ఆమె మనస్సు ఉయ్యాలలూగ నుత్సహించేది. కాని తన అభిలాషను తనలోనే ఆదుముకొని ముందుకు వెళ్ళిపోయింది.

ఇప్పు డా పొలంవచ్చింది. అక్కడే ఆమెతండ్రి పనిచేసేది. ఇక్కణ్ణుంచి కాలిదారి అడవిని వీడి పైకిపోతుంది. దారిలో అక్కడక్కడా చెట్లు నేలకూలియున్నాయి. వాటి

మొదళ్ళు నరికివేయబడి తొఱ్ఱలు కొట్టవచ్చినట్లు కానవస్తున్నాయి. కొన్నిచోట్ల సగభాగం వరకూ బెరళ్ళు తీసివేయబడిన చెట్లున్నాయి. కొన్నిచోట్ల పెద్ద పెద్ద పొదుగాటి చెట్లు, చిన్న చిన్న చెట్లు, ఒక మోస్తరు పొడుగైన చెట్లూ వున్నాయి.

ఆమె వెనుదిరిగి అబ్దుల్ వంక చూచింది. రెండవ క్షణంలోనే కనుమ పైభాగానికి వెళ్ళిపోయింది. అబ్దుల్ చాలాసేపటి వరకు క్రిందనే నిలబడ్డాడు. అప్పుడే ఆమె చాలాదూరం పైకి వెళ్ళిపోయింది. అప్పుడాయన తన చోటినుంచి కదిలాడు. పైన నడుస్తూ నడుస్తూ ఆమె కొండ శిఖరాగ్రపు పొలంలో అదృశ్యమైపోయింది; అబ్దుల్ ఒక క్షణంపాటు నిర్విణ్ణుడైనాడు. తర్వాత బాగా పరికించి, అమ్మాయి వెళ్ళినదారినే పోసాగాడు. అయితే అతడింకా చాలాదూరం నడవాలి. కొండపైకి వెళ్ళిచూస్తే అతని కా యువతి ఎక్కడా కనిపించలేదు. ఎదురుగా ఒక సాంద్రమైన క్షేత్రంమధ్య అనేక చెట్లను పడగొట్టి నేల చదును చేయబడియున్నది. అక్కడొక మట్టిరంగు గుడారం, ఒక పూరిల్లు వున్నాయి. నలుగురు మనుష్యులు ఒక పెద్ద రంపంతో చేల మొద్దు నొకదానిని కోస్తున్నారు. వారి యెదుట తూర్పు దిక్కుగా పల్లపు ప్రదేశం. అక్కడ దుంగలన్నిటినీ ఒకదానిపై ఒకటి పేర్చి కట్టగా తయారుచేశారు. ఈ నీలివర్ణపు కట్ట ఏటవాలుగా గింగుర్లు కొట్టుకుంటూ దొర్లి, కొండ రెండవప్రక్క క్రింది నదిలో కలిసిపోయింది. అదే కాగాను నది. దాని నిర్మలమైన జలం స్వచ్ఛతలోనూ, రంగులోనూ ఆకసాన్ని చిన్నబుచ్చుతూంది.

కాని యువతి ఎక్కడా కానరాలేదు.

అబ్దుల్ ముందుకు వచ్చాడు. కూలీలు రంపంతో పనిచేయటం మానేశారు. అతనివంక తదేకదీక్షతో చూడటంమొదలెట్టారు. అబ్దుల్ ఒక్క క్షణంపాటు తన కుడికాలిని ఎడమకాలితో గీరుకొని, నవ్వి ముందుకు వచ్చాడు.

ఒక ఆజానుబాహువు. విశాలవక్షం, దిట్టమైన శరీరంగల వ్యక్తి. అతని వక్షస్థలంనిండా ఎర్రని వెంద్రుకలు. నెరసిన కొద్ది వెంద్రుకలుగల బట్టతల, చిక్కని నీలివర్ణపు కండ్లు, అతడు రెండడుగులు ముందుకు వేశాడు. అతని రెండుచేతులూ కోత యంత్రంపై వున్నాయి. అతడు అబ్దుల్ని ఆపాదమస్తకం ఉరిమిచూశాడు. తర్వాత అన్నాడు: "పట్టణంనుంచి వచ్చారా?"

అబ్దుల్ అవునన్నట్లు తల ఊపాడు.

"మిమ్మల్ని కంట్రాక్టరు లాలా జ్ఞాన్ షా యిక్కడికి పంపించాడా?"

అబ్దుల్ లే దన్నట్లు తల ఊపాడు.

దృఢకాయుడైన, ఆజానుబాహువైన ఆ మనిషి తొలిసారి సంతృప్తితో శ్వాస పీల్చాడు.

నవ్వి అన్నాడు: "అయితే, యిలా పొలంలో ఏం చేయడానికి వచ్చినట్లు? ఎలుగొడ్డువలె తేనెతెట్లు త్రుంచడానికి వచ్చారా!"

అతడు నవ్వాడు. అతనితోపాటు అతని ముప్పురు సహచరులు నవ్వారు. వారిలో ఒకతను పొడుగాటివాడు. అతని తలపై గుండ్రని దళసరి టోపీవుంది. వేరొకతను బక్కపలచని వాడు. అతని చేతి వ్రేళ్ళు చాలా పొడవుగా ఉన్నాయి. కాకీనిక్కర్లు, చినిగిన చొక్కా తొడుక్కొని ఉన్నాడు. మూడవవాడు కులానికి గొల్లవానివలే కన్పిస్తాడు. చామన చాయరంగు. పెద్ద పెద్ద పండ్లు, నీలివర్ణపు దవడలు, ఇత దందరికంటే మిన్నగా నవ్వేవాడు.

అబ్దుల్ కూడ అతనితోపాటు నవ్వాడు. అబ్దుల్ తాను దారి తప్పి అటు వచ్చానని వారితో అన్నాడు. అతడు నిజానికి కాగానుపోవాలి. దారితప్పి యిటు వచ్చేశాడు.

ఆజానుబాహువైన దృఢకాయుడు మరల బిగ్గరగా నవ్వాడు. కంఠం పెద్దదిచేసి, అతనితో అన్నాడు "కాగాను అటు కాదా?" కుడి చేతితో రెండవప్రక్క చూపుతూ అన్నాడు: "మరి మీరు ఇటు వచ్చారే?"

అబ్దుల్ అన్నాడు: "పొరబడ్డాను. నాలుగేండ్లయింది నేను పట్టణం వదలి. అందువల్ల దారి మరచిపోయాను"

"అయితే యివాళ యిక్కడే వుండండి. ఇవాళమీరు తిరిగిపోలేరు. ఇప్పుడు మధ్యాహ్నం కూడా దాటిపోయింది. మీరు తిరిగి పో బోయేసరికి చీకటిపడుతుంది. మీరతి కష్టంమీద సర్కారు బీటి భూమిని చేరుకోగలుగుతారు అంతే. రాత్రివేళ నరమానవుడుకూడ ఆ బీటిని దాటి వెళ్ళలేడు. చిరుతపులులు, ఎలుగ్గొడ్లు తోడేళ్లు... తెలుసా?"

అబ్దుల్ అన్నాడు: "అవును, నిజం"

సరిగ్గా అదే సమయంలో అబ్దుల్ ఆ అమ్మాయిని గుడిశెలో నిలబడి యుండటం చూశాడు.

౨

సాయం సమయపు చివరి క్షణాలు. అబ్దుల్ ఉలిక్కిపడి లేచాడు. ఆయనక్కడే నేలమీద చల్లని రంపపుపొట్టు తిన్నెపై శయనించాడు. తనయింట్లో తన పడకపై పవ్వళించినట్టే నిశ్చింతగా పండుకొన్నాడు. లేచేసరికి సూర్యుని తుదికాంతులు ఆ క్షేత్రపు మధ్య భాగంలో కోతపని జరుగుచున్న ఖాళీ ప్రదేశంలో ప్రసరిస్తున్నాయి. ఆ ప్రదేశంలో చతురస్రాకారంలో లోతైన గుంట ఒకటుంది. దాంట్లో నాల్గు మూలలా నాల్గు ఉరికంబాల్లాంటి బలమైన

కంబాలు పాతియుంచారు. ఆ కంబాలపై ఒక వసారా వేయబడియుంది. నాల్గు కంబాలకు నట్టనడుమ ఒక భారీ దేవదారు దుంగ నిలబెట్టబడియుంది. దాన్ని అటూ ఇటూ ఒరగకుండా, పడిపోకుండా ఆపుతూ, దాని నానుకొని, గుంటమీదుగా ఒక కంబం, గుంట లోపలినుంచి కిందుగా ఒక కంబం ఏర్పాటు చేయబడి యున్నాయి. రంపంయొక్క ఒకభాగం పైనా, రెండవ భాగం క్రిందా వున్నాయి. పై కంబంమీద ఆజానుబాహువైన పొడుగాటి కాశ్మీరీ నిలబడ్డాడు. అతనితో చామనచాయ రంగుగల గొల్లడుకూడా వున్నాడు. రెండవ కంబంక్రింద అంటే, గుంట అడుగున పొడవుగా గుండ్రని టోపీ ధరించినాయన వున్నాడు. అతనితో పాటు పొడుగాటి వ్రేళ్ళుగల్గి, అక్కడక్కడా పిగిలిపోయిన చొక్కా తొడిగిన బక్క చిక్కిన కూలివాడు వున్నాడు. 'హలా' అనే శబ్దంతో రంపం పైకిపోయేది. 'హెూ' అనే శబ్దంతో తిరిగి క్రిందికి వచ్చేది. ఈ 'హలా' 'హెూ' శబ్దాలతో రంపం దేవదారు దుంగను కోసి వేస్తున్నది. దాని పొట్టు మెల మెల్లగా క్రిందికి జారుతోంది. నలువైపులా దేవదారు, వటవృక్షాలు, చేల వృక్షాలు, పైన్, ఫర్, తుంగ వృక్షాలు వున్నాయి. భానుని తుది కిరణాలు చేల కట్టెతో నిర్మిత మైన గుడిశెలు, దేవదారు పాకలగుండా నేలమీదికి ప్రసరిస్తున్నాయి. ఆ కాంతి రేఖలలో కొయ్య పొట్టు బంగారు రజనువలె ప్రకాశిస్తోంది. ఈ కాంతి చురుకుగా, వడిగాపనిచేస్తోన్న రంపంమీద పడి తళుక్కుమంటోంది. దేవదారు దుంగపైకూడ పడుతోంది. ఆ దేవదారు దుంగనుంచి బంగారుధూళి విరజిమ్ముతున్నట్లుంది. అది ఒక నిశ్చితోద్దేశ్యంతో పనిచేస్తున్న కూలివాండ్ల చేతిలో వుంది. చేపల వలె ఎగిరెగిరి గంతులువేస్తున్నట్లున్న వారి బాహువులు, హృదయసీమనుంచి బలవత్తరమైన పాండువర్ణపు నాసికాపుటములగుండా వడివడిగా వెలువడుతున్న వారి వెచ్చని ఉచ్ఛ్వాస నిశ్వాసములు – వీటన్నిటిబట్టి వారు తమ చేతిలో యినుపరంపమును బెట్టుకొని పనిచేస్తున్నట్లు కాక, శ్రమ వాయిద్యముతో గానం చేస్తున్నారా అనిపిస్తున్నది.

అబ్దుల్ కొంతసేపటివఱకు అలాగే నిలబడిపోయి ఆ దృశ్యాన్ని తిలకించాడు. తదుపరి సూర్యుని తుదికిరణాలు ఆజానుబాహువైన కాశ్మీరీ ఫాలభాగాన్ని చుంబించి పైనున్న చెట్టుకొమ్మలలోకి వెళ్ళి పోయినప్పుడు కూలీలు రంపపుపని ఆపివేశారు. స్వేదాన్ని తుడుచుకుంటూ, అబ్దుల్‌కు దగ్గరగా కొయ్యపొట్టు తిన్నెవద్దకు వచ్చి కూర్చున్నారు.

పొడుగాటి కాశ్మీరీ: "పట్టణంలో మీ రేం పని చేస్తారు?" అని అడిగాడు.

"స్కూలులో చదువు చెప్తాను."

"అలాగా! అయితే మీపేరు?"

"అబ్దుల్."

"ఏ తరగతి వరకు చదివారు?"

"ఎనిమిది."

"ఎనిమిదా?"

"అవును."

"అయితే మీకు ఆంగ్లంకూడ వచ్చున్నమాట."

"అవును."

కూలీలు ఒకరివంక ఒకరు అర్థయుక్తంగా చూచుకొన్నారు. చూపులలోనే ఒకరినొకరు సలహా అడుగుకొన్నారు. ఆ పొడుగాటి మనిషి పేరు 'వలీజో' అని అబ్దుల్ తెలుసు కొన్నాడు. ఆ ఆజానుబాహువుతో అన్నాడు: "చూడు, ఖాదర్ దీంట్లో తప్పేమిటి? ఏం, కరందాద్‌నీ సలహా ఏమిటి?"

చామనచాయరంగుగల కరందాద్ అన్నాడు: "బాగానే ఉంది. అంతా తెలుస్తుందిగా. నూరే సలహాకూడ తీసికో, "పొడుగాటి వ్రేళ్ళు గల్గిన బక్కచిక్కిన వాని నుద్దేశించి అన్నమాటలివి. ఆయన కూర్చొని తన పొడుగాటి వ్రేళ్ళతో గడ్డం నిమురుకొంటున్నాడు. అబ్దుల్‌వైపు శ్రద్ధగా చూస్తున్నాడు, ఆయన కాస్త అనుమానంతో, కాస్త నమ్మకంతో చూచి అన్నాడు : "సరే చూపించండి."

నూరే, ముకర్రందాద్, వలీజోల సలహాలు ఒకేవిధంగా ఉండడం గమనించిన ఆజానుబాహువు, ఖాదర్‌బట్ తన మాసిపోయిన చొక్కా జేబులోంచి ఒక కాయితం వెలికి తీశాడు. ఆ కాగితం అనేక మడతలు మడిచియుంది. కాగితం ఎప్పుడూ తెల్లగావుంటుంది. కాని చాలా రోజుల నుంచి జేబులో పడియుండడంమూలాన నల్లబడి, పాతబడి పోయిది. క్రిందినుంచి చినిగిపోయిందికూడ.

ఖాదర్‌బట్ చాలా జాగ్రత్తగా తీసి ఆ కాయితాన్ని అబ్దుల్ చేతిలో పెట్టి అన్నాడు –'దీన్ని చదవండి.'

అబ్దుల్ మాసిన ఆ కాయితపు మడతలు విప్ప సాగాడు. కాగితంలోంచి చెమట, రంపపు పొట్టు కంపు కొడుతోంది. కాగితాన్ని మడత తర్వాత మడత విప్పిన తర్వాత అది మంత్రివర్యుని కార్యాలయంనుండి కంట్రాక్టరు లాలా గ్యాన్‌షా పేరుతో అడవికి సంబంధించి జారీ చేయబడినట్లుగా తెలిసింది. దాంట్లో ముక్తసరిగా, యిలా వ్రాయబడియుంది; "కొయ్యలు కోసే కూలీలకు, రంపంతో పనిచేసే కూలీలకు కొయ్య కట్టలమీద పనిచేసే కూలీలకు రోజుకు ఎనిమిదణాల చొప్పున కూలి యివ్వబడుతుంది."

"పంది కొడుకు," ఖాదర్ బిగ్గరగా అరిచాడు; బిగ్గరగా తన గుండెమీద బాదుకొన

సాగాడు "పంది కొడుకు, యిక్కడికి వచ్చి ప్రాణంతో పోయాడు"

బక్క చిక్కినవాని వ్రేళ్లు కలవరపాటుతో అతని గడ్డాన్ని నిమురుతున్నాయి.

అబ్దుల్ అడిగాడు: "అసలు సంగతేమిటి?"

"సంగతా?" పొడుగాటి వలీజో అన్నాడు: ఆయన చాలా కోపంగా అగుపించాడు! దొంగ ముండా కొడుకు, లాలా గ్యాన్‌షా మాకు ఆరణాల చొప్పున కూలియిస్తున్నాడు. కాని అధికార పూర్వకమైన ఈ ప్రభుత్వ పత్రంలో (అతడు మాసిన ఆ కాయితాన్ని చూపెట్టాడు) మాకు ఎనిమిదణాలు కూలి యివ్వాలని ఉంది"

"అయ్యయ్యో" ఖాదర్‌బట్ కోపంతో విదిలించుకొని అన్నాడు: "ఆ దొంగవెధవ, వాడి మనుష్యులు యిక్కడికి వచ్చి బ్రతికిపోయారు."

అబ్దుల్ అడిగాడు: "ఈ కాయితం మీ కెప్పుడందింది?"

'అరే, మా కెవ్వరిస్తారు?" నూరే కోపంతో అన్నాడు. అతని కండ్లు పిల్లికండ్ల మాదిరిగా, పచ్చగా కనిపించాయి. " ఈ కాయితం లాలా మనిషి ధర్మచంద్ జేబులోంచి జారి కిందపడ్డది." ఇలా అని, నూరే ఆగ్రహంతో కాగితాన్ని అదిలించి శబ్దం చేశాడు.

ఖాదర్ అన్నాడు: "అరే, ఏం చేస్తున్నావ్? కాయితం చినిగిపోతుంది." ఆయన అబ్దుల్ చేతినుంచి కాగితం తీసికొని, అమిత జాగ్రత్తతో దానిని తిరిగి మడతపెట్టాడు.

కరందాద్ అన్నాడు : "ఇప్పు డీ కాయితం దేనికి పనికి వస్తుంది? లాలా మూడు నెలల జీతం యిచ్చిపోయాడు. ఇచ్చినట్లు మన దగ్గర రశీదుకూడ తీసుకెళ్ళాడు"

ఖాదర్ అన్నాడు: "ఇంకా మూడు నెలలపాటు మనం పని చేయవలసి యుంది. వాడి తండ్రిదగ్గర కూడ మనం మనకూలి వదలం. ఇది ఏమనుకున్నావ్. సర్కారు కాయితం." ఖాదర్ యిలా అని ఆ కాయితాన్ని భద్రంగా జేబులో దాచుకొన్నాడు.

అబ్దుల్ అడిగాడు: "మీరు రశీదు చూశారా? ఒక వేళ దాంట్లో మీకు ఎనిమిదణాల చొప్పున కూలి యిచ్చినట్లు వ్రాయిస్తే-"

"సరే, వాడి అవినీతికి మన మేం చేయగలం. అదంతా మారాత. మేమైతే బొటనవ్రేలి ముద్ర వేశాం. నీకుమల్లేనే మేముకూడా ఎందుకైనా పనికొస్తుందని కొద్దిగానే చదివాం" అని వలీజో ఉద్వేగంతో అన్నాడు.

ఖాదర్‌బట్ గుండె బాదుకొని అన్నాడు: "ఎందుకేడుస్తావ్? నే నంతా సరిజేస్తాను. ఈ పర్యాయం లాలా రానీ."

వారంతా గమ్మునుండిపోయారు.

కరందాద్ అన్నాడు: "కొన్ని మొద్దులు మిగిలిపోయాయి. వాటిని కిందికి దించేస్తే

బావుంటుంది."

నూరే అన్నాడు: "ఎందుకలా చూస్తున్నావ్? ఉదయం చూడొచ్చులే."

ఖాదర్ అన్నాడు: "అలాకాదు. ఇప్పుడుచేస్తే పని పూర్తవుతుంది. అదీకాక మనకు భోజనానికింకా వ్యవధి ఉంది. టీ త్రాగి, యీ దుంగల్ని కూడ క్రింద పారవేద్దాం."

తర్వాత ఖాదర్ అరిచాడు: 'బానో!" బానో' అని.

ఆ అమ్మాయి గుడిశెముందు నిలబడి: "జీ, అబ్బా," అనటం అబ్దుల్ గమనించాడు.

"టీ తీసుకురా."

"అలాగే, నాన్నా, యిప్పుడే తెస్తున్నా."

ఖాదర్ సంతోషంతో తన రెండుచేతులూ మెలిపి, ప్రకాశవంతమైన తన కనుబొమలతో ఉరిమిచూచి అన్నాడు: "నా బిడ్డ పల్లె నుంచి చాలా చక్కని టీ తెచ్చింది. కాశ్మీర్ టీ, ఉప్పు, బెల్లం, ఎన్నాళ్ల కెన్నాళ్ళకో! నేటికి నాకు రుచికరమైన టీ త్రాగే భాగ్యం లభించింది"

కొంతసేపైన తర్వాత బానో మాటిమాటికి మట్టి రికాబులలో టీ తెచ్చి, వరసగా అందరికీ అందించింది. మొదట యింటికి వచ్చిన అతిధికి టీ యిచ్చారు. తర్వాత ఖాదర్‌కు. తర్వాత అతని సహచరులకు. అబ్దుల్ మొదటి గుటకలోనే టీ చాలా రుచికరంగా వున్నదన్న సంగతి గమనించాడు – కాశ్మీర్ టీ. దాంట్లో ఉప్పు, బెల్లం, సోడా పడుతుంది. అది ఖవ్వావలె మృదువుగాను, వెచ్చగాను, వుంటుంది. రోజూవలో ఎర్రగావుంటుంది. దాని రుచి యితర టీలకంటె భిన్నం. ఖాదర్ ఆప్యాయతతో దానిని గుటుకు గుటుకుమని త్రాగసాగాడు. ప్రతిగుటక తర్వాత "అబ్బా! ఎంత బాగుంది" అని మెచ్చుకొన్నాడు.

టీ తాగింతర్వాత వారు డాలుగా, ఏటవాలుగావున్న కోత స్థలానికి వెళ్ళిపోయారు. అబ్దుల్ కూడ వారివెంట వెళ్ళాడు. గుడిశె దగ్గరగా వెడుతూ, లోపల బానో పొయ్యిదగ్గర మొక్కజొన్న కంకులు సెగ జూపించడం చూచాడు: పొయ్యిమీద వంగియున్న బానో అతనిని ఒక క్షణంపాటు తన కనుగొలకులతో చూచింది. గులాబీల వంటి ఆమె బుగ్గలు పొయ్యివేడికి ఎర్రగా కందియున్నాయి. వాటిపై స్వేదబిందువులు ముత్యాలవలె మెరుస్తున్నాయి. అబ్దుల్ ముందుకు సాగిపోయాడు.

కోతపని జరిగే ఏటవాలు ప్రదేశం చాలా దూరంవరకుంది. కొండశిఖరాగ్రంపై వారు నిలుచున్న చోటినుండి కిందగల కాగాను నదీ తీరం వరకు ఉన్న పల్లపుప్రదేశం వరకు అది వ్యాపించి యుంది. ఈ వాలుస్థలం కొన్నివందల చిన్న చిన్న దుంగలతో నిర్మించినట్టిది. ఈ అందమైన వాలుస్థలపు కొసన పెద్ద పెద్ద దుంగలు ఉంచబడ్డాయి.

ఎందుకంటే, క్రిందికి కూల్చే దుంగలు ఆ స్థలాని కటూ యిటూ ప్రక్కలకు ఒరిగిపోకుండా ఉండటానికి.

"హలా, హెూ, షేరా" ఖాదర్ బిగ్గరగా అరచి, అదే క్షణంలో ఒక పెద్ద దుంగను అక్కణ్ణుంచి క్రిందికి దొర్లించాడు. దుంగ పై నుంచి జారి, చాలా వేగంతో క్రిందికి వచ్చిపడ్డది. అలా పై నుంచే క్రిందికి వచ్చిపడేసరికి ఒక పెద్ద శబ్దం అయ్యేది. ఒక పెద్దవృక్షం కూలిపోయినప్పుడుగాని, వందలమణుగుల బరువుగల రాయి పై నుండి క్రిందికి పడినప్పుడుగాని అయ్యే శబ్దం లాంటిది దుంగ ఎగిరి పై నుంచి జారి, కొద్ది క్షణాల్లోనే నదీతీరాన గంతేసి నీటిలో పడిపోయింది. వెంటనే 'ఠం' అనే శబ్దంతో నీరు పై కెగిరేది. నీటి అలలు చాలాదూరం వరకు ప్రాకిపోయేవి.

"హలా, హెూ, షేరా," అని వారు ఒక దుంగ తర్వాత, ఒక దుంగను పై నుంచి క్రిందికి దొర్లించసాగారు. అబ్దుల్ కూడ వారిలో కలిసి పోయాడు. కొంత సేపట్లో చీకటి కమ్ముకొన్నది. కోతస్థలం, నదీతీరం కూడ కానరావడంలేదు. కేవలం కోతస్థలం పై నుంచి క్రిందికి జారి, నీటిలో "థమ్మ"ని పడేధ్వని మాత్రం వినవచ్చేది. కొంత సేపటికి చివరి దుంగను కూడ క్రిందికి దొర్లించి ఆ కూలీలు తమ పూరిపాకకు వెళ్ళిపోయారు.

మొక్కజొన్న రొట్టె, ఉల్లిపచ్చడితిని, చల్లని నీరుత్రాగి సంతృప్తితో వారు శ్వాసపీల్చారు. అడవిమృగాలు తామున్నచోటికి రాకుండా నూరే, కరందాద్ యిద్దరూ తామున్న ఖాళీజాగాకు నలువైపులా కట్టెపుల్లలు పరచి, నిప్పంటించారు. తదుపరి వారంతా గుమిగూడి రంపం దగ్గర కూర్చున్నారు. అందరికీ అన్న పానాదులు వడ్డించిన తదనంతరం బానో లోపల గుడిశెలో కూర్చొని అన్నంతింటోంది.

ఖాదర్ పెద్దగా ఆవులించి అన్నాడు: "నాకిప్పుడు నిద్రవస్తోంది. నేను పాకలోకి వెళ్ళి పండుకొంటా."

అత దక్కణ్ణుంచి లేచి వెళ్లిపోయాడు.

కొంత సేపటివఱకు నిశ్శబ్దం.

తర్వాత కరందాద్ అన్నాడు: 'అబ్దుల్, మీ రెంతమంది చెల్లెళ్ళు, ఎంతమంది తమ్ముళ్ళు?"

"ఇద్దరు అన్నదమ్ములం, ఒక్కతే సోదరి."

నూరే అన్నాడు: "అయితే మీకు పెండ్లి అయిందా?"

'ఉహూం, యింకా కాలేదు."

"అరే, యింత పెద్దవాడి వయ్యావు. ఇంకా పెండ్లికాలేదా?"

వలీజో చాలా ఆశ్చర్యంగా అడిగాడు: "మా వూళ్లో యౌవనం వచ్చిన ప్రతి అబ్బాయికి, అమ్మాయికి చాలా తొందరగా పెండ్లి చేసేస్తారు."

కరందాద్ నూరేవైపు సైగచేసి అన్నాడు: "నూరేని అడగండి" అని.

నూరే నిట్టూర్పు విడిచి అన్నాడు " అరే, యాద్! ఏ మడుగుతావ్! భార్యే జ్ఞాపకం వస్తోంది. మూడు నెలలనుంచి ఒంటరిగా ఈ అడవిలో పడి యున్నాం."

అందరూ గప్‌చిప్.

వలీజో చాలాసేపటికి అన్నాడు: నేను కూడ గుడారంలోకి వెళ్లి పండుకుంటా! కరందాద్, మరి నువ్వో?"

"నేను నెల పొడిచేదాక యిక్కడే కూర్చుంటా!" అన్నాడు కరందాద్.

"నేను కూడా," నూరే మళ్ళీ నిట్టూర్చి అన్నాడు.

అబ్దుల్ మందహాసం చేసి అన్నాడు: "నేను కూడ కూర్చునేదా?"

"అలాగే, అలాగే మీ రెక్కడికి వెళ్ళాలన్నారు? కాగానుకు కదా, మీరు వెళ్ళవలసింది."

నూరే కండ్లు మూసికొని గీతాలాపన చేయసాగాడు.

ఆటవిక జనుల ప్రేమగీత మది:

"ఉన్న దొక ఉడుత, కాల మొక టుంది
'నబఫ్షా' ప్రసూన మొకటుంది
కట్టెలు కొట్టువా డొకడు వాని మనంబున విహరించు మహిషి యుందొకతె
ప్రేమరేత్తి రది
చందురుని పొడువు
ప్రేమికుల పిలుపు
ఉడుత కట్టెలవాని గోళ్లు కొటికి వేసింది
పామతని ప్రియురాలికి విషమిచ్చింది
'నబఫ్షా' కుసుమం కండ్లు మూసుకొంది
కట్టెలవాడు వెఱ్ఱెత్తి పరుగిడె - ఆహా హా హా!
కట్టెలవాడు పిచ్చెత్తి పరువిడె- ఆహాహాహా!
పడగ విప్పింది పాము - గోరి త్రవ్వింది ఉడుత
రాణి శయనించింది - పూల ఒడిలో నిశ్చింత
'నబఫ్షా పూల ఒడిలో

తారలతో జాబిల్లి దోబూచులాడి, యాడి
నీల మేఘాలవెన్క, సప్త సంద్రాల వెన్క
కనబడక అట్టె పోయె దిగులు గుబాలు మనంగ"

చివరికి నూరే కంఠస్వరం తగ్గిపోయింది. అంతలోనే అతగాడు గురకలు పెట్టసాగాడు. అబ్దుల్ చూచాడు. అతని సమీపంలోనే కరందాద్ కూడా పరుండి యున్నాడు. ఇద్దరూ నెలపొడుపు కొఱకు చూచి, చూచి, చివరికి నెల పొడవకముందే పండుకొన్నారు. పగలంతా పనిచేసి, అలసి యున్నవారు కదా! దూరాన తమ ఊరిలో ఉన్న భార్యాబిడ్డల బంగారు ఆలోచనలతో పరుండియున్నారు. వారు పండుకున్న తర్వాత నెల పొడిచింది. కొట్టిన పిండి, తెల్లని పాలవంటి జ్యోత్స్నఆ విశాల ప్రదేశమంతా, ఆ పూరి పాకలపై, రంపంపై, రంపపు పొట్టుపై, ఆ ప్రదేశమంతా పాలవెల్లి వలె వ్యాపించింది – స్వచ్ఛమైన, నిర్మలమైన శశికాంతి, అప్పుడే ప్రసరింప నారంభించిన రజతంవంటి లేలేత శశికాంతులలో అబ్దుల్ మెల్లగా లేచి పాకయెదుట శయనించిన బానో వక్షంపై తన చేతినుంచాడు. ఆమె గుండె కొట్టుకొంటోంది.

బానో ఏమీ అనలేదు.

బలోపేతమైన తన రెక్కలతో ఆమెను లేవనెత్తి దడదడ కొట్టుకొంటున్న తన హృదయానికి హత్తు కొన్నప్పుడు కూడ ఆమె ఏమనలేదు. ఆమె చెంత రంపపుపొట్టు తిన్నెపై పడిపోయినప్పుడు కూడ ఏమనలేదు. అతని నునువెచ్చని శ్వాస సందేశాన్ని ఆమె వింటోంది. గుప్పిళ్ళతో కొయ్యపొట్టు తీసి దానిని నేలపై విసరుతోంది.

అబ్దుల్ మెల్లగా తన వెచ్చని వ్రేళ్ళతో బానో వదనాన్ని తన వైపు తిప్పుకొన్నాడు. ఆమె గడ్డాన్ని పైకెత్తాడు. ఆమె కనుబొమలలో చంద్రుడు మెరుస్తున్నాడు. ఆమె మెడపూస రంపపు ధారవలె తళతళ మెరుస్తోంది, అబ్దుల్ ఆమె మెడపూస కిరువైపులా చేతుల నుంచి అన్నాడు – "నీ తండ్రి సరిగ్గా చెప్పాడు, నే నిక్కడికి తేనె త్రాగటానికి వచ్చానని..." తన పెదవుల్ని బానో పెదవులకు అనించాడు. తన మెడను ఆమె మెడ కానించాడు. బానో గాభరా జెంది తన గోళ్ళు అబ్దుల్ భుజాలలో గుచ్చింది, అబ్దుల్ దాహాగ్ని బానో అంతరాత్మతో ఏకమైంది. ఇప్పుడు వారిద్దరి శరీరాలు కొయ్యపొట్టు తిన్నెలో ఒకదాని సరసన ఒకటి ఆనుకొనీ, పాతుకొనీ పోయాయి.

ఆకస్మాత్తుగా, ఒక్క అదటున బానో అబ్దుల్ స్వాధీనం నుంచి తప్పించుకొంది. ఆమె తన వెంట్రుకలతొ కొయ్యపొట్టు నూడ్చి, దానిని వేరుపర్చింది. పిమ్మట తన పెదవులతో ఊది అన్నది: "అబ్బ! ఒకటేపొట్టు."

అబ్దుల్ నవ్వాడు.

"షష్, బానో వ్రేలిని తన ఓష్ఠాలపై నుంచి అన్నది: "ఈ సమయంలో మా నాన్న మేల్కొంటే –"

"నన్ను చంపిపారవేస్తాడు"

"అవును, అందులో సందేహమేముంది గనక," బానో మెడ విదిలించి అంది.

"కాని వీరు పగలంతా అమితంగా కష్టంచేసి వున్నారు. తెల్లవారకమునుపే వీరు కండ్లు విప్పటం అసాధ్యం.

బానో ఆత్మవిశ్వాసంతో నవ్వి అన్నది: "అవును, నిజమే - కాని - కాని - మీ పేరో మరి?"

అబ్దుల్ మందహాసంచేసి అన్నాడు : "నా పేరు అబ్దుల్. నీ పేరు బానూ."

"మీ రేం పనిచేస్తారు?"

" 'పెన్ష్' పట్టణంలో స్కూలులో చదువు చెప్తాను."

"చదువు చెప్తారా?" అని బానో కొంచెంసేపు మౌనం వహించింది. తదుపరి మెల్లగా అంది: "అక్కడే నా కొకాయనతో సంబంధం కుదిర్చారు. తాంబూలాలు ఇచ్చిపుచ్చుకోవడం కూడ జరిగింది. పెండ్లే తరువాయి. ఆయన ఆ పట్టణంలోనే ఉంటున్నాడు. పోలీసు ఉద్యోగమట. చాలా కఠినుడని విన్నా."

"ఆయన పేరేమిటి?"

"కరీంఖాన్!" బానో మెల్లగా అంది: "ఆయనపెండ్లి ఖరారు మాటలు జరిగినరోజున నా తండ్రికి ఏడువందల యాభై రూపాయలిచ్చాడు. పెండ్లి సమయంలో మిగతా ఐదువందల రూపాయలిస్తానన్నాడు, అప్పుడు మా పెండ్లి జరుగుతుంది."

"ఎప్పుడు జరుగుతుంది?"

"వచ్చే యేడు వైశాఖ మాసంలో చేసికొంటా నంటున్నాడాయన... కాని, నా కిష్టంలేదు."

"ఎందుకని?"

"అతని రూపురేఖలు నాకు నచ్చలేదు. అదీగాక, ఆయన చాలా క్రూరునివలె కనబడుతున్నాడు."

"అయితే, నా రూపం ఎలా వుంది?"

బానో నవ్వి అంది: "ఓ హెూ..."

తదుపరి బానో కొయ్యపొట్టును పిడికిలిలోకి తీసికొని, దానిని అబ్దుల్ ముఖంమీదికి

విసరివేసింది. కాని, అంతకుముందే అబ్దుల్ కండ్లు మూసుకొన్నాడు. తన ముఖంపై పడిన పొట్టును చేతితో తుడుచుకొంటూ అన్నాడు: "పెండ్లి మాత్రం మన యిద్దరికే జరుగుతుంది. కాని, పెండ్లి ఖరారుకోసం మీ కివ్వటానికి ఏడువందల యాభై రూపాయలు నా వద్ద లేవు – పెండ్లి సమయంలో చెల్లించవలసిన ఐదువందల రూపాయలంత కంటే లేవు.

"ఏం, మీ తల్లిదండ్రులు అంత బీదవారా?"

"అవునవును."

"అయితే, మీ రింత చదువు ఎలా చదివారు?"

"నా తెలివి తేటలతో చదివాను. అమితంగా శ్రమపడి, చెమటోడ్చి చదివాను."

"ఎనిమిది తరగతులా?" బానో అచ్చెరువొంది అన్నది.

అబ్దుల్ తల ఊపాడు. "స్కూలులో పిల్లలకు చదువు చెప్తూనే మిగిలిన రెండు తరగతులకు కూడ చదివి సిద్ధమయ్యాను. ఇప్పుడు ఇంటికి వెడుతున్నా. అక్కడ మా అమ్మా, నాయనను కలిసికొని, కొన్నాళ్ళపాటుండి తదనంతరం పట్టణానికి తిరిగివస్తా. అక్కణ్ణుంచి పదో తరగతి పరీక్షకు హాజరయ్యేందుకు రావల్పిండి వెడతా.

"ఆ తర్వాత మీకేం ఉద్యోగం దొరుకుతుంది?"

"నేను పెద్ద అధ్యాపకుణ్ణి కావచ్చు. లేదా, ఎవరికి తెలుసు, తహశీల్దారు కావచ్చు."

"తహశీల్దారా?" అని బానో ఆశ్చర్యంతో కండ్లు మిటకరించింది. పిమ్మట అబ్దుల్‌కు కొద్ది దూరంగా జరిగి కూర్చున్నది.

అబ్దుల్ చేయిచాచి మరల ఆమెను తన అధీనంలోకి తీసుకొన్నాడు. కాని బానో భిన్నవదనంతో, విషాదచ్ఛాయలు నేత్రాలలో తొంగిచూడగా, అలాగే కూలబడి కూర్చొంది...

...అబ్దుల్ అన్నాడు : "నా వద్ద ఏడువందల యాభై లేవు. ఐదు వందలసలేలేవు. అయినప్పటికీ నిన్నే పెండ్లాడాలని నా కోరిక."

బానో అంది: "అదెలా జరుగుతుంది? మా నాయన ఒప్పుకోడు. ఆయన ఏడువందల యాభై రూపాయలు తీసికొని, వాటితో వరిచేను కొన్నాడు. రైతుబిడ్డ అయినవాడు పొలం వదులుతాడా!" కొద్దిసేపు ఆగి మరల అంది: "రా, ఎక్కడికైనా పారిపోదాం."

"ఎక్కడికి?" అబ్దుల్ అన్నాడు: పదో తరగతి పరీక్ష యివ్వటానికి నేను రావల్పిండి వెళ్ళవలసియుందే."

"అరే; పోవయ్యా! నీ పదో తరగతి తగలబెట్టక్కడ. చదివిందంతా చాల్లే యిక.

"కాదు, కాదు!" అబ్దుల్ పట్టుదలతో, గట్టిగా అన్నాడు.

బానో మిన్నకుంది.

అబ్దుల్ అన్నాడు: "అప్పుడు నేను తాశీల్దారు నౌతా."

"ఎప్పు డౌతారు?"

"రెండు మూడేండ్లలో."

బానో విదిలించుకొని అంది: "ఓస్, వచ్చే "బేసాఖీ" కల్లా నా పెండ్లి అయిపోతుంది."

అబ్దుల్ అన్నాడు: "ఇంకో రెండేండ్లు గడపలేవా? హృదయమిచ్చిన వారు తమ ప్రాణాన్నైనా త్యాగం చేయటానికి వెనుదీయరు."

బానో అబ్దుల్ వెంట నడిచింది. గజగజ వణుకుతూ అంది: "రా, ఎక్కడికైనా పారిపోదాం. నా కా పోలీసువాడంటే భయమేస్తోంది. ఇంతకు ముందాయన ఇద్దరు భార్యల్ని పొట్టన పెట్టుకొన్నాడు."

"కాని నువ్వేం చావవు" అని అబ్దుల్ బానోను కౌగిలించుకొన్నాడు. "నేను మా వూరినుంచి తిరిగి పట్నం పొయ్యేటప్పుడు నిన్నిక్కణ్ణుంచి నాతో తీసికొని వెడతా."

బానో ముఖం వికసించింది. ఆమె అతని గరుకుబుగ్గల్ని తన కోమల హస్తాలతో నిమురుతూ గానం చేయ మొదలెట్టింది.

"కట్టెలు కోయువాడొకడు – అతని మనంబున విహరించు

మహిషియుం దొకతె.

ప్రేమ రేకెత్తింది!"

ఆమె 'అమ్మయ్యా!' అని గుండె దిటవుపర్చుకొని అతని ఆలింగనంలో శయనించింది. చాలా సేపటివఱకు ఆమె బాహువులను తన హృదయానికి హత్తుకొని ఏదో ఆలోచిస్తూ వుండిపోయాడు. చివరి కతడు మెల్లగా లేచాడు. బానోను లేపి, బహుజాగ్రత్తగా పాకముందరగా వచ్చి, లోనికి దూరి, అక్కడ బానోను పరుండబెట్టి, తాను మరల రంపం దగ్గరికి వచ్చి కూర్చున్నాడు.

ఆయనకు సమీపంలో మంట మండుతోంది. దాపులోనే కరందాద్, నూరే గాఢనిద్రలో వున్నారు. ఖాళీ జాగాలో నలువైపులా అగ్నికీలలు మండుతున్నాయి. ఎక్కడో దూరాన అంధకార బంధురమైన కాననంలో నిప్పురవ్వలవలె వెలుగుతున్న నేత్రాలు కానవచ్చేవి. ఎక్కణ్ణుంచో నక్క అరుపులు వినవచ్చేవి. తోడేళ్ళరొద భయంకరంగా వుంది. అంతలోనే నలువైపులా నిశ్శబ్దం ఆవరించేది. మెల్లగావీచే సమీరాలు వెలుగుపులుగుల కాంతితో భారమయ్యేవి.

అబ్దుల్ చాలాసేపటివఱకు మేల్కొని, ఆలోచిస్తునే ఉన్నాడు. ఆయన చందమామ

రెండు కొసలు, రంపం మధ్యనుంచి పోతుపోతూ దక్షిణపుదిశన అదృశ్యంకావడం చూచాడు. సప్తనక్షత్రాలు ఒక కొసనుంచి, రెండవ కొసకు పోతుండడం గమనించాడు. ఆకసంమీది తారాపథంకూడ వెలుగును కోల్పోవడం గమనించాడు. కాగానునదిలోని అలలరవళి మెల మెల్లగా తీవ్రతర మౌతున్న గాడ్పుల గుస గుసలు వింటూ అక్కడే నిద్రాదేవత ఒడిలో మేను వాల్చాడు.

బియ్యపుదొంగ

రేషను దుకాణంలో రెండురకాల బియ్యం ఉన్నాయి. మొదటి రకంబియ్యం, రెండోరకం బియ్యం. మొదటిరకం బియ్యం చూడటానికి తెల్లగా ఉన్నాయి. రెండో రకం బియ్యం లావుగా, మొరటుగా, వికారంగా ఉన్నాయి. వాటిలోనుంచి తోళ్ళవాసన వస్తూంది.

త్రిలోచన్ తల్లికి మంచిబియ్యమంటే ప్రీతి మెండు. అందువల్ల గుడ్డమీద పరచిన లావుబియ్యం చూడగానే ఆమె మనస్సు చివుక్కు మన్నది. వెగటుగా ఆమె తన కోడలితో అంది: "ఈ బియ్యాన్ని నాచేత తినిపిస్తావా నువ్వు? ఇంతకంటె చెప్పుతోలు కోసి తినిపించరాదూ? తీసికెళ్ళు! ఈ బియ్యాన్ని నావద్దనుంచి ... ..."

కోడలు ఉలిక్కిపడి, గాభరాజెంది, కళవళపడి, కోపంతో తన భర్త త్రిలోచన్ వైపు చూచింది. మరల అత్తవైపు చూచింది. తర్వాత వడివడిగా శ్వాసపీలుస్తూ, కంపిత స్వరంతో అంది: "అత్తా, నేనేం చేయను? రేషను దుకాణానికి నేను వెళ్ళినప్పుడల్లా ఈ రెండోరకం బియ్యమే దొరుకుతున్నాయి. మొదటిరకం బియ్యం కోసం నేనడిగినప్పుడల్లా అవి అయిపోయాయని జవాబు చెపుతున్నారు. ఈ పర్యాయం వచ్చిన బియ్యం త్వరగా అమ్ముడు పోయాయట. మరల వచ్చినప్పుడు ఇస్తామంటున్నారు. అవి మరల ఎప్పుడు వస్తాయో ఎలా తెలుసు? యిప్పుడు నన్నేం చేయమంటారు? మీ కోసం 'బస్సీ' సువాస బియ్యం ('బస్సీకి బాస్ మతి') ఎక్కడినుండి తేను?"

'బస్సీ' సువాసన బియ్యం పేరెత్తగానే, త్రిలోచన్ తల్లికి ప్రాణం లేచి వచ్చింది. కోడలి పలుకులు మెత్తగా, పట్టువస్త్రంలో చుట్టివున్నట్లున్నాయి. అదీగాక, ఆమె ఆఖరి పదప్రయోగం ఆమె హృదయంలో ముల్లువలె గుచ్చుకొని బాధ కలుగ జేసింది. ఎందుకంటే ఆమె 'బస్సీ' అనే ప్రదేశంలో 'మరీ' అనే పర్వతప్రాంతంలో ఉండేది. అక్కడామె విభుడు జస్వంతసింగ్‌కు ఒక చిన్న జమీందారీ ఉండింది. సర్దార్‌జీ చనిపోయిన మూడు సంవత్సరాల వఱకు ఆ జమీందారీ ఆవిడ ఆధీనంలో వుంది. తర్వాత దేశ విభజన జరిగింది. పాకిస్తాన్ ఏర్పడింది. అప్పటి అంతఃకలహాల సమయంలో ఆమె 'బస్సీ' విడిచి, పారిపోయి, బొంబాయి రావలసివచ్చింది. ఆ తల్లికి తన యిల్లూ, వాకిలీ, జమీందారీ

వదలి రావడమంటే అంత విచారం వేయలేదుకాని, అక్కడి బియ్యం వదలి వచ్చినందుకామెకు ఎక్కడలేని ఖేదం కలిగింది. ఆమెకు మంచి మంచి బియ్యం తన పొలాల్లో చల్లి, పండించడమంటే యిష్టం. తన భర్తను ఒత్తిడి చేసి, ఎక్కడెక్కడినుంచో మంచి మంచి వివిధ రకాల ధాన్యం విత్తనాలు తెప్పించేది. అవి చల్లించి, 'పీనరీ' వడ్ల బంగారు కంకుల్ని ఎల్లవేళలా కనిపెట్టుకొని యుండేది. ఆమె పట్టుదలకు, శ్రమకు, తఱచు ఆమెభర్త ఆమెతో విసుగ్గా అనేవాడు! "సర్దారిణీ! బియ్యం తినటానికి లేదా బజారులో అమ్మడానికి మాత్రమే ఉపయోగిస్తాయి. అంతేగాని, ప్రేమించడానికి కాదు సుమా!" కాని సర్దారిణి అలా అనుకొనేది కాదు. నిజానికామె బియ్యాన్ని ప్రేమించేది. అందుకని ఈ సమయంలో తన కోడలు గుడ్డపై పరచిన బియ్యం చూచి సహించలేకపోయింది. ఆమె ఉడిగిన నయనాల్లో నీళ్లు గిర్రున తిరిగాయి. దుఃఖం ఆపుకోలేక ఆమె తన పుత్రునివైపు తిరిగి అన్నది: "కోడలు నాకు మంచి బియ్యమే యిస్తున్నది. 'బస్సీ' బియ్యాన్ని తూలనాడుతున్నది. చెప్పు! నువ్విన్నాళ్ళనుంచి బొంబాయిలో ఉంటున్నావు కదా. నువ్వెన్నడైనా మన 'బస్సీ'లోని వాసన బియ్యంకంటె మంచి బియ్యం తిన్నావా?"

"లేదమ్మా" త్రిలోచన్ మెల్లగా అన్నాడు.

" 'బేగుమా' బియ్యం కూడ నీకు జ్ఞాపకం ఉన్నాయనుకుంటా. 'బేగుమా' ధాన్యం పొలాల్లో పరిపక్వదశకు వచ్చేసరికి వాటి సువాసన మన గ్రామమంతా నిండిపోయేది. 'బేగుమా' వంటి బియ్యం కలలో గూడ దొరకవు."

త్రిలోచన్ మరల మెల్లగా తల ఊపి అన్నాడు: "అవునమ్మా! 'బేగుమా' బియ్యం ఇప్పుడు నిజానికి స్వప్నాలవలెనే అయిపోయాయి.

'బేగుమా' బియ్యంతోబాటు త్రిలోచన్ జీవితంకూడ ఒక మధుర స్వప్నమైంది. త్రిలోచన్ మెల్ల మెల్లగా పూర్వ స్మృతుల్ని నెమరు వేసుకొంటుండగా, అందులోనుంచి రాజ్ కనూర్‌కు సంబంధించిన ఒక మధురభావం తొణికిసలాడింది. పొడుగ్గా, సన్నగా సుందరంగావుండే ఆమె ప్రక్కకు తిరిగి, ఖిన్నవదనంతో అతనివైపు చూడసాగింది. బహుశా యిలా అంటూంది కాబోలు : "మంచిది. మీరు నన్ను మరచిపోయారనుకొన్నా."

రాజ్ కనూర్ ఒకచేతిలో కొడవలి, రెండవచేతిలో 'బేగుమా' బియ్యపు సువర్ణ గుచ్ఛాల్ని తీసికొని నిలబడియుంది. ఆమె ఆయన పొలాల్లో బియ్యం దొంగిలించడానికని వచ్చింది. కాని త్రిలోచన్ ఆమెను చూచాడు.

త్రిలోచన్ అడిగాడు : "రేతిరివేళ మా పొలాల్లో నువ్వేమిటి చేస్తున్నది?"

రాజ్‌కనూర్ ఊరుకున్నది.

త్రిలోచన్ అన్నాడు: "ఇది దొంగతనం."

"దొంగతనం కాదు; నిస్సహాయత."

"ఎందుకని? నీ తండ్రి లాల్‌సింగ్ ధాన్యంలో తనకు వచ్చే వాటాను ఇంటికి తీసికొనిరాడా?"

రాజ్‌కనూర్ ఆగ్రహంతో అంది: "ఎంత వాటా దొరకుతుందని? మొదట ఇది చెప్పండి. 'బేగుమా' ధాన్యంలో మాకు వాటా ఎందుకివ్వరు? మాకా లావాటి దరిద్రపు ధాన్యమే యిస్తున్నారు. "బేగుమా' ధాన్యం యజమానులకు, అధిపతులకు మాత్రమే; మాబోటి కర్షకులకు కాదుగా!"

త్రిలోచన్ నోటినుంచి మాట రాలేదు.

రాజ్‌కనూర్ తా నక్కడి కెందుకు వచ్చానా అనుకొంది. తా నక్కడికి రాకుంటే బాగుండేది. కాని, పాప మామె ఏం చేస్తుంది? పగలంతా మామూలుగా గడిచిపోతుంది. రాత్రయ్యేసరికి చేలలోని బేగుమా ధాన్యపు ఘుమఘుమలు ఆమెకడకు పయనించి, ఆమె పడకపై వాలి, ఆమెను తికమక పరుస్తాయి. ధాన్యపు కంకులు వేల సంఖ్యలో రణగొణ ధ్వనిచేస్తూ, ఆమె చెవులలో ఏదో ఊదుతున్నట్లుగా అనిపిస్తుందామెకు. లక్షల ధాన్యపు గింజలు తమ కండ్లు విప్పుకొని, ఆమెవైపు చూసాస్తూ, తమకడ కామెను పిలుస్తున్నవనిపిస్తుందామెకు. ప్రతిదినం రేత్రివేళ 'బేగుమా' బియ్యం ఆమెను తమ దరికి పిలిచేవి. ప్రతిదినం ఆమె వాటివద్దకు వెళ్ళకుండా తనలో తాను నిగ్రహించు కొనేది. కాని, యీరోజు అలా నిగ్రహించుకోలేక పోయింది. కొడవలి చేతబట్టి జమీందారు పొలాలలోకి వచ్చేసింది. "చివరికి బియ్యం నాకెందుకు ప్రాప్తించవు?"అని ఆమె నిల్చొని ఆలోచించ సాగింది. నేను వాటిని నాటాను. వాటికి నీరు, ఎండ, కాంతి, వెచ్చదనం ఇచ్చాను. నేను వాటికోసరం పగలనక, రాత్రి అనక గంటలతరబడి నీళ్ళలో నిలబడి యుండేదాన్ని. గంటలతరబడి ఎండలో మలమల మాడాను. నేను వాటిని నా స్వంత బిడ్డలవలె పెంచాను. చివరి కా బియ్యం నాకెందుకు దక్కవు?"

రాజ్‌కనూర్ ధాన్యపు కంకుల్ని తన బుగ్గ కానించుకొంది. త్రిలోచన్‌తో అనసాగింది: "అయ్యో, ఎంత బాగున్నా యీ బియ్యం! ప్రతి గింజా అత్తరుతో సమ్మిళితమై యుంది. ఇక మీ ఇష్టం. నన్ను సర్దార్‌జీ దగ్గరికి తీసుకెళ్ళండి. లేదా పోలీసువాళ్ళ కప్పగించండి! కాని నేనీ దినం మీ చేలనుండి 'బేగుమా' బియ్యం తీసుకెళ్ళాలని నిశ్చయించుకొని వచ్చా."

త్రిలోచన్ రాజ్‌కనూర్ చేతినుండి కొడవలి గుంజుకొన్నాడు. పొలంలో కూర్చొని,

బేగుమా బియ్యపు కంకుల్ని పర పరా కోసి రాజ్‌కనూర్ ముందర పడవేశాడు. ఆ కంకుల్తో ఆమె యిరుపార్శ్వాలూ నిండిపోయాయి. రాజ్‌కనూర్ చెక్కిళ్ళు సంతోషంతో వికసించాయి. ఆమె ధాన్యపుగుత్తుల మధ్యనుంచి త్రిలోచన్‌ని చూచి అంది: “మీరు కాలేజీలో చదువుతున్నారుకదా! కొడవలితో కోయటం అక్కడ నేర్పుతారా?”

త్రిలోచన్ అన్నాడు: “నేను రైతుబిడ్డనుకదా!”

రాజ్‌కనూర్ వరికంకుల్ని తన హృదయానికి హత్తుకొని, తిరిగి వాటిని తన రెండుచేతుల్లోకి తీసికొని, వాటివైపు తేరిపార జూచింది. విస్మయంగొల్పే చూపులతో త్రిలోచన్ వైపు చూచి, మరి మాటాడకుండా, వినకుండా అక్కడినుంచి పారిపోయింది.

రాజ్‌కనూర్ వెళ్ళిపోయింతర్వాత త్రిలోచన్ అది రాత్రి అని, రాత్రి సద్దుమణిగిందని అనుకొన్నాడు. ఆకసంపై చంద్రబింబం కాంతి కిరణాలు వెదజల్లుతూ ఉంది. దాని చుట్టూ ఒక వలయం ఏర్పడింది ఎదుట ‘ఖూబానీ’ చెట్టున్నది. ‘ఖూబానీ’ చెట్టుపై కోకిల గానం చేస్తోంది. నలువైపులా పొలాలలో ధాన్యం సుగంధ పూరితమైయున్నాయి. చేల అంచులవెంబడి ‘బస్సీ’ నది మందగమనంతో ప్రవహిస్తోంది.

కాని యిదంతా రాజ్‌కనూర్ వెళ్ళింతర్వాత ఆయన గమనించాడు.

ఇప్పుడదంతా జ్ఞాపకం చేసికొని, త్రిలోచన్ తల ఊపి అన్నాడు: “అవునమ్మా, నువ్వు నిజం చెప్తున్నావ్. ‘బేగుమా’ బియ్యం చాలా తియ్యనవి, రుచికరమైనవి.”

“నాకు జ్ఞాపకముంది,” తల్లి వెతజెంది అంది: “సర్దార్‌జీ ఒకనాడు శ్రీనగర్‌నుంచి వానధాన్యపు విత్తనాలు తీసికొని వచ్చారే. నీకు గుర్తున్నదా? అప్పుడెంత కష్టపడి మన కూలీలు వాటిని మన పొలాలలో నాటి, వాటిని పెంచారు! లోకులనేవారు, వాసన బియ్యం ‘మరీ’ పర్వతప్రాంతంలో మొలకెత్తవు; ఒకవేళ మొలకెత్తినా వాటికి సువాసన ఉండదని. కాని మన చేలలో ఆబియ్యం పండి, రెపరెపలాడినప్పుడు వాటి సువాసన యితర గ్రామాలవఱకు ప్రాకింది. మన గ్రామస్థులు సంతోషంతో ఉన్మత్తులైనారు. జ్ఞాపకముందా? అప్పుడు వడ్లు మరపెట్టబడి, యింటికి వచ్చినతర్వాత, వాటిలోంచి, అయ్యో, ఎంతచక్కని, తెల్లటి, సన్నసన్నని బియ్యం బయటికి వచ్చాయి! చిన్న చిన్నవి, అమిత సన్నని బియ్యం కుండలో వేయగానే నలువైపులా విస్తరిల్లి, పొడుగాటి తీగల్లాగా మారిపోయేవి. పొడుగైన బియ్యం! జ్ఞాపకముందా త్రిలోచన్?”

త్రిలోచన్‌కు బాగానే గుర్తున్నది. ఎలా అంటే, ఆ వాసన ధాన్యం వారి పొలాలలో రైతులచే కోయబడిన రోజే ఆయన తండ్రి జస్వంత సింగ్ ఆయన్ని యింటినుండి వెడలగొట్టాడు. ఎందుకంటే, త్రిలోచన్ ఆ వాసన బియ్యంలో భాగం అడగమని రైతుల్ని

ప్రోత్సహించాడు. ఆ గ్రామంలో ఇద్దరు జమీందార్లుండేవారు, సర్దార్ కల్వంత సింగ్, సర్దార్ జస్వంత సింగ్, 'బస్సీ' ప్రాంతపు భూమి అంతా ఈ యిద్దరు జమీందార్ల అధీనంలో ఉండేది. కేవలం కల్వంతసింగ్ యొక్క రైతుల్ని తమ జమీందారు దగ్గర భాగం అడగమని త్రిలోచన్ ప్రోత్సహించియుంటే ఏం ఫర్వాలేదు. జస్వంత సింగ్ అతన్ని క్షమించి ఊరుకునేవాడు. కాని, ఆ ప్రబుద్ధుడిక్కడ తండ్రి యింట్లో కూర్చొని, స్వయంగా తన తండ్రి జమీందారీనే ఉల్టా పల్టా చేయటాని కుద్యుక్తుడైనాడు. కొంతమంది రైతులు జమీందారుకు భయపడి, ఆయన మాటలు వినలేదు. మరికొందరు మాటలకు చెవియొగ్గి, జమీందారును వ్యతిరేకించడానికి సిద్ధమయ్యారు. కాని, జమీందారు వెంటనే పసికట్టి, వారిని తన భూములనుండి తొలగించి వేశాడు. దీనివల్ల వారు త్రిలోచన్‌కి విరోధులైనారు. వాసనధాన్యాన్ని కోసే కాలం వచ్చినప్పుడు త్రిలోచన్ ముల్క్ పేందాఖాన్, ముల్క్ లాల్ మొదలగు యితర రైతుల్ని వాసన ధాన్యంలో వాటా అడగడానికే ప్రోత్సహించాడు.

సర్దార్ జస్వంతసింగ్ గర్జించి అన్నాడు : "లేదు ముల్కా, లేదు లాల్‌ఖాన్, అది ఎన్నటికీ జరగదు. మీ రిదివరకు తీసికొంటున్న బియ్యమే యిప్పుడు కూడ తీసికోండి."

"ముల్క్ లాల్‌ఖాన్ అన్నాడు: "ఆ లావాటి, దరిద్రపు బియ్యమా?"

"అవు నవును. మీరెప్పుడూ తినే లావాటి – దరిద్రపు బియ్యమే". చేలో యీ మాటలు జరుగుతున్నప్పుడు వాసన ధాన్యపు బంగారు కంకులు క్రిందవిచ్చలవిడిగా పడియున్నాయి. ముల్క్ పేందాఖాన్ వాటివైపు సంతోషంతో చూచి అన్నాడు : "సర్దార్‌జీ మేము వీటికోసం చాలా కష్టపడ్డాం. మా స్వంత బిడ్డలకంటె కూడా ఎక్కువ గారాబంతో వీటిని పెంచాం. చివరికి వీటిపై మాకు కూడ కొంత హక్కున్నది. న్యాయం చేయండి."

దానిమీద త్రిలోచన్ ఆగలేక పోయాడు. తన తండ్రి అనుమతి పొందకుండానే అక్కడే, అందరి సమక్షంలో రైతులందరికీ వాసన ధాన్యపు కంకుల్ని పంచిపెట్ట నారంభించాడు. అతని తండ్రికి అతనిపై చెడ్డకోపం వచ్చింది. వెంటనే యింటిలోనుంచి తుపాకి తీసికొని వచ్చి త్రిలోచన్‌ని సమీపించాడు. తన కుమారుణ్ణి గుండె దెబ్బ కెర జేద్దామన్నంత కోపంతో ఉన్నాడతను. ఇది గమనించిన త్రిలోచన్ తల్లి పరుగెత్తుకొని వచ్చింది. ఇతర రైతులు కూడ అక్కడ గుమిగూడారు. అతి కష్టంమీద త్రిలోచన్ బ్రతికి బయట పడ్డాడు. కాని యింటి నుంచి వెడలగొట్టబడ్డాడు. రైతులకు ఆ ధాన్యపుగింజ ఒక్కటి కూడ లభించలేదు.

త్రిలోచన్ ఆ రాత్రి ముల్క్‌పేందాఖాన్ యింట్లో గడిపాడు. ఉదయాన్నే లేచి రాజ్‌కనూర్ యింటివైపు వెళ్ళాడు. అతనికొక్క గాని ఒక కోరిక ఉండింది. అదేమిటంటే, ఊరువిడిచి

పోయే ముందు రాజ్‌కనూర్‌ని ఒక్క పర్యాయం కండ్లారా చూచి వెళ్ళాలని. కాని రాజ్‌కనూర్ యింట్లో లేదు. గురుద్వారాకు వెళ్ళిందని ఆయనకు తెలిసింది. త్రిలోచన్ గురుద్వారా చేరుకొన్నాడు. గుమ్మం దగ్గరే ఆగిపోయి, గుమ్మం వెలుపల పడియున్న పాదరక్షలలో రాజ్‌కనూర్ పాదరక్షలకోసం అన్వేషణ మొదలెట్టాడు,.. గురుద్వారా గుమ్మం వెలుపల అనేక పాదరక్షలు పడియున్నాయి. మంచి పాదరక్షలు, చెడ్డ పాదరక్షలు, కొత్తవి, పాతవి, చిన్నవి, పెద్దవి. త్రిలోచన్ వీటిలో అనేక పాదరక్షల్ని యెరుగును. ఎందువల్లంటే, ఒక వ్యక్తియొక్క కాలు, చేతులు ఏ వస్తువు నయితే స్పృశిస్తాయో దాంట్లో తమ కార్యకలాపాల స్వరూపం, తమ సమాజ స్వరూపం, పరిసర పరిస్థితుల తారతమ్యం, శత్రుత్వ, వైషమ్యాలను నింపివేస్తాయి. పాదరక్షలమూలాన మనిషి ఒకని బాల్యపు చిరునవ్వును చూడగలడు. ఒక యౌవనగీతం వినగలడు. ఒక వృద్ధాప్యపు ముడుతలు లెక్కించగలడు. పాదరక్షలు కేవలం మనిషియొక్క వయోపరిమాణాన్నేగాక అతని లక్షణాలు, చేష్టలు, వంశపు అంతస్థులుగూడ తెలుపుతాయి. పబ్లిక్ సేఫ్టి ఆర్డినెన్సుయొక్క స్వరూపాన్ని కూడా తెలుపుతాయి. ఎందువల్లనంటే, కొంతమందికి జైలు, ఉరి వీటి భయం చూపి సమాజలక్షణాన్ని వర్గపోరాటపు నిజస్వరూపంతో వారినైతే వారించటం జరుగుతుంది. కాని పాదరక్షల్ని యెవరూ అడ్డగించలేరు. నగ్న పాదాల్ని యెవరూ వారించలేరు. ధాన్యాన్ని యెవరూ వారించలేరు.

ఈ పాదరక్షలు, తమను తొడిగేవారు దయామయులైన రైతులని తెలుపుతాయి. ఈ పాదరక్షలు, తమను తొడిగేవారు తమకంటె ఉన్నతమైన రైతులని తెలుపుతాయి. ఈ పంప్‌షో సర్దార్ జస్వంత సింగ్‌ది. ఈ క్రేపు పాదరక్షలు సర్దార్ కల్వంతసింగ్‌ది. ఈ నల్ల బూటు థానాదారుడు హుకుంసింగుది. ఈ పెషావర్ చెప్పులు కర్ణం ఖుష్‌కోల్ చంద్‌ది. ఈ యిద్దరు జమీందార్లు, థానాదారుడు కర్ణం, గ్రామంలోని రైతులకు వేరువేరుగా ఎలా కన్పిస్తారో అలాగే వారి పాదరక్షలు కూడ యితర పాదరక్షలలో వేరువేరుగా ఉండి, సంతోషంగా ఉన్నట్లు కన్పిస్తున్నాయి. పాదరక్షలు సమాజస్వరూపాన్నేగాక, ప్రభుత్వపాటవాన్ని కూడా తెలుపుతాయి. జమీందారు ఐశ్వర్యాన్ని తెలుపుతాయి. అప్పుడప్పుడు వార్తా పత్రికలు చేసే పనికూడ పాదరక్షలు చేస్తాయి. ఉదాహరణకు ఈ చెప్పులు జీత్‌కౌర్‌వి. వాటిని ఆమె భర్త గతమాసంలో సైన్యంనుండి యింటికి వచ్చేటప్పుడు తీసికొని వచ్చాడు. ఈ కొత్త పాదరక్షలు కోమటివానివద్ద అప్పుతీసికొని దానితో తన కూతురుకు పెండ్లి చేసిన హరనామసింగువి. పెండ్లి సంతోషంలో అతగాడా కొత్త చెప్పుల్ని చేయించాడు. వైశాఖ మాసంలో చేయించిన ఈ మిలిటరీ పాదరక్షలు

యుద్ధానికి తన రెండు కాళ్ళతోపోయి, ఒంటికాలితో తిరిగి యింటికి వచ్చిన రామ్‌సింగువి. ఈ కొత్త పాదరక్షలెవ్వరివి? మా ఊరిలో ఇటువంటి పాదరక్షల్ని ఎవరూ తొడగరు. ఒక కొత్త వ్యక్తి ఎవరో తప్పక మా గ్రామం వచ్చియుండాలి. త్రిలోచన్ ఆలోచించాడు. తర్వాత అతని చూపు రాజ్‌కనూర్ యొక్క చెప్పులపై పడ్డది. ఆయన చూపులలో మహదానందం తాండవించింది. రాజ్‌కనూర్ కూడ గురుద్వారా లోపలే ఉందనుకొన్నాడు.

త్రిలోచన్ గురుద్వారా వెలుపల నిలబడి లోనికి వెడదామా, వద్దా అని కొద్దిక్షణాలపాటు ఆలోచిస్తూ ఉండిపోయాడు. లోపల అతని తండ్రి ఉన్నాడు. రాజ్ కనూర్ కూడ ఉంది. కొంతసేపు అతడు తన తండ్రి పాదరక్షలవైపు చూచేవాడు; మరికొంతసేపు రాజ్‌కనూర్ చెప్పులవైపు, జమీందారు తన కొడుకును ఇంటినుంచి తరిమివేశాడన్న సంగతి ఊరివారందరికీ తెలిసిపోయింది. ఆయన గురుద్వారాలోనికి వెళ్లితే లోకులతన్ని ఎలాచూస్తారు? ఇదే ఆలోచనతో ఆయన అక్కడే ఆగిపోయాడు. గుమ్మం వెలుపలగల పాదరక్షలన్నీ ముఖాలు పైకెత్తి అతనివైపు చూస్తున్నట్లుగా, నవ్వుతున్నట్లుగా, ఇతడే జమీందారు కొడుకు, ఈయన్నే తండ్రి యింటినుంచి వెడలగొట్టాడు అని అంటున్నట్లుగా అతని క కస్మాత్తుగా తోచింది. అతడు వాటి నిందా పూరితమైన చూపులకు తట్టుకోలేకపోయాడు. వెంటనే గురుద్వారా నుండి ముఖం తిప్పుకొని వెళ్ళిపోయాడు. పోయేటపుడు చాలదీనంగా రాజ్‌కనూర్ పాదరక్షలపై ఆఖరిచూపు సారించి చక్కా వెళ్ళిపొయాడు.

త్రిలోచన్ నిశ్శబ్దంగా తన ఊరినుండి వెళ్ళిపోయాడు. మరల తిరిగి రాలేదు. రావల్పిండిలోని గార్డెన్ కాలేజీలో చదవటం యిప్పుడతనికి దుర్లభమైంది. అందుకని అతడు లాహెూర్ వచ్చాడు. అతనికి ఫొటోగ్రఫీ అంటే ప్రీతి. ఇక్కడ అతడు కమర్షియల్ ఆర్టిస్టు సర్దార్ గుర్‌పాల్ సింగు స్టూడియోలో ఉద్యోగానికి కుదిరాడు. పని నేర్చుకొన్నాడు. తర్వాత లాహెూరునుండి బొంబాయికి వచ్చాడు. బొంబాయిలో ఒక మంచి కళాకారుడికి అభివృద్ధి చెందే అవకాశాలెక్కువగా ఉన్నాయి. ఇక్కడికి వచ్చిన కొద్ది దినాల్లోనే అతని కష్టానికి తగిన మూల్యం లభించింది. అతణ్ణి అందరూ ప్రశంసించ మొదలు పెట్టారు. అతి త్వరలోనే ఆయన తన స్వంత స్టూడియోను నెలకొల్పడంలో కృతకృత్యుడయ్యాడు. ఇప్పుడు ఎనిమిది సంవత్సరాల నుంచి బొంబాయిలోనే ఉంటున్నాడు. ఇక్కడ అతగాడొక మరాఠీ అమ్మాయిని పెళ్ళిచేసుకున్నాడు. ఆమె పేరు మాలా. ఆమెకు నల్గురు పిల్లలు కూడా కల్గారు. ఇప్పుడతగాడు తన స్వంత ఊరును దాదాపు మరచిపోయాడు. కాని అప్పుడప్పుడు పల్లెపట్టు చిత్రం తన మనోఫలకంపై ప్రదర్శితమైనప్పుడు, ఆ చిత్రంలో

రాజ్‌కనూర్ యొక్క పాదరక్షలు ప్రత్యక్షమౌతాయి, ఇక ఆయన ఆలోచనలో పడిపోతాడు. ఇప్పుడా చిన్న చిన్న పాదరక్ష లెక్కడున్నాయో? ఎవరి గుమ్మంముందు ఎవరి కొఱకు నిరీక్షిస్తున్నాయో? ఇప్పుడాయన వేరు, ఆయన గుమ్మం వేరు, అక్కడ వేరేవాండ్ల పాదరక్షలు పడియున్నాయి. వీటిలో ఏమవుతుంది? గాయం పెద్దదై, యింకా పెద్దదై చివరికి అదృశ్యమౌతుందికాని, దీని జ్ఞాపకంమాత్రం అలా అదృశ్యం కాదు!

అందువల్ల తల్లి వాసన బియ్యపు ప్రస్తావన ఎత్తేసరికి కొడుకు తల ఊపి ఊరుకున్నాడు. అతడు రెండుక్షణాలపాటు దీనంగా తల్లి వైపు చూచాడు. తల్లికి వాసన బియ్యం ఇంకా జ్ఞాపకముండడం ఎంత ఆశ్చర్యకరమైన విషయం! తన్ను యింటినుండి వెడలగొట్టిన సంగతి ఆమెకు జ్ఞాపకంలేదు. కాని అతగాడు తన తల్లి బలహీనతను బాగా ఎరుగును. అందువల్ల అతడు తల ఊపి ఊరకున్నప్పుడు. తల్లికూడ మాటిమాటికి తల ఊపి, తన కోడలివైపు తిరిగి ఆమెతో అనసాగింది: 'మాలా, నువ్వు మరాఠీ పిల్లవు. మా గ్రామంలోని బియ్యపు సువాసన సంగతి నీకేం తెలుసు? నువ్వెప్పుడైనా మా 'బస్మీ' వాసన బియ్యాన్ని తినియున్నట్లయితే, నీతో నేను మాట్లాడతాను."

మాలాకు ఒళ్లు మండింది. ఆమె అన్నది: "అవునత్తా! నేను మీ ఊరు చూడలేదు. మీ ఊరి బియ్యం తినలేదు. కొందరు నిజం పలుకుతారు, మరికొందరు అబద్ధం ఆడుతారు. ఏమైనా, నాకేం తెలుసు అత్తా."

"మంచిది. నేను అబద్ధం పలికేదాన్ని, నువ్వునిజం పలికేదానివి. అవునవును, సరిగా చెప్పావు. నేను అబద్ధం పలికేదాన్ని. నువ్వు సత్యవంతురాలివి. ఎంచేతంటే, నువ్వు ఇల్లాలివి. నాకు యిప్పుడోయిల్లంటూ లేదు" తల్లికంటతడి పెట్టి అనసాగింది: "ఇప్పుడు నా చేలు నావిగావు. నా బియ్యాన్ని నా వద్ద నుండి బలవంతంగా గుంజుకొనిపోయిన పాకిస్తానీ బియ్యపు దొంగలపై పిడుగు పడుగాక! లేకపోతే నాకేం ఖర్మ. యీ పిల్ల, ఈ రెట్టమతపు అడ్డదిడ్డంగా మాట్లాడే యీ పిల్ల యింటికి రావడానికి?"

మాలా తన చేతివ్రేళ్లు ఎగురవేస్తూ అన్నది. "భలే! నా రెట్ట మతాన్ని ఎత్తిపొడుస్తున్నారా? మీ రెట్టమత మే మైనట్టు ? మరచిపోయారా? మీ భాష ఏంభాష? పంజాబీ వట్టిఅనాగరికుల భాష.

తల్లి బిగ్గరగా అరచి అన్నది: "నీ మరాఠీ భాష ఎటువంటిదే? నువ్వు మాట్లాడుతుంటే, నోట్లో రాళ్ళు వేసుకొని నమలుతున్నట్లుగా ఉంది."

"మీ నోట్లో రాళ్ళుపడా!"

"నీ నోట్లోనే!"

మాలా, సర్దారిణి లేచి నిలబడ్డారు. చివరి కేదో ఒకటి తేలిపోయేది. పెద్ద రగడే జరిగేది. కాని త్రిలోచన్ వారిద్దరి మధ్యకు వచ్చాడు. అత్తా కోడళ్ళ నిద్దరినీ గదమాయించ సాగాడు. తమ తల్లీ అవ్వా జగడమాడుకోవడం, తండ్రి వారిద్దరినీ శాంతింపజేయటానికి ప్రయత్నిస్తూండడం చూచి త్రిలోచన్ పిల్లలు ఏడ్వడం మొదలెట్టారు. అందరికంటె చిన్నపిల్ల రాజ్‌కనూర్ చాల భయపడిపోయింది. త్రిలోచన్ తన బిడ్డకు రాజ్‌కసూర్ అని పేరు పెట్టాడు. ప్రేమ అనేది ఒక చోటనుండి మరొక చోటకు ఎలా వచ్చేస్తుంది, ప్రియురాలిపై గల ప్రేమ బిడ్డయందు మమకారంగా, పుత్రవాత్సల్యంగా ఎలా మారిపోతుందనేది ఒక చిత్రమైన ఆసక్తిదాయకమైన విషయం. త్రిలోచన్ రాజ్‌కనూర్‌ని ఒడిలో పెట్టుకొని బుజ్జగించాడు. లాలన చేశాడు. సముదాయించాడు. పెద్దపిల్లవాణ్ణి అవ్వ ఓదార్చింది. మిగిలిన యిద్దరు పసికాయలు మాలా చీర చెంగు పట్టుకొని ఏడ్వసాగారు. మాలా వారిని ముద్దిడసాగింది. అత్తా, కోడళ్లిద్దరూ తమ జగడం మరిచిపోయారు.

త్రిలోచన్ అన్నాడు: "ఇవాళ వస్తుప్రదర్శనానికి వెళ్ళవలసియున్నది. ఇవాళ స్టూడియో మూసివేశాను. ఇతర పనులన్నీ మానుకొని పిల్లల్ని సిద్ధంచేశా. మీ రిద్దరూ యీ లడాయి పెట్టుకొని కూర్చున్నారు. మాలా. నువ్వేం ఊరికే కూర్చోలేవా? అమ్మ గడుసరిదనుకో! దుడుకుస్వభావంగల దామె. ఏం, ఆమెకోసం కొద్దిసేపు నువ్వు నీ వాదాలత్వాన్ని పండ్లకింద ఆదుముకొని యుండలేవా?"

"అలాగే, చూడండి!" అంటూ మాలా గప్‌చిప్‌గా నోరు మూసికొని పండ్లపై పండ్లు గట్టిగా ఆనించి చూపించింది. అది త్రిలోచన్‌కి బాగా నచ్చింది. త్రిలోచన్ చిరునవ్వు నవ్వాడు. తల్లి కూడ నవ్వింది. మాలా మరాఠీ పిల్ల. అంటే, వేరేజాతిది. కాని చాల చక్కనిది. నే డామె తన మాటల్ని పండ్లక్రింద ఆదుముకొని చూపించినప్పుడు, సర్దారిణికి ఆమె ఒక అమాయకమైన, అందమైన, ప్రియమైన పిల్లవలె గోచరించింది. తల్లి ఆమె విధేయతకు చాల మెచ్చుకొని ముసిముసినవ్వులు నవ్వింది. అత్త నవ్వడంచూచి మాలా వైఖరి కూడ మారింది, ఆమె తటాలున లేచివచ్చి అత్త పాదాలు పట్టుకొంది. అత్త వెంటనే ఆమెను కౌగిలించుకొంది. ఉత్కంఠతో ఆమె అన్నది: "దైవం నీ మంగళ సూత్రాన్ని పదికాలాలపాటు భద్రంగా వుంచుగాక! నువ్వు నా ఒక్కగాని ఒక్కకోడలివి. నాతో వైరం పెట్టుకోకమ్మా."

"నే నెక్కడ వైరం పెట్టుకుంటున్నా?" మాలా తనకైతానే అత్త ఒడిలో దూరింది.

త్రిలోచన్ అన్నాడు: "మంచిది. ఇక నువ్వూ, అమ్మా త్వరగా అన్నం తినండి. ప్రదర్శనానికి ఆలస్యమవుతున్నది."

తల్లి అన్నది: "లేదు, త్రిలోచన్. నేను ప్రదర్శనం చూడటానికి రాను."

"చాలమంచి ప్రదర్శనమమ్మా. ఈ ప్రదర్శనంవల్ల రష్యా, చీనా. జెకోస్లావేకియా, పోలండు, హంగరీ మొదలైన దేశాల్లో ప్రజానీకం నవజీవనం ఎలా ఆరంభించిందీ తెలుస్తుంది."

"నవజీవన మంటే?"

"నవజీవనమంటే, ఆయా దేశాల్లో ప్రజలు బానిస సంకెళ్ళు త్రెంచివేసి, స్వాతంత్ర్యాన్ని పొంది, తమ జీవితాన్ని ఎలా బాగుపర్చుకొన్నారో అది. దీన్ని మనం ప్రదర్శనలో కండ్లారా చూస్తాం. ఉదాహరణకు చైనాను తీసుకో. రష్యా సరే సరి. చాల ముందజ వేసిన దేశం చైనానే చూడు, స్వాతంత్ర్యం పొంది రెండేండ్లయిందో లేదో చైనీయులు ఎక్కడనుంచి, ఎక్కడకి ముందుకు పోయారో ఆ ప్రదర్శనం వల్ల మనం తెలిసికోగలం.

తల్లి తిరస్కారసూచకంగా తల ఊపి అంది: "ఇదెలా జరుగుతుంది? మనకు స్వాతంత్ర్యం వచ్చి నాలుగేండ్లయినా, మన మేం చేయలేకపోయామే! ఇప్పటిదనుక అవే దరిద్రపు ముడిబియ్యం తింటున్నాం కదా! చైనీయులు ఇంత త్వరగా ఎలా ముందుకుపోగలరు? ఏం, వారి కేమైనా నాల్గు చేతులు, నాల్గు కాళ్ళున్నాయా? ఏం మాట చెప్తావయ్యా నువ్వు!"

"లేదమ్మా," త్రిలోచన్ ఆమెకు నచ్చజెప్పుతూ అన్నాడు: "చైనీయులు పనిచేసే పద్ధతికి, మన పద్ధతికి తేడా ఉంది. అక్కడ యధార్థంగా ప్రజలే పరిపాలనను హస్తగతం చేసుకొన్నారు. వాండ్లు జమీందారీ విధానాన్ని రద్దుపరచి భూమినంతటినీ దుక్కి దున్నే రైతులకు పంచిపెట్టారు. ఫలితంగా అక్కడి రైతులంతా నేడు తెల్లబియ్యం తింటున్నారు."

"అయితే, నేరుగా ఎందుకు చెప్పవు. చైనీయులుకూడ పాకిస్తానీల వలె బియ్యపు? దొంగలని. మా బియ్యం గుంజుకొని వారే స్వయంగా తింటున్నారు. అట్టి బియ్యపుదొంగల ప్రదర్శనానికి నే నెందుకు వస్తాను?"

"అమ్మా! చైనాసంగతి, పాకిస్తాన్ సంగతి ఒకటికాదు. పాకిస్తాన్‌లో నీ జమీందారీని ముల్క్‌లాల్‌ఖాన్, ముల్క్ పేందాఖాన్‌లకు పంచిపెట్టలేదు. దానిని జలంధరులోని పఠాను జమీందారు షహబాజ్ ఖాన్ పేరిట దోచి, ఆయన కిచ్చారు. వట్టి జమీందారు పేరుమాత్రమే మారింది. కాని జమీందారీ (విధానం) మారలేదు. నిస్సంశయంగా గురుద్వారాల అధ్యాయం ముగిసింది. కాని మసీదు పాదరక్షల ఆధిపత్యం యథావిధిగా శాశ్వతంగా ఉంది. సన్నబియ్యం, వాసన బియ్యంతినేవారు. ఇదేవిధంగా మొద్దుబియ్యం

తినేవారిపై ఆధికారం చలాయిస్తున్నారు. ఎలా అంటే, యిక్కడ నవాబులుగా ఉన్నవారు అక్కడికి వెళ్ళి అక్కడగూడ నవాబులుగానే వుండిపోయారు. అక్కడ రాజులుగా ఉన్నవారు యిక్కడికివచ్చి యిక్కడ గూడ రాజులుగానే స్థిరపడిపోయారు. కాని అక్కడ (చైనాలో) ప్రజలు మనవలె మోసపోలేదు. వాండ్లక్కడ నవాబీ, జమీందారీ విధానాన్ని ఒక్క దెబ్బతో రద్దుపరచారు"

తల్లి నవ్వి అన్నది: "త్రిలోచన్, నువ్వు మొదటినుంచీ బియ్యపు దొంగల ఆప్తమిత్రుడుగానే ఉంటూ వచ్చావు. అందుకని నువ్వు వాండ్లను సమర్థిస్తున్నావు? వారిపై మాట పడనీయవు. అందువల్లనే నీ తండ్రి నిన్ను ఇంటినుంచి వెడలగొట్టాడు. నీ మాటలన్నీ అలాంటివే."

అమ్మా, నువ్విప్పుడు వస్తావా లేక అనవసరంగా వాదం చేస్తూ కూర్చుంటావా?"

"ఎందుకురాను? ఇంటిల్లిపాదీ కదిలిపోతుంటే నేనొక్కతెనే యీడ కూర్చొని ఏం చేయను?"

మాలా అన్నది: "మన యింటి ప్రక్కావిడ పుష్ప నాగరత్న కూడ వస్తున్నది. ఆమెను కూడ వెంటబెట్టుకొని వెడదాం."

ప్రదర్శనాన్ని చేరుకొన్న తర్వాత పుష్ప నాగరత్న, ఆమె భర్త ప్రదర్శనంలోని రష్యా విభాగాల్ని చూడటానికి వెళ్ళారు. రష్యా విభాగం అన్నిటికంటె ఎత్తుగా, శోభాయమానంగా, ధీటుగా, చాలా పసందుగా వున్నది. అన్నిటికంటె ముందుగా రష్యా విభాగాన్ని చూడాలని మాలా ఉబలాటపడ్డది. కాని త్రిలోచన్ తల్లి అన్నిటికంటె ముందు చైనా విభాగాన్ని చూడటంమీద ఆసక్తి చూపింది. "రెండేండ్లలోనే చైనీయు లెలా అంత అభివృద్ధి సాధించిందీ నేను చూస్తాను. నాకేం నమ్మకంలేదు. అందుకని అన్నిటికంటె ముందుగా నేను చైనా విభాగాన్ని చూస్తాను." అని ఆమె అనసాగింది.

త్రిలోచన్ తన భార్యను, తల్లిని, పిల్లల్ని తీసికొని చైనా విభాగంలోకి ప్రవేశించాడు. మెల్లమెల్లగా ప్రతిభాగాన్ని, ప్రతి అంశాన్ని తల్లికి చూపిస్తూ, ఆమెకు విపులంగా అర్థమయ్యేటట్లు చెప్తూతూ త్రిలోచన్ ముందుకు సాగిపోతున్నాడు.

"చూడమ్మా, యిది చీనాదేశపు బొగ్గు. ఇది ముడి ఇనుము. ఇవి రెండూ మంచూరియాలోని గనులనుండి తీయబడతాయి. మంచూరియా చైనాలోదే. చైనాలో పెద్ద పెద్ద బొగ్గుగనులు, ఇనుప గనులు ఉన్నాయి."

"మన హిందూదేశంలో కూడ పెద్దపెద్ద బొగ్గుగనులు, యినుప గనులున్నాయికదా!"

"ఇవి చూడు. ఇవి చైనాదేశపు పళ్ళెరాలు. ఎంత అందంగా ఉన్నాయో చూడు!"

"అయితే, మన మురాదాబాద్ పళ్ళెరాలు అందంలో వీటికేమీ తీసిపోవు."

"ఇవి చీనా గుడ్డలు. పట్టు వస్త్రాలు, నూలు వస్త్రాలూను. ఇదో, ఈ చీనా బ్రొకేడ్ చూడు."

"మనదేశంలో గూడ ఏ రకం కావలెనంటే ఆ రకం పట్టు వస్త్రాలు తయారవుతాయి. బ్రొకేడ్ కూడ యిక్కడ దొరకుతుందే! బెనారస్ చీరతో తులతూగేది ప్రపంచంలో ఎక్కడా లేదు."

"ఇది చూడు. వరి, గోధుమ కంకులతో తయారయిన వస్తువులు. అందమైన పల్చని చాపలు, టోపీలు, పెట్టెలు, బూట్లు."

"దీంట్లో కొత్తసంగతేమున్నది? మన 'బస్సీ' రైతుపడుచులు సరిగ్గా యిలాంటి వస్తువుల్నే తయారుచేస్తారు."

"ఈ కాగితపు వస్తువులు చూడండి. ఈ టేబిలు లాంపు..."

"కాశ్మీరపు 'పేపర్ మాసీ' దానికంటె బావుంటుంది. నమ్మకం లేకపోతే శ్రీనగర్ వెళ్ళి, చూడు. ఒక పర్యాయం నేను సర్దార్‌జీ వెంట శ్రీనగర్ వెళ్ళి స్వయంగా నా కండ్లతో చూచా."

"ఇవుగో తోలువస్తువులు."

"అయితే,"

'కలాలు"

"అయితే"

"యంత్ర సామగ్రి"

"అయితే–"

"గాల్వనో మీటరు"

"కాని –"

త్రిలోచన్ ప్రతి వస్తువును ఎత్తి చూపిస్తూ పోయాడు. తల్లి చాల శ్రద్ధతో చూస్తూనే, 'అయితే ' అంటూ అతడనేదానికి అడ్డుపుల్ల వేస్తూ, మధ్య మధ్య తన పెదవుల్ని అయిష్టసూచకంగా విరుస్తూ, ఆడిస్తూ, "మన దేశంలో ఈ వస్తువులన్నీ వీటికంటె చాలా బాగా తయారుచేస్తున్నారు" అని సమర్థించుకొనేది.

త్రిలోచన్ కోపం లోలోపల పెరుగుతోంది. 'చిత్రమైన స్త్రీ. ఈమెకు ఏ వస్తువూ నచ్చదు." అని అనుకొనేవాడు. కాని అతగా డా ప్రదర్శనంలో తల్లితో ఎలా పోట్లాడగలడు? అందుకని విషం మింగిన వానివలె ఊరకున్నాడు. ఇప్పుడాయన భారమనస్కుడై వస్తువుల్ని

వేలెత్తి చూపెట్టడం మానేశాడు. నిశ్శబ్దంగా తన కుటుంబీకులతో కలిసి నడవ సాగాడు. ఇప్పటికి వీరు చీనా విభాగపు చివరిదశ చేరుకొన్నారు. త్రిలోచన్ బాల భారమైన హృదయంతో తన తల్లి వెంట నడుస్తున్నాడు. అకస్మాత్తుగా ఆయన తల్లి నోటిగుండా సంతోషంతో కూడిన ఒక పెద్ద కేక వినబడింది. ఆమె రెండు చేతులు ముందుకు చాచి పరుగిడింది.

మాలా గాభరాపడి ఆమెకేం జరిగిందోనని తన అత్తవైపు చూచింది. మరుక్షణంలో ఆమె నోటిగుండా కూడ సంతోష పూర్వకమైన ఒక కేక వెలువడింది. ఆమె కూడ తన భర్తను, పిల్లల్ని వదిలేసి అత్త వెనకాల దౌడుతీసింది.

ఎదురుగా వేల మణుగుల మొక్కజొన్న, వేల మణుగుల గోధుమ, వేల మణుగుల బియ్యపురాసులు పెద్ద పెద్ద కుప్పలుగా వేసియున్నారు. ఇంత పెద్ద రాసులు మాలా యెన్నడూ చూచి యుండలేదు. ఎంచేతంటే, ఆమె బొంబాయిలోని బియ్యం తిని, వాటిలోనే పెరిగింది. త్రిలోచన్‌తల్లి కూడా, ఆమె కొౕక జమీందారీ కూడా ఉండిందికదా! తన జీవితంలో యిన్ని ధాన్యం, యింత పెద్ద రాసులుగా వొకేచోట పోసియుండడం చూడలేదు. ఆమె పట్టరాని ఆనందంతో తన చేతుల్ని మోచేతులవఱకూ మెరుస్తున్న బియ్యపు రాశిలోనికి పోనిచ్చింది. అవే సన్నని, పల్చని, తీగల్లాంటి బియ్యం! వాటికోసమే ఆమె ప్రాణం కొట్టుకలాడింది. యిన్నాళ్లు! ఏం నిజంగా ఆ బియ్యమేనా యివి? ఆమె కింకా నమ్మకం కలగలా! ఒక వనిత ఆనందాతిశయంతో తన బిడ్డను పై కెగురవేసి, మరల కిందికి వచ్చిన వానిని తన హృదయానికి హత్తుకొన్నట్లు ఆమె సారెసారెకు ఆ బియ్యాన్ని తన పిడికిలినిండా తీసికొని, వాటిని పై కెగరవేసింది. ఇప్పటికికూడా అవి చైనావారు పండించిన బియ్యమన్న విషయంలో నమ్మకం కుదరలేదామెకు. ఈ రోజామె చైనా బియ్యాన్ని అమితంగా ప్రేమిస్తోంది. ఎంచేతంటే, ఈ రోజామె తిరిగి తన పొలాలలోకి వచ్చేసింది. ఈ రోజామె ముందర వరికంకులున్నాయి. ఈ రోజు ఊళ్లో ధాన్యం కోస్తున్నారు. స్త్రీలు నవజీవనగానం ఆలపిస్తున్నారు. తల్లి కళ్ళ వెంట నీళ్ళు జారాయి. ఆమె కీ నాడు తన బియ్యం దొరికినందువల్ల.

త్రిలోచన్ అనుకొన్నాడుగదా, ఆ ధాన్యపురాసుల ముందర తన తల్లి ఒక్కతెయే లేదని, బొంబాయిలోని వందలాది తల్లులు, కోడళ్లు, తమ హృదయవాంఛితాన్ని చేతబట్టుకొని, తహతహతో అక్కడ నిలబడియున్నారని, వారి హృదయాలు విచిత్రానుభూతితో సముద్రతరంగాలవలె ఉవ్వెత్తున లేచిపడుతున్నాయి. రేషను దుకాణం ముందర తీక్షణంగా ఎండ కాస్తుండగా, పొడుగాటి వరుసల్లో అలసి, సొలసి, విసిగి,

వేసారి, నిట్టూర్చిన పాద యుగళాలు మెల్ల మెల్లగా కచ్చపాలవలె ధాన్యంవైపు అంగలువేస్తూ, అపరాధులకుమల్లే తమ పేర్లు వ్రాయబడిన దళసరివి, పచ్చనివీ అయిన రేషను కార్డులతో ముందుకు సాగిపోతాయి. ఈ పొడుగాటి వరుసయొక్క అంతంలో వారికి ఒక యూనిట్ బియ్యంగాని, రెండు యూనిట్ల గోధుమలుగాని దొరుకుతాయి. ఆ పిడికెడు ధాన్యాన్ని వారు తవ జోలెలలో వేసికొని ఆలోచించసాగుతారు. ఇది వారంరోజుల ధాన్యం. వారంలో యివి ఎన్ని రోజులొస్తాయి? ఈ పిడికెడు ధాన్యంతో ఆమె ఎవరెవరి ఆకలి తీరుస్తుంది? తన పిల్లల ఆకలి తీరుస్తుందా? తన భర్త ఆకలి తీరుస్తుందా? తన ముసలి తండ్రి ఆకలి తీరుస్తుందా? పిల్లల కెక్కువ ఆకలి వేస్తుందన్న సంగతి రేషను ఇచ్చేవారికి తెలియదా? వారొక్కపరికాదు, రెండుసార్లు కాదు, దినంలో పది పర్యాయాలు అన్నం కావాలని అడుగుతారు. ఎంచేతంటే, చేతులు పొడుగవాలనీ, కాళ్లు ఏపుగా పెరగాలనీ, కండ్ల కాంతి, జ్యోతి ఎక్కువ కావాలని కోరుకుంటాయి గనుక; మొగ్గలు పుష్పించాలని కోరుకుంటాయి గనుక. కాని రేషను దుకాణంలో వ్యక్తి కెన్ని యూనిట్లు నిర్ణయించారో అన్ని యూనిట్లు మాత్రమే దొరకుతాయి. పుష్పాలకు మంచు బిందువులు, అరుణోదయ కాంతులు లభించవు. అక్కడ ఆహారం దొరకదు సరిగదా కొద్దికొద్దిగా రగిలే ఆకలి లభిస్తుంది; మెల్లమెల్లగా దాపురించే మృత్యువు తారసిల్లుతుంది. ఒక యూనిట్ లేక రెండు యూనిట్లు. స్త్రీల హృదయాలు ఈ హృదయవిదారకమైన ఆలోచనలతో భారమై క్రుంగిపోయియున్నాయి. అకస్మాత్తుగా ఒక ముదుసలి ఆలోచనారహితంగా తన చెక్కిళ్ళను గోధుమరాశికి అనించడం త్రిలోచన్ చూశాడు. ఆమె తన కండ్లు మూసుకొంది కూడ. అప్పుడామె ముఖంలో పసిపాప ముఖంలో అగుపించే జీవకళ, తేజస్సు, నిశ్చలత్వం. నిర్మలత్వం, సంతుష్టి ఆగుపించాయి. తన జీవితసర్వస్వంలో తనకు లభ్యమైన రేషను కార్డులన్నింటినీ ఆమె చించివేస్తున్నట్లుగా, మానవుని కష్టం గోధుమలోని రంగారు బంగారుజీరల్ని, మొక్కజోన్నలోని తేనె లొలుకు తియ్యదనాన్ని సృష్టించే నూత్న జగత్తులోకి గభాలున కాలు పెట్టినట్లుగా అనిపించింది త్రిలోచన్‌కు. తన పిల్లలు ఇతర పిల్లలతో ధాన్యపురాసుల దగ్గర గంతులువేయడం చూస్తున్న తన పత్నివైపు త్రిలోచన్ చాలా సంతోషంతో చూశాడు. ఈవేళ అందరు స్త్రీలు, మగవారు, పిల్లలు, వృద్ధులు ఒకేవిధమైన ఆనందంతో పరవశు లవుతున్నారు. ఇప్పటివఅకు అసాధ్యమనుకొని తమ జీవితాంత రంగపు చీకటికోణంలో బంధించియుంచిన అన్ని కలలూ నేటికి నిజమయ్యా యన్న సంతృప్తి వారి వదనాల్లో స్పష్టంగా కన్పించింది త్రిలోచన్‌కు. ఈ దినం వీరి చూపులు తలవనితలంపుగా నవచైనాకు చేతులెత్తి నమస్కరిస్తున్నాయి. తమ ఆవిరళ కృషితో నవజీవనపు సౌధాలు నిర్మించి, వారి ముందుంచిన

నవజీవన విధానాన్ని, నవ్యానురాగాన్ని నమస్కరిస్తున్నాయి. దూర దూరంగా నిల్చొని, ఇదంతా పరికిస్తున్న చీనా కార్యకర్తలు కూడ సంతోషంతో చిరునవ్వు నవ్వుతున్నారు. బహుశా, ప్రస్తుత పరిస్థితి నిలా సమీక్షిస్తున్నారు కాబోలు: "మేము చేసింది మీరుకూడా చేయగలరు. మీ కలలుకూడ నిజం కాగలవు. కాని, ఈ కలలు కేవలం చూడటంవల్ల నిజం కావు. మొదట నాగలి పట్టాలి. దుక్కి దున్నాలి. తమ రక్తాన్ని చిందించి భూమిలో నాటాలి. అప్పటికి స్వప్నాల తొలిపంట నిజమౌతుంది."

రాత్రి తొమ్మిది గంటలకు ఇల్లు చేరారు. దారిలో త్రిలోచన్ తల్లి అసలు మాట్లాడనేలేదు. త్రిలోచన్‌కూడ తన తల్లితో ఏమీ మాట్లాడలేదు. అపుడపుడు తన తల్లిని కీగంటితో చూచేవాడు. చూచిన ప్రతిపర్యాయం ఆమె ఆలోచనలో మునిగి యున్నట్లుగా అర్థమైందాయనకు. ఇల్లు చేరిం తర్వాత మాలా తలుపు గొళ్ళెంతీసి దీపం వెలిగించింది. చిన్నపిల్ల మాదిరిగా తన అత్తనడిగింది: "పిల్ల లిపుడు ఆకలిగొని యున్నారు. ఏం వండితే త్వరగా తయారౌతుంది?"

ఆ మొద్దుబియ్యమే వండు. త్వరగా ఉడుకుతాయి."

"మీరు మొద్దుబియ్యం తింటారా? మీకు కోపంరాదూ?"

"రాదు," అత్త చాల ఆత్మవిశ్వాసంతో అంది.

మాలా చిరునవ్వునవ్వి అంది: "అత్తా, యివాళ మీకు తెల్లబియ్యపు అన్నం పెడితే మీరు నా కేమిస్తారు?" ఇలా అని మాలా తన చేతిసంచీ విప్పి, దానిని ముక్కాలిపీటమీద తల్లక్రిందులుగా విదిలించింది. చీనా బియ్యం ముక్కాలిపీటమీద నలువైపులా విస్తరించాయి ఒక పిడికెడు బియ్యం.

త్రిలోచన్ ఆందోళనతో మాలావైపు చూడసాగాడు.

ఇంతలో ఆయన పెద్ద కొడుకు ముందుకు వచ్చాడు. వాడు తన జేబులు తడివి రెండు పిడికెళ్ళ బియ్యం వెలికితీసి, ముక్కాలి పీటమీద పడవేశాడు. రెండవవాడు భయపడుతూ, భయపడుతూ ముందుకు వచ్చాడు. వాడి తర్వాతవాడు కూడ ముందుకు వచ్చాడు. ఇద్దరి జేబులలో నుంచి అవే బియ్యం వెలికి వచ్చాయి. ముక్కాలిపీటమీద తెల్లబియ్యపు పోగు పడ్డది. పసిబాలిక రాజ్‌కనూర్ తన చిరుత చేతుల్తో తన చిన్న గౌనులోని జేబును తడివింది. అందులోంచి తెల్లబియ్యాన్ని తీసి, తన చిన్నపిడికిలి నింపి, దానిని తన తల్లికి చూపుతూ అంది: నేనుకూడ బియ్యం తెత్తా. తూడు. నేనుకూడ బియ్యం తెత్తా" అని. ఇప్పుడందరి పిల్లల చూపులు, మాలా, త్రిలోచన్ల చూపులు తల్లిపై బడ్డాయి. తల్లి ఆ చూపుల భారాన్ని మోయలేక పోయింది. ఆమె ముఖం ఒక్కసారి ఎర్రబడింది.

కండ్లు వాటంతటవే కిందికి వాలిపోయాయి. ఆమె తనవేళ్లు స్థిమితంగా లేవన్న సంగతి గమనించి వాటితో తన కొంగును తడివింది కొంగు వెంబడే ఒక పిడికెడు బియ్యం వాటంతటవే జారి ముక్కాలిపీటపై పడ్డాయి. త్రిలోచన్ నవ్వి అన్నాడు: "అమ్మా! నువ్వు కూడానా? – బియ్యపు దొంగ? – !!!"

తల్లి తలవంచి మిన్నకుంది. చాలసేపటివఱకు గమ్మునుంది. మెల్లమెల్లగా తలపైకెత్తి, కుమారునితో అంది: "ఇవాళ నాకు తెలిసిపోయింది మీరు బియ్యపు దొంగలుకాదని, మీరు బియ్యాన్ని పుట్టించేవారు. కొద్ది బియ్యాన్ని చాలా బియ్యంగా, మొద్దుబియ్యాన్ని తెల్లబియ్యంగా మార్చేవారు. మీరింత చేసినా, మిమ్మల్ని లోకం బియ్యపు దొంగలని నిందిస్తే నిందిచనివ్వండి. నే నీ రోజునుంచి మీ దాన్ని. మీ వైపున్నానని భావించండి. ఈశ్వరుడు మీకు చిరాయువు నిచ్చుగాక!"

ఇలా అని తల్లి త్రిలోచన్‌ని కౌగిలించుకొని అతని లలాటాన్ని చుంబించింది. త్రిలోచన్ ముఖం వికసించింది.

మాలా సంతోషంతో ఉప్పొంగింది.

పిల్లలు ముక్కాలిపీటపై తెల్లబియ్యాన్ని చూచి చూచి, సంతసంతో కేకలువేస్తూ, చప్పట్లు చరుస్తూ, ఆడదొడిగారు. ఈ గోలవిని మాలా పొరుగావిడ పుష్పనాగరత్న లోనికివచ్చి, అడిగింది: "ఏం సంగతి? దేనికింత సంతోషం, గలభా?"

మాలా అన్నది: "ఇవాళ మా యింటికి ఒక చీనా అతిథి వచ్చాడు." అలా అని ముక్కాలి పీటపై పడియున్న తెల్లబియ్యంవైపు సైగ చేసింది.

నాగరత్న ఆ బియ్యంవైపు చూచింది. తర్వాత మాలావైపు చూచి, ఫక్కున నవ్వి అన్నది – "ఈ అతిథి ఈ దినం మా యింటికి కూడ వచ్చాడు!"

❋ ❋ ❋

శాంతినికూర్చే చల్లని వేళ్లు

విమానయానం చేస్తూ ఒక చోటనుండి మరొక చోటికి పోవడమంటే ఒక గదినుండి రెండవ గదిలోకి ప్రవేశించినట్లు ఉంటుంది; లేదా ప్రమాదమే సంభవించిందనుకోండి. అప్పుడుకూడ ఒక వ్యవస్థనుండి వేరొక వ్యవస్థలోకి వెడుతున్నట్లు ఉంటుంది. కాని రైలుబండిలోని గదులు, స్థితులు ఇలా వెన్వెంటనే మారవు కదా! మెల్ల మెల్లగా నడుస్తోంటాయి. అంచేత రైలుబండిలో ప్రయాణం చేయడం నాకు బాగుంటుంది. అదికూడా బొగ్గు, నీళ్ళతో నడిచే నల్లయింజనుగల బండిలో, బొంబాయిలోని ఎలక్ట్రిక్ రైలు అచ్చం శిరచ్ఛేదనం చేయబడిన దానివలె కనిపిస్తుంది. నా కది ఏమంత నచ్చదు. దాని తల ఎటుందో, మొండె మెటుందో బోధపడదు. ఒకప్పుడు తనతోనడుస్తుంది. మరొకప్పుడు మొండెంతో, బొంబాయికి మీరు కొత్తగా వచ్చి, స్టేషనులో నిలబడి యున్న బండిని చూస్తే అది ఉత్తరానికి పోతుందో, దక్షిణానికి పోతుందో తెలిసికోలేరు. తరచు అనేకమంది యిలాగే మోసపోయి, చర్చిగేట్ పోవాలనుకొని బోరీబందరు చేరుకొంటారు. ఇటువంటి బండ్లు నాల్లు వందల యిరవై ఉన్నాయి. డెమాక్రాటిక్ సోషలిజంవలె అవి కుడివైపు వెడతాయో, ఎడమవైపు వెడతాయోకూడ అర్థంకాదు. కాని మీరు నల్ల యింజన్‌గల బండి విషయంలో యిటువంటి పద ప్రయోగం చేయలేరు. బొగ్గు, నీరు నింపుకొని ఇంజను నిప్పురవ్వల్ని వెదజల్లుతూ ఆవిరి విరజిమ్ముతూ, పొగగొట్టంగుండా పొగ వదుల్తూ, పొడుగాటి పాతిక పెట్టెల సముదాయాన్ని లాగుతూ, స్టేషను యార్డులోకి, నిక్కు, నీటు కనబరుస్తూ దౌడుతీస్తూ వస్తుంటే, ఒక ఉన్నతాధికారి, లేదా సేనాధిపతి పరివార సమేతంగా వస్తున్నాడా అనిపిస్తుంది. ప్రయాణీకులు ఆత్రుతతో తొందరగా బండివద్దకు వస్తారు. బేరగాళ్ళు బిగ్గరగా కేకలు వేయనారంభిస్తారు. మొద్దు, మొరటు ప్రయాణీకుడు కూడ ఇంజను తగిలింపబడినవైపే బండి ప్రయాణిస్తుందని తెలుసుకుంటాడు. బండి ఎటు పోయేదీ తెలిస్తే, మోసపోవలసిన అవసరం ఉండదు.

అందువల్ల నేను మద్రాసు జనతా ఎక్స్‌ప్రెస్‌లో కూర్చున్నపుడు దాని ముందున్న

నల్ల యింజనును చూడగా, అది మద్రాసువైపే నడుస్తుందనీ, సముద్రంలోకి తీసుకెళ్ళి మునగదనీ నమ్మకం కల్గింది నాకు. దీనికి తోడు జనతా ఎక్స్‌ప్రెస్‌లో వేరొక సుగుణమున్నది. దాంట్లో పెట్టెలన్నీ మూడవ తరగతివే. ఇప్పుడు స్టేషన్‌లో నిలబడి యున్న జనతా ఎక్స్‌ప్రెస్ విషయమేమంటే, పూర్వం తెల్లదొరలు పాడుజేసియుంచిన సమస్త వ్యవహారాల్నీ పదిహేను ఆగస్టు స్వాతంత్ర్యానంతరం మన పరిపాలకులు చక్కదిద్దారు. ఆనాడు మొదట్లో మొదటి తరగతి ఉండేది; రెండవ తరగతి ఉండేది; ఇంటరు క్లాసు ఉండేది; తర్వాత మూడవ తరగతి ఉండేది. జనతా ఎక్స్‌ప్రెస్ ఆ పద్ధతినే మార్చివేసింది. ఇప్పుడు రెండే రెండు తరగతులు; లేదా రెండే రెండు విధాలైన బండ్లు మిగిలిపోయాయి. ఒకటి జనతాబండి. దాంట్లో జనత ప్రయాణం చేస్తుంది. రెండోది అజనతాబండి దాంట్లో అజంతా బొమ్మలాంటి నారీరత్నాలు తమ విభులతో ప్రయాణం చేస్తుంటారు. జనతాకి, అజనతాకి నడుమగల భేదం యిప్పటిదికాదు; వేల సంవత్సరాలది. అదే నేడుకూడ స్టేషను ప్లాటుఫారంపై మనకు గోచరిస్తుంది.

నా వెంట క్రిషన్ అనే ఆయన ఉన్నాడు. బక్కపలచగా ఉంటాడు. అతడు మాట్లాడుతోంటే ఒకవిధమైన వాసన వేసేది. ఆయన చూపుల్ని బట్టి ఆయన తన టిక్కెట్టు ఎక్కడో మరిచిపోయి వచ్చేశాడని తెలిసింది నాకు. తాను పోవలసిన బండిలోనే కాక వేరే యీ బండిలో ఎక్కికూర్చున్నాడు. ఎవరో యింకొక వ్యక్తితోబాటు ప్రయాణం చేస్తున్నాడు. నాపేరు క్రిషన్ చందర్ అని, ఆయన టిక్కెట్టు నా సంచిలో పడివుందని, సామాను వగైరా పైన చెక్కమీద ఉన్నాయని, బండి మద్రాసువైపు పోతుందని, నే నాయనతో చెప్పినపుడు, అతగాడు 'అమ్మయ్య' అని ఒక్క శ్వాస పీల్చి, కిటికీగుండా తల దూర్చి, దువ్వెన బేరంచేయ మొదలెట్టాడు.

క్రిషన్ నావైపు చూచి నవ్వి యిలా అన్నాడు: "ఇంట్లో నే నేదో మరచి వచ్చానని ఆందోళన పడ్డా ఇప్పుడు గుర్తుకొచ్చింది – దువ్వెన. మీరు తీసుకొచ్చారా దువ్వెన?"

"తీసికొని రానూలేదు, మరచిపోనూలేదు."

"అరె, అ దెలా? తీసికొని రానూలేదూ, మరచిపోనూ లేదా?"

"అవును"నే నన్నాను. "మరచిపోనందువల్ల తేలేదు. దువ్వెన అవసరం లేనందువల్ల మరచిపోలేదు. కాస్త పైన, అంటే ఆ పై చెక్కమీద, కూర్చొని నా తలవైపు పరికిస్తే, ఏం యిక్కడ మనిషి తల యేదీ లేనట్లూ, తబలా తోలేదో ఉన్నట్లూ గోచరంకాదూ?"

క్రిషన్ మొదట గట్టిగా నవ్వాడు; తర్వాత కొద్దిగా నవ్వాడు. చివఱకు మనోభారంతో యిలా అన్నాడు: "హేళన చేయకండి. మనం వాయికం చేరింతర్వాత ఏం చేయాలో

చెప్పండి. ”

ఆ విధంగా అని, ఆయన నోటు పుస్తకం, కలం చేతిలోకి తీసికుని, “చెప్పండి!” అంటున్నట్లు నా వైపు చూడటం మొదలెట్టాడు.

నే నన్నా, “చెబుతున్నా వుండు. విధి విలువ ఎంత?”

“ఎంత?”

నేను కిటికీలోంచి తలదూర్చి అన్నాను: “బండి నడువ నివ్వు.” బండి నడుస్తోంది. భూమి తిరుగుతోంది. ఆకాశంకూడ తిరుగుతోంది. మేము ప్రయాణం చేస్తున్నాం. నేను స్వయంగా ప్రయాణం చేస్తున్నా! ఇంత ఉన్నత మతులతో, కుశాగ్ర బుద్ధులతో ప్రయాణం చేయడం బాగానే వుంటుంది. భూమ్యాకాశాలు రెంటినీ నా చిత్తం వచ్చినట్లు నడపాలనే ఉద్దేశ్యంతో నేను కథ రాయడం మొదలెట్టా. కాని ఒక పదాన్ని వేరొక పదంతో చేర్చి పొందుపరుస్తుంటే, భూగర్భంలోనూ, ఆకసపుఔన్నత్యంలోనూ నిగూఢమైయున్న కంపనశక్తి , సంచలనశక్తి నాలో జనించవు. ఎందువల్ల నా కలం భూమిని కుమ్మరిచక్రాన్ని త్రిప్పే పిడిలాగా త్రిప్పదు? ఎందువల్ల గగన హృదయాన్ని కదల్చి, గాయపర్చదు? నేను వట్టిబుద్ధిలేనివాణ్ణి. పదంతో పదాన్ని చేర్చడం యిటుకతో యిటుకను చేర్చడంవంటిదే. చైనాదేశపు పెద్దగోడను ఒక్కరే నిర్మించలేదు కదా!

అలాగే యీ బండిని కూడ ఏఒక్కరూ నిర్మించలేదు. దాని నిర్మాణంలో ఎన్నివేల చేతులు పని చేశాయో! ఎందరి తలలు పనిచేశాయో! ఎన్ని గంటలకాలం ఖర్చయిందో! దీనికోసం గనులు త్రవ్వేవారు భూమినుండి యినుము వెలికి తీశారు. బొగ్గు, సిమెంటు తయారుచేశారు. అడవిలోని వృక్షాలు నరకబడ్డాయి, భూమిలోంచి తల్లిపాలవలె నీరు పైకుబికి వచ్చింది. మరల అగ్ని పుట్టింది. ఎన్ని సంవత్సరాల శ్రమ! ఎన్ని సంవత్సరాల నిర్విరామకృషి! ఎందరో, ఎందరెందరో స్వేదం, రక్తం సమ్మిశ్రితం చేసి, పణంగా ఒడ్డిన ఫలితంగా నేటి కీ బండి నాకు ప్రత్యక్షమయింది! నేను యీచిన్ని కలం యొక్క పరిశ్రమతో ఈ బండిని కాస్త ముందుకు నెట్టా. వాస్తవానికి, చీనాదేశపు పెద్దగోడను ఒక్కరే నిర్మించ లేదు కదా!

ఇంతకష్టం తర్వాత, రైలుకిటికీలోంచి భూమ్యాకాశాలు తిరగడం గమనించినప్పుడు ఎంత మనోహరంగా ఉంటుంది! ఒకప్పుడు ఒకే ఒక దృశ్యం కండ్లయెదుట ప్రత్యక్ష మవుతుంది. మరొకప్పుడు ఒకటికాదు, మూడునాల్గు దృశ్యాలు ఒకదాని వెనుక వేరొకటి ప్రదక్షిణంచేస్తూ, ఒకదానితో ఒకటి పోటీచేస్తున్నాయా అనిపిస్తుంది. ఒక అపూర్వమైన మనోరంజకమైన ఫక్కీలో ముందుకు పోతుంటాయి. అప్పుడప్పుడు కనుకొలకుల్లో భ్రమణపు

త్రిచక్రాలు గిర్రుమంటాయి. మూడు వలయాలు కిందుమీదుగా ఒకే క్షణంలో వెలుగొందుతాయి. బండి నడుస్తున్నప్పుడు అన్నిటికంటె ముందు టెలిగ్రాఫ్ స్తంభాలు తిరగడం గమనిస్తాం. తర్వాత చెట్లు, చేమలు తిరగ నారంభిస్తాయి. వాటి వెనకాల పొలాలు, పొలాలలోని పంటలు, పంటల మధ్య రైతులు తిరుగుతుంటారు. ఒకప్పుడు స్తంభాల వెనుకగల చేలు అదృశ్యమౌతాయి. ఒక ఉన్నతమైన భూప్రదేశం వెంటవెంట నడుస్తుంది. ఉన్నతమయిన భూమి ఎప్పుడైతే వెంట వెంట పరుగిడుతూ అలసిపోతుందో అప్పుడు అకస్మాత్తుగా ముందొక నది స్వచ్ఛమయిన నీటితో గలగల ప్రవహిస్తూ వచ్చేస్తుంది. రెండో క్షణంలో ఒక ఉన్నతమైన గడ్డ వెనుక మాయమైపోతుంది. కొత్త పెండ్లికూతురు ఒక్కసారి తన తళుకుల్ని చూపించి, వెంటనే ముసుగువేసుకొన్నట్లు, ఇప్పుడు నా ఎదురుగా ఒక చెఱకుపొలంలో ఒక కృషీవలుడు కేవలం అతని మోకాళ్ళ వఱకు మాత్రమే కనిపిస్తున్నాడు. చెఱకు చేలు అంతమైన చోట దృష్టి చాలా క్రిందికి పడిపోయింది. బండి యిప్పుడు ఒక వంతెన మీది నుండి పోతోంది. వంతెన యొక్క ఒక భాగం కనిపిస్తోంది. వంతెన క్రిందగల నదికూడ పూర్తిగా ఎండిపోయింది. దాని బూడిద రంగు యిసుకలో చాలా దూరం వఱకు ఎద్దుబండి జాడలున్నాయి. కంటి అంచుకు ఈ చిహ్నాలు చాలా దూరం వఱకు అగుపడ్తాయి. ఎవరి ఎద్దుబండి అది? ఎవరు దాని నిక్కడికి గొని తెచ్చారు? ఆ ఎద్దుబండి ఎటు పోయింది? ఎద్దుబండి కంటి అంచునుంచి భూమి అంచుపైకి పోయింది. ఒక కొత్త దృశ్యం కనబడుతోంది. ఒక ఎత్తైన గడ్డపై ఒక చిన్న బాలుడు కూర్చొని యున్నాడు. అతని వెంట అతని పెద్దక్క కూడ ఉంది. పెద్దక్క చేతిలో కొడవలి ఉంది. చిన్న బాలుడు బండి వైపు చూసి నవ్వుతున్నాడు. నాలుక వెలికితీసి వెక్కిరిస్తున్నాడు. అతని అక్క సిగ్గుపడుతోంది. బండిలోని వాడెవడో ఆమెవైపు ప్రేమపూర్వకమైన వీక్షణాలు సారించాడు. ఒక క్షణంపాటు నిలిచిన ప్రేమ! గడ్డపై చిందించిన, అజరామరమైన ప్రేమ! మానవుని ఈ క్షణ భంగురపు ప్రేమగాథను ఎంతమంది వ్రాశారు! చీనాదేశపు పెద్ద గోడను ఒక్కరే నిర్మించలేదుకదా!

క్రిషన్ అన్నాడు: "సిగరెట్టు త్రాగుతారా?"

నేను కిటికీలోపల తలవుంచి అన్నా: "డాక్టరు తాగవద్దని చెప్పలేదు. కనుక తాగుతా."

నేను సిగరెట్టు నోట్లో ఉంచుకొన్నా. ఇంకా అగ్గిపుల్ల గీయలేదు. ఇంతలోనే నా దృష్టి ఎదురుగా మూడవబెంచీపై కూర్చొని తన బిడ్డకు గౌను తొడగటంలో నిమగ్నమైయున్న ఒక వనితమీదికి ప్రసరించింది. మేమిద్దరం ఒకరినొకరం చూచుకొన్నప్పటినుంచి ఆమె నావైపే తదేకదృష్టితో చూస్తూ ఉండిపోయింది. నే నొక నిమిషంపాటు మోసపోయా.

మరల ఆలోచించుకొన్నా. కాదు, యిది ఎన్నటికి సాధ్యంకాదు. నే నద్దంలో బాగా ముఖాన్ని చూచుకొన్నా, అందువల్లనే యిది సాధ్యంకాదనేది. కాని ఆ స్త్రీ అచ్చెరువుగొల్పే చూపులతో నా వంక చూస్తూనే ఉన్నది. తన పిల్ల గౌను చేతితో పట్టుకొని యుంది. చివరికి నేను నా దృష్టిని మరల్చాను. పిల్ల అరవగానే గౌను ఆమె చేతినుండి విడివడి పిల్ల శరీరంపైకి వచ్చేసింది. ఆవిడ మరల నా వైపు ఆశ్చర్యకరమైన దృక్కులు సారించింది. ఆ చూపుల్లో ప్రశ్న లేదు; ద్వేషం, అయిష్టతాకూడ లేవు. ఆమె నన్ను బాగా ఎరుగున్న దానివలె చిత్రమైన చూపులు చూస్తోంది. ఆమె చూపుల్లో నాకూ, ఆమెకూ ఒకవిధమైన దగ్గరిసంబంధం ఉన్నట్లుగా, ఆ సంబంధాన్ని నా కతి సన్నిహితంగా తీసికొని వచ్చి, నా కెరుకపరచాలనే తహ తహ ద్యోతకమవుతోంది. నాకేం అర్థంకాలేదు. ప్రయాణంలో అనేక మజిలీలు గడచిపోయాయి. భాను దస్తమించాడు అద్దపు కిటికీ ఒక చీకటి కన్నంవలె కనిపించింది. ఆ కన్నంలోంచి కనుచూపు మేరవరకు ఆకాశపు నీలినీడలు దట్టంగా ఆవరించుకొన్నాయి.

ఇదేవిధంగా పలుమార్లు మాయిద్దరిచూపులూ కలిశాయి. మేము కూర్చున్న చీకటిపెట్టెలో లైట్లు వెలుగగానే ఆమె చూపులలోని ఆవేదన, కలత, అపూర్వమైన ప్రేమ నన్ను కలచివేశాయి. తన భర్తలో లేనటువంటిది నాలో ఏమున్న దాయని నే నాలోచించసగా. ఆమెభర్తది చాలా మంచిశరీరం. దృఢమైన శరీరం గల్గిన పటుత్వమున్న యువకుడే! భేదమల్లా యిదే – ఆయన ధోవతి కట్టుకొన్నాడు. నే నో ప్యాంటు తొడిగి యున్నాను. నేను షేవింగు చేసికోలేదు, ఆయన చేసుకొన్నాడు. ఆయన వెంట ఆయన బంధువు లిద్దరు ముగ్గురు కూర్చొని తమలో తాము ఖులాసాగా, స్వేచ్ఛగా నవ్వుకొంటూ కబుర్లు చెప్పుకొంటూ వున్నారు. అదే నిర్విచారధోరణిలో వా రాతని భార్యతోకూడా మాట్లాడుతున్నారు. కొత్తగౌను తొడిగిన పసిబాలిక నావైపు చూచి నవ్వుతోంది. నా దగ్గరికి వస్తున్నదికూడ. నే నామె కొక కమలాఫలం యిచ్చా; తండ్రి నావేపు చూచి కండ్లతో నవ్వేశాడు. కాని ఆ స్త్రీ యిప్పుడు నావంక చూడటంలేదు. కాని నే నామెను చూచేశా. ఆమె కండ్లలో నీళ్లు తిరిగాయి.

ఆ కన్నీటి బిందువు లెందుకో? నాకోసం కాదుగదా! ఇంత త్వరలో యెవరు తమ మనోభావాల్ని నా యెదుట వెదజల్లగలరు? మరి ఎందుకీ కలవరపాటు? ఓ అపరిచిత మహిళా! తెల్పు నీ మనో వేదన యేమిటో! నీ భర్త నిన్ను ప్రేమించడా? నీ అత్త గయ్యాళిదా? నువ్వింకెవరినైనా మీ వూళ్లో పెండ్లి కాకముందు ప్రేమించావా? నీ ప్రేమకలాపం భగ్నమై నిన్ను నీ ప్రియునికి దూరం చేసిందా–? కాని, ఈ కన్నీటిబిందువు లివేవీ తెల్పవు. రెండే రెండు బిందువులు ఆమె కండ్లనుండి రాలాయి! వాటిని తన చీర కొంగుతో

తుడుచుకొంది. ఓ అపూర్వలలనా! నేను నీ ప్రశ్ననే అర్థంచేసుకోలా! నీ కేం సమాధానం చెప్పను?

ఇప్పుడు చాలా రాత్రయింది. ఎందువల్లనంటే, లైట్ల వెలుగు మరీ యెక్కువైంది. చీకటి యెక్కువయేకొద్దీ మామూలు వెలుగు మరికాస్త ప్రకాశిస్తుంది. ఇదే పరిస్థితి నాదికూడ. ఆమె భావన యొక్క మామూలు జ్వాలకూడ నాకు ప్రేమజ్వాలగా, ప్రేమ దీపికగా కనబడింది. కాస్సేపు అలా కానట్లు అనిపించింది; మరి కాస్సేపు అలానే కనిపించింది.

ఆవిడ అన్నం వడ్డించసాగింది. ఆమె భర్త, ఆయన వెంట నున్నవారు నేలపై తమ ట్రంకు పెట్టెల్ని ఒకదాని ప్రక్క ఒకటి పేర్చి, వాటిపై పత్రికలు పరచారు. ఆవిడ ఒక పెద్ద టిఫినుక్యారియరు నుంచి అన్నంతీసి వారికి వడ్డించసాగింది. అందరికంటె ముందు ఆమె భర్త బంధువులకు అన్నం వడ్డించింది. తర్వాత భర్తకు వడ్డించింది. భర్తకు అన్నం వడ్డించే సమయాన ఆమె చేతి వ్రేళ్లు భర్త చేతి వ్రేళ్ళను తాకాయి. నేను వెంటనే గ్రహించా, ఇది యధార్థం కాదని. ఆమెకు తనభర్తపై ప్రేమానురాగాలు లేవన్నది యధార్థంకాదు. ఆచేతి వ్రేళ్ళస్పర్శను నేను బాగా గ్రహించగలను. ఒకరి చేతివ్రేళ్లు మరొకరి చేతివ్రేళ్ళను తాకినపుడు, అవి వెంటనే ఒక నిముషంలో వెనక్కి ముడుచుకొంటాయి. మరల ఆగి ఒకదానితో ఒకటి ఆడడ మారంభిస్తాయి. ఇంతకుముందు ప్రజలు ఒకరివ్రేళ్లు నొకరు తాకుకొని, గాభరాపడి త్వరగా తమ వ్రేళ్ళను లాగుకొనే వారు. ఇవి విశ్వాస పాత్రమైన, అనురాగపూరితమైన వ్రేళ్లు – వీటిని నేను బాగా ఎరుగుదును. వీటిని నేను గౌరవించు అభినందిస్తా కూడ. నేనుకూడ అట్టి వ్రేళ్ళతో ఆడినవాణ్ణే బాల్యంలో, కుర్రతనంలో, యౌవనంలో, ఈ వ్రేళ్ళు మమతతో, మోహపుభారంతో వణికేవ్రేళ్లు, పిల్లల్ని నిద్రబుచ్చటానికి, పెంచడానికి ఉపయోగపడే వ్రేళ్లు; తమ భర్తల గుండెలపై ప్రేమతో, సిగ్గుతో మెల్లమెల్లగా జారేవ్రేళ్లు; బియ్యం ఏరే వ్రేళ్లు; ఉత్తరం వ్రాయటానికి, పీఠంపై భర్తపటాన్ని వుంచి పూజించడానికి ఉపయోగ పడేవ్రేళ్లు, పొయ్యి రాజెయ్యడానికి, యిల్లు కట్టడానికి, యింట్లో ఉండడానికి, యెవరూ యింట్లోలేని సమయంలో కూడ ఒంటరిగా ఉండడానికి ఉపయోగపడే వ్రేళ్ళు; భర్త యుద్ధరంగంలో పోరాడడానికి వెళ్ళినపుడు ఈవ్రేళ్లు దైవప్రార్థన కొఱకు ఆకాశంవైపు వెళతాయి.

ఆమె వ్రేళ్ళు భర్తవద్ద సెలవు తీసికొని, ఫలభరితమైన ప్రేమ శాఖ వంగిపోయినట్లు ఒరిగిపోయాయి. ఇప్పుడు ఆ పసిబాలిక కొరకు, ఆమె తల్లికొఱకు అన్నం మిగిలింది. అన్నం తినబోయే ముందు ఆమె మరల నా వైపు చూచింది. ఆమె చేతుల్లో ఒక విధమైన

వణుకు, గాభరా, ఆమె వైఖరిని బట్టి, ఆమె నా వద్దకు గంతువేసి వచ్చి 'మీరు కూడా తినండి యీ అన్నం. రండి మాతో కలవండి' అని మాట్లాడాలనుకుంటున్నట్లు నాకు తోచింది.

అంతలోనే ఆ ఆందోళన, ఆరాటం అంతర్ధాన మయ్యాయి. ఆమె తల వంచుకొని, తన పసిబాలికతో బాటు అన్నం తిననారంభించింది.

క్రిషన్ నాతో అన్నాడు: "అన్నం తింటారా?" అని.

"డాక్టర్ తినవద్దని చెప్పలేదు. అయినా తినను."

"ఎందుకని?"

"పండ్లుమాత్రం తింటా."

నేను సంచిలోంచి రెండుమూడు పెద్దరేగిపండ్లు, కొన్ని నారింజకాయలు తీశా. రేగిపండు కోయడానికి చాకుకోసం వెతకసాగా. చాకు క్రిషన్ దగ్గర లేదు. ముందు బెంచిపైగల వారివద్దా లేదు. ఏంచేసేది? చివరికి మూడో బెంచిపైగల వారిని అడగవలసి వచ్చింది. వా రన్నంతింటున్నారు.

ఆమె భర్త ఆమెను అడిగాడు: "చాకు నీవద్ద ఉండాలికదూ?"

ఆ స్త్రీ వెంటనే తన అన్నం విడిచిపెట్టి, తాళపు చెవుల గుత్తి తీసింది. గుత్తిలో ఒక చాకుకూడ వుంది. చాల చేరువగావచ్చి, చాకు అక్కడ పెట్టింది. ఆమె శ్వాసవేగం ఆమె చెక్కిళ్ళపై వాలటం కనుగొన్నా. ఆమె తన వ్రేళ్ళను నాకింత దాపులోకి తెచ్చినపుడు నన్నామె ఆలింగనం చేసికోవటానికి వస్తున్నదా అనిపించింది.

ఇదంతా ఒక నిమిషంలో జరిగింది. రెండవ నిమిషంలో ఆమె తిరిగి సీటుపై కూర్చొని అన్నం తిన నారంభించింది. ఆమె భర్త చిరునవ్వు నవ్వి ఆమెవంక చూచాడు. నేను బాకును సీమరేగుపండు కడుపులోకి దూర్చా. వాంఛితాల్ని కూడ బాకు యిలాగే అవలీలగ కోసివేయగలదనుకొంటా. హృదయాంతరపు లోతుల్లో ఎవ రీ పొరలు అల్లుతున్నది?

అన్నం తిన్నతర్వాత వారు త్వరత్వరగా తమ మూట ముల్లె సర్దుకోనారంభించారు. బహుశా వారు దిగవలసిన స్టేషను దగ్గరికొచ్చినట్లుంది. ఆ స్త్రీ బాలిక గౌనును మరల మార్చివేసింది; తల దువ్వి, కండ్లలో కాటుక పెట్టింది. ఆమె భర్త ఒక పెట్టిమీద మఱొకటి పెట్టి, అన్నిటినీ ఒకచోటికి చేర్చివేశాడు. బంధువులు తమ పక్క గుడ్డలు చుట్టేశారు. బండివేగం తగ్గింది. వారు లేచి వెళ్ళడానికి ఆయత్తమయ్యారు. బంధువులు ముందునడిచారు. ఒక బంధువు పసిబిడ్డ నెత్తుకున్నాడు. చివరికి ఆమె, ఆమె భర్త

ఉండిపోయారు. ఆమె తన భర్త వెనకాలే నడవసాగింది. భర్తతో ఏదో మెల్లగా అంది – మరల ఏదో మెల్లగా అని, ఆమె నా వంక చూచి, ఆగి, కలత చూపుతో తన రెండు చేతుల్నీ జోడించింది.

ఆమె భర్తకూడ నా వంక చూచాడు. నే నాందోళనపడుతున్నా. కాని భర్త త్వరలోనే నా ఆందోళనను దూరంచేశాడు. ఆయన నవ్వుతూ యిలా అన్నాడు: "ఏమండీ, మీ రీ చిత్రమేమిటా అని ఆందోళన పడుతున్నారు కాబోలు. కాని అసలు విషయం యిది. చిత్రమైన విషయమే. ఈమె నా భార్య. ఈమె సోదరుడు ఇప్పటికి రెండు మాసములయింది చనిపోయి. ఆయనకూ, మీకూ చాల పోలిక ఉందండి. అచ్చం మీవలెనే ఉంటాడు. నే నేమని చెప్పను? ఇదీ కారణం, నా భార్యా మీ వైపు తిరిగి తిరిగి చూడటానికి. ఇప్పుడు మీ కసలు సంగతి అర్థమైందనుకొంటా."

ఆమె కండ్లనుండి మరల నీటి బిందువులు బొటబొట రాలాయి. భర్త మెల్లగా ఆమెను నావైపు నుంచి పక్కకు తీసుకున్నాడు; చేతులు జోడించి అన్నాడు: "మీరు చెడుగా భావించకండి."

వారిద్దరూ వెళ్ళిపోయారు. పోయేసమయంలో స్త్రీ వ్రేళ్ళు వణుకుతున్నాయి. నా తలపై ప్రేమతో, దయతో ముద్దివ్వవలెనను కొన్న వ్రేళ్ళు! జీవితమంతా బీదతనంలో, నిస్సహాయతతో, అంతులేని దుఃఖంతో గడిపినప్పటికీ, మానవునిలోకం ఎంత మనోహరమైనది! ఎంత ప్రేమభాజకమైనది! మానవుల పచ్చపచ్చని ప్రపంచం ఎన్ని చిన్న చిన్న ప్రేమలతో నిర్మితమైంది! సోదరప్రేమ, భర్తయెడల భార్య ప్రేమ, భార్యయెడల భర్తప్రేమ, పిల్లవాని యెడల తల్లిప్రేమ, తల్లియెడల పిల్లవాని ప్రేమ, అపరిచితుని యందుంచే ప్రేమ– ఎన్ని అగణిత ప్రేమల్ని తనలో కూర్చుకొని, మానవుడొక ఉన్నతోన్నతమైన ప్రేమ సౌధాన్ని నిర్మించాడు!

చీనాదేశపు గోడను ఒక్కరే నిర్మించలేదుగదా!

క్రిషన్ అన్నాడు: "మిత్రమా! మీరు వాయికం శాంతిసమావేశంలో చదవడానికి ప్రసంగం తయారుచేయవలసి యున్నదికదా! ఇప్పుడే చేసెయ్యండి."

నే నొక వింతవైఖరితో అన్నా: "మానవుల్ని ప్రేమించే ఈ వ్రేళ్లు, మానవులపై అణుబాంబులు విసిరే వ్రేళ్ళతో ఎంతగా భేదిస్తాయి!"

❋ ❋ ❋

ఐదు రూపాయల స్వేచ్ఛ

ఐదు రూపాయలు – దీంట్లో సగం రెండున్నర రూపాయలు. నే నింటినుంచి బయలుదేరేటప్పుడు నా జేబులో సరిగ్గా ఐదురూపాయలున్నాయి. ఇంటినుంచి బయలుదేరేటప్పుడు నే ననుకొన్నాను. ఈ ఐదు రూపాయల్లో ఒక్క చిల్లిగవ్వకూడ మిగల్చకూడదని. ఇంతకాలానికి నా కీ డబ్బు చేజిక్కింది. అందుకని దానిని మనసుతీరా ఖర్చుపెడదామనుకొన్నా. దినమంతా బొంబాయిలో షికారు కొడతా, గోల్డుఫ్లేక్ సిగరెట్టు త్రాగుతా; పూరీలు తింటా; రాత్రి ఎదైనా తమాషా చూస్తా, లేదా సినిమాకు పోతా; పన్నెండు గంటలకు ఇల్లు చేరుకుంటా – ఈ విధంగా అనుకొని, రెయిను కోటు భుజంపై వేసికొని, అర్థరూపాయి బిళ్ళను పై కెగరేశా. మరల దాన్ని పట్టుకొని, "భలే భలే, డిక్ డిక్" అని బిగ్గరగా అరిచా. నే నివాళ చాలా సంతోషంగా ఉన్నానని దాని అర్థం. సరే...

ఇంటినుంచి బయలుదేరి, "చార్ బంగాళా" రోడ్డుమీదికి వచ్చాను. అది రెండు వందల గజాలు పోయింతర్వాత అంధేరీ వెళ్ళే మార్గంలో కలుస్తుంది. "చార్ బంగాళా" రోడ్డు నేడు కామన్ వెల్తు లోపలా, బయటా హిందూదేశ స్థితి ఎలా వుందో అలా వుంది. ఈ మార్గం కొంత అంధేరీ మున్సిపాలిటీ దగ్గర ఉంది. కొంత దరుస్వా ఏరియా కమిటీకి చేరువలో ఉంది. అందువల్ల ఎప్పుడూ దీనికి మరమ్మత్తు జరగదు; ఎప్పుడైనా జరిగినా, నేడు హిందూదేశం మరమ్మతు జరుగుతున్న విధంగా జరుగుతుంది.

ఈ దారి కిరు ప్రక్కలా బురదలో నిండిన పల్లపుప్రదేశ ముంది. ఆ బురదలో అక్కడక్కడా చిట్టడివి. చిన్న చిన్న గోతులు ఉన్నాయి. గోతుల్లో సముద్రపునీరు నిండియుంటుంది. సముద్రంలో నీరు పెచ్చు పెరిగినపుడు అవి అంచులదాకా వచ్చేసి క్రింది భూమివైపు ప్రవహించి దాన్ని నింపివేస్తుంది. చిట్టడవి నీటిలో మునిగిపోతుంది. కాని నేనింటి నుంచి బయలుదేరినప్పుడు సముద్రంలోని నీరు తగ్గిపోయియుంది.

సముద్రపు ఇసుకలో లెక్కలేనన్ని చిన్న, పెద్దరంధ్రాలు కానవచ్చాయి. వాటిలో చిన్నవీ పెద్దవీ పురుగులు, శంబుకాలు, ఎండ్రకిచ్చలు యితర సముద్ర జీవాలు

పొరాడుతూ, వెలికివస్తూ, అటూ యిటూ తిరుగుతూ, దోగాడుతూ కన్పించాయి. ఒక బాలుడు బురదలో నిల్చొని ఎండ్రకిచ్చలు పట్టుతున్నాడు. నేను ఈలవేసి అతనితో అన్నా: "చెప్పు హరిదాస్, బొంబాయి వస్తావా, షికారుకు!"

అతనన్నాడు: "నా పేరు హరిదాస్ కాదు భావకర్. నేను పీతలు పట్టుతున్నాను. చూడ్డంలేదూ? షికారుకు నే నెలా రాగలను? నే నిక్కడ పగలంతా నీటిలో నిల్చొని ఎండ్రకిచ్చలు పడతా. సాయంత్రం వాటిని బజారుకు తీసికొనిపోయి అమ్ముతా. పిండి, పప్పుదినుసులు ఇంటికి తెస్తా. అన్నంతిని పండుకుంటా. లేక నా పగిలిపోయిన వాయిద్యాన్ని సరిజేసి, తీగెల్నిగట్టి పరుస్తా. నాకు షికారేమిటి? ఎండ్రకిచ్చలే! ఎండ్రకిచ్చలు!"

"హరిదాసూ, ఓ హెూ, హరిదాసుకాదుగా – భావకర్ , నువ్వుపగలంతా ఎన్ని ఎండ్రికిచ్చలు పట్టుతావు?"

"ఆరు లేక ఏడు. అంతకుమించితే పది లేక పన్నెండు."

అతడు చిన్న వలయాకారపు వలకుచ్చులలో 'బాం' చేప ముక్కల్ని గట్టిగా కట్టాడు. వలను ఒక్క ఊపుతో చెట్లమీదుగా నీటి దొనమీదికి విసరివేశాడు. వల నీటిలో మునిగిపోయింది. కాని 'తుర్ బట్లు' (కార్కులు) నీటిపై ఈదుతూ ఉండిపోయాయి. ఆ కార్కుల వైపు సైగచేస్తూ నే నాతనితో అన్నా: "ఇంత పెద్ద కార్కుముక్కల్ని నువ్వెక్కణ్నుంచి తెస్తావ్?"

అతడు నవ్వి అన్నాడు: "ఇవి కార్కు ముక్కలు కావు. కార్కు చాలా ప్రియంగావుంది. వీటిని మేము 'సండాల్' కర్రతో చేస్తాం. ఈ కర్ర అచ్చం కార్క్ వలెనే వుంటుంది. అంతకంటె మంచిది కూడ." ఈ విధంగా అని, ఒక్క ఊపుతో వలను పైకి లాగాడు కాని ఎండ్రకిచ్చకూడా తెలివైనదే. వెంటనే అది దుమికి నీళ్ళలో పడిపోయింది."దొంగ జారిపోయాడు" భావకర్ సిగ్గుతో నవ్వి అన్నాడు.

నేను కూడ నవ్వి అన్నాను: చూడు, నిజమే.ఎంత తెలివైనదో! ఎంత బాగా వలనుండి తప్పించుకొని పారిపోయింది!"

"అరే, ఏమనుకున్నావ్, వట్టి దొంగవెధవది. చేతులు, కాళ్ళు కలిసి ఎనిమిదుంటాయి దీనికి".

"ఎనిమి దుంటాయా?" నే నాశ్చర్యంతో అడిగా.

" అయితే, నువ్వెప్పుడూ ఎండ్రకిచ్చలే చూడలేదన్నమాట" అని భావకర్ నా అజ్ఞానానికచ్చెరు వొందాడు.

నేను తూష్ణీభావంతో తల ఊపినప్పుడు భావకర్ వల నేలపై పెట్టి, గాలాన్ని భూమిలో

పాతాడు; వలమూతి విప్పివేసి, దానిని తల్లక్రిందులు చేసి, దానిలోంచి ఒక ఎండ్రకిచ్చను తీసి, చిరునవ్వు నవ్వి అన్నాడు: "ఇది చూడు– ఇదె ఎండ్రకిచ్చ. దీనికి ఎనిమిది కాళ్ళూ, చేతులూ వున్నాయి. దీనినోటి దగ్గర రెండు కొండీలున్నాయి చూడు. ఇవి అతి భయంకరమైనవి. వీటితోనే ఎండ్రకిచ్చ వేటాడుతుంది."

భావకర్ చాకుతో కొండీమీద కొట్టాడు. ఎండ్రకిచ్చ కొండీలు విప్పారినాయి. మరల ముడుచుకొన్నాయి. మరల విప్పుకొన్నాయి. కాని యిప్పుడు పూర్తిగా నిరుపయోగ మయ్యాయి. ఎందువల్లనంటే, మూలం దగ్గర ఒక గట్టి దారంతో అవి బంధింపబడ్డాయి.

నే నన్నా : "ఈ ఎండ్రకిచ్చ ఎంతకు అమ్ముడవుతుంది?"

"నాల్గణాలకు"

"ఇవాళ ఎన్ని ఎండ్రకిచ్చలు పట్టావు? ఇప్పటికి ఒకటేకదా!"

నే నతనికి రెండణాల బిళ్ళ యిచ్చా. తన ఎండ్రకిచ్చ ఖరీదు నాల్గణాలని అతడన్నాడు.

నే నన్నా: "నీ ఎండ్రకిచ్చ నా కవసరంలేదు. టీ తాగడాని కని నీ కీ రెండణాల బిళ్ళయిస్తున్నా. నువ్వు నా కివాళ మంచి మంచి విషయాలు తెల్పావు. చాలు. ఇంకొక విషయం తెల్పాలి నువ్వు"

భావకర్ వలయెత్తి నీళ్ళలో విసిరిపారేసి అన్నాడు: "అడగండి" అతని వీపు సరిగ్గా నావైపే వుంది.

నే నడిగా: "ఒకవేళ నీకు చాల డబ్బు సమకూడితే, నువ్వేం చేస్తావు?"

భావుకర్ ఎగిరి గంతేసి నా దరికి వచ్చాడు. రెప్పపాటుకాలం ఆగి అన్నాడు: "ఈ మురికి బురదలో పనిచేయడంవల్ల నా కాళ్ళమీద పడిన గాయాలకు ముందు చికిత్సచేయిస్తా... తర్వాత ఇంకా, పెళ్ళిచేసుకొంటా."

అతడు వల నీటినుండి తీశాడు. దాంట్లో యిప్పుడు ఎండ్రకిచ్చ పడలా. వెండివలె ధగధగ మెరుస్తూన్న ఒక చిన్నచేప పడింది. భావకర్ దాన్ని తన చేతిలోకి తీసుకున్నాడు, అది తటపటాయిస్తూ, అటూ యిటూ కొట్టుకొంటోంది. రొప్పుతోంది. రెండు నాల్గు నిమిషాలపాటు అతడు చేపను దీక్షతో చూస్తూ వుండిపోయాడు. తర్వాత దాన్ని నీటిలో వదిలేశాడు. అది నీటిలో ఈదుతూ పోతూంటే చాలసేపటివరకు దాన్నే తిలకిస్తూ వుండిపోయాడు. అతని జీవితపు బంగారు స్వప్నం – ఆ తెల్లనిచేప – నీళ్ళలో ఈదుతూ – ఈదుతూ ఎక్కడో అదృశ్యమైపోయింది. భావకర్ ఆకాశంపై పరుగెత్తే మేఘాలవంకచూచి, ఒక చల్లని శ్వాసపీల్చి, "అయితే నా పెండ్లి జరుగదు." అన్నాడు.

నే నన్నా: "ఎందువల్ల? ఇప్పుడు మనకు స్వతంత్రం వచ్చిందిగా!"

“ఆఁ! ఈ స్వతంత్రం నింగిపై పయనించే మేఘాలవలెనే వుంది. ఈ ఎంగ్రకిచ్చు మాదిరిగా నా పిడికిలిలోనికివచ్చే స్వతంత్రం కావాలని నా కోరిక.”

ఆ సమయంలో కావాస్‌జీ జహంగీరు హాలులో భావకర్ చేత ఉపన్యాస మిప్పించాలనీ, హిందూదేశంలోని పెద్ద పెద్ద నాయకులందరినీ పిలిపించి, జనసామాన్యానికి స్వాతంత్ర్యపు నిజస్వరూపం తెలుసునా, లేదా అని వారి నడగాలని కోరిక గల్గింది నాకు.

నేను “చార్ బంగళా”, అంధేరి, దరుస్వా రోడ్డుచివర చాలాసేపు నిలువబడ్డా. కాని, దరుస్వానుండి ఒక బస్సు మూసిన డబ్బాలో చేపలు కుక్కబడియున్నట్లు ప్రయాణీకులతో కిట కిటలాడుతూ వచ్చింది. నేను “చార్ బంగళా” వెళ్ళకముందు దరుస్వావెళ్ళి, అక్కడ నుంచి ఆంధేరీ వెడదామనుకున్నా.

ఎవ్వరికీ కనబడకుండాపోయి, పొయ్యే బస్సును పట్టుకొన్నా. రెండణాల టిక్కెట్టు తీసికొన్నా. దరుస్వా చేరింతర్వాత ఒక పిట్టల గూడులాంటి బంకుదగ్గర ఆకూ, వక్కా వేసికొన్నా. తిరిగివచ్చి బస్సులో కూర్చున్నా. ఇంతలో, బస్సు బయలుదేరింది. మూడున్నర అణాలిచ్చి టిక్కెట్టు తీసికొన్నా. కండక్టరు నా వైపు చూసి చిరునవ్వు నవ్వాడు. నేనుకూడ అతని వైపుచూచి నవ్వా. ఆయన మరల నావైపు చూచి నవ్వాడు. దీనికి సమాధానంగా నేను కూడ నవ్వేవాణ్ణేకాని, ఇంతలో ఆయన గప్‌చిప్‌గా మూడున్నరఅణా టిక్కెట్టుకు బదులు అణా టిక్కెట్టు కోసియిచ్చాడు. నేను కాస్త విస్మయంతో టిక్కెట్టు చూసి, అతనివైపు ఉరిమిచూశా. సమాధానంగా అతడు మరల నవ్వాడు. కాని, ఆయన చిరునవ్వులో చాలా కలవరపాటు, బిడియం వున్నాయి. ఆ చిరునవ్వు తాను ఆధర్మపరుడను కాడని చెబుతున్నట్లు కనబడింది – 'నేను బీదవాణ్ణి. అహోరాత్రులు కష్టపడేవాణ్ణి. నా సంసార భారాన్నంతటినీ మోయాలని ప్రయత్నిస్తున్నా. మోయలేకపోతున్నా. ఒక్కొక్కప్పుడు మాకు గుడ్డలే వుండవు; ఇంకొకప్పుడు తింటానికి తిండి వుండదు. ఖర్మంకాలి ఎప్పుడైనా జబ్బు చేస్తే మందుమాకు తెచ్చుకోవడానికి డబ్బుండదు. ఉండటానికి చోటే దొరకడం లేదు. ఎందువల్లనంటే, శరణార్థుల రాక మూలంగా దరుస్వా జనాభా పదింతలు పెరిగిపోయింది. ఈ లెక్కన కంపెనీలకు లాభమౌతోంది. వారి లాభాలు పెరిగిపోయాయి. వస్తువుల ధరలుకూడ పెరిగిపోయాయి. అదే జీతం. పెరిగేదేలేదు. ఆ చాలీ చాలని జీతం టీ, బీడీలకు కూడ సరిపోవడంలేదు. తెల్లవారుజాము మొదలుకొని రాత్రి పదిన్నర గంటలవరకు ఈ బస్సులోనే నిలబడి వుంటా. దీని పైభాగాన్ని తాకుతూ వుంటా. అణా, బేడా, రెండున్నర అణా, మూడున్నర అణా టిక్కెట్లు ప్రయాణీకులకు పంచియిస్తుంటా. ఇది ఆంధేరి. ఇది దర్ధావాడి. ఇది షేరూవల్. ఇది చార్ బంగళ. ఇది సత్ బంగళ్. ఇది పిక్నిక్ కాటేజి. ఇది మఛ్లిమార్.

ఇది దరియా మహల్. ఇది దరుస్వా. ఇదీ నా జీవిత పరిభ్రమణం ఒక గంట ఆగుతుంది. రెండు గంటలు నడుస్తుంది. టిక్కెటు తీసుకోండి. రండి, పొండి మరల వచ్చి మరల పొండి; భూమి అంటే ఏమిటి? నీలాకాశమంటే? అలలపై తెల్లని నురుగు ఎలా మెరుస్తుంది? పండాలు సముద్రపుటొడ్డున ఎలా పవ్వళిస్తారు? నల్లని వెండ్రుకలు యిసుకపై ఎలా విడబారుతాయి? యివన్నీ పిక్నిక్ కాటేజీకి వచ్చే ఉత్సాహవంతులకు తెలుస్తాయి. మేము పిక్నిక్ కాటేజీని దాటవేసి వెళ్ళిపోతామే గాని మా జీవితంలో పిక్నికూలేదు. కాటేజీలేదు. మీరిప్పుడే రెండున్నర అణాలు వదలి వేసినట్లయితే నేను సిగరెట్టు, బీడి టీ నీళ్ళు తీసికొంటాను.. లేకపోతే..."

కండక్టరు చిరునవ్వు అతని పెదవులలోకి ముడుచుకపోయి, ఒక పొడుగాటి బాధారేఖగా మారిపోయింది. అతని లలాటంపై స్వేదబిందువులు మెరియ నారంభించాయి. ఆయన విచారాన్ని దూరం చేయటానికి నేను వెంటనే నవ్వేశా. ఇప్పుడాయన చిరునవ్వులో ఒక నూతనకాంతి తొంగిచూచింది. జడివానలో నీ రెండ పొడసూపినట్లు, కండక్టరు సంతోషంగా శ్వాసపీల్చి, ఇతర ప్రయాణీకుల దగ్గరికి వెళ్లి వారికి టిక్కెట్లు ఇవ్వనారంభించాడు.

అంధేరీస్టేషను దగ్గర బస్సు ఆగినప్పుడు నేను ఐదణాలిచ్చి చర్చి గేటువరకు టిక్కెట్టు తీసికొన్నా. ఇక్కడకూడ టిక్కెట్టిచ్చేవాడు రైలు కండక్టరైనట్లయితే అతడు తప్పక నన్ను మోసం చేసేవాడే. నాకు ఒక అణా టిక్కెట్టిచ్చి, నాలుగణాలు తన జేబులో వేసికొని, నన్ను నేరుగా చర్చి గేటుకు చేర్చేవాడు. ఈ అన్యాయపు సమాజంలో అవినీతి, అన్యాయంతో కూడిన సమాజంలో అన్యాయపుజాడ లేనిచోట మాత్రమే న్యాయంతో మనడానికి వీలేర్పడుతుంది. ఇలా ఆలోచించి నేను నోటిరుచి మార్చడానికి ఆకు, వక్క వేసికొన్నా. అణా ఖరీదు చేసే రెండు గోల్డుఫ్లేక్ సిగరెట్లు తీసికొన్నా. ఒక సిగరెట్టు జేబులో వేసికొన్నా. రెండోది నోట్లో పెట్టుకొని నిప్పంటించా. స్టేషనులోని పండ్ల దుకాణంలో భలే మంచి మామిడి పండ్లున్నాయి. నేను గట్టిగా ఒక్క దమ్ముపీల్చి, పొగను ఆ మామిడి పండ్లవైపు వదిలేశా. తర్వాత "రాయల్ క్లాసు"లోకి వచ్చికూర్చున్నా. దగ్గర కూర్చున్న మనిషిచేత పేపరు తెప్పించుకొని చదవసాగా. పత్రిక ప్రతి పేజీలోనూ, ప్రతి కాలంలోనూ ఎర్రసైన్యం, ఎర్రదేశం, ఎర్రప్రమాదాన్ని గూర్చిన ప్రస్తావనే ఉంది. ఈ బూర్జువావర్గ పత్రికలే అన్నిటికంటె ఎక్కువగా కమ్యూనిస్టు ప్రచారం చేస్తున్నాయని అనుకొన్నా. నేను పత్రిక చదవడం చూసి, ఒక చామనచాయ యువకుడు నన్నడిగాడు. "ఏమండి, షాంఘై తర్వాత ఈ ఎర్రసైన్యం యింకెక్కడికి వెడుతుంది? ఈ పత్రికలో దాన్ని గురించి ఏముంది?"

"ఎందుకు? నువ్వు ఎర్రబావుటా వాడివా?"

"నేను కార్మికుణ్ణి."

"నువ్వుంటున్నది హిందూ దేశంలో కదా, మరి నీకు చైనావాండ్ల ఎర్ర సేనతో ఏం సంబంధం?"

"నేను కార్మికుణ్ణి ఆయినందువల్ల దాన్ని గురించి అడుగుతున్నా."

నేను గంభీరంగా అన్నా: "అలా అయితే విను. ఎర్రసైన్యం షాంఘై నుండి ముందుకు తరలి ఫోచావు వరకు వచ్చేసింది." తర్వాత వాని తొడమీద చరచి అరిచా, "భలే! దంచక్కా! డిక్, డిక్,"

అతడు అడిగాడు: "దీని అర్థమేమిటి?"

"మిత్రమా, అర్థమేమీలేదు. నేను సంతోషంగా ఉన్నానని అది తెల్పుతుంది.

"ఏం వాగుడిది? నేను సంతోషంగా ఉంటే చక్కగా 'ఎర్ర జెండాకు జై' అంటాను."

నేను నవ్వనారంభించాను. అతడు గూడ నవ్వనారంభించాడు. మరల పెద్దగా నాతొడపై చరచి అన్నాడు. "బీడి యిప్పించండి."

నేను నా తొడను చేతితో నిమురుకుంటూ అతనికి గోల్డ్‌ఫ్లేకు సిగరెట్టు అందించా. అతడు చాల సంతోషించి అన్నాడు: "మీరు చాలా మంచివారుగా కనబడుతున్నారు. మీతో బాగా పొసగుతుంది చెప్పండి. స్వామీ మీరు బొంబాయిలో ఏం చేస్తున్నారు?"

"నేను రచయితని."

"అలాంటప్పుడు మీ పరిస్థితి చాలా అధ్వాన్నమే."

"అదెలాగు?"

"రొట్టె దొరకనప్పుడు పుస్తకం ఎవరు చదువుతారండీ? మీ రెక్కలైనా కూలిపనికి ఎందుకు కుదరరు?"

"ఇది కూడా అవసరమే."

"కూలిపని అంటే నా వుద్దేశ్యంలో ఇటువంటి కూలిపని – ఎటువంటిదంటే, నేను చూడండి, మెట్రిక్ ప్యాసయ్యాను. బొంబాయి సెంట్రల్ లో కూలిపని చేస్తున్నాను. బరువులెత్తుతున్నాను. కష్టం చేస్తా. ఇతర కార్మికుల్లో జాగృతి తేవడానికి కృషిచేస్తున్నా. ఈనా చేతిపై మచ్చ చూస్తున్నారా? దవడపై గుర్తు చూడండి." అతడు పైజామా పైకిలాగి తన కాలిపై గాయపుగుర్తు చూపించాడు. "ఈ గుర్తులన్నీ ట్రేడ్ యూనియన్ పోరాటపు బహుమానాలు" అన్నాడు.

"అలాగా" చాలా బలంగా అగుపడుతున్నావే!"

"ఇప్పుడేమీలేదు లెండి. మొదట నేను చాలా బలంగానే ఉండే వాణ్ణి. ఇప్పుడు దెబ్బలు తిని తిని శరీరమంతా గుల్లయిపోయింది. వట్టి లొత్తే. ఎప్పుడన్నా పోట్లాడినా, బిగ్గరగా అరచినా, కేకలువేసినా, కణతలు నొప్పిపుడతాయి. రోజు రోజుకు శరీరచ్ఛాయ తగ్గిపోతోంది. డాక్టరు ఆరు నెలలదాకా పాలు తాగుతూ, బాదంపప్పు తినమన్నాడు. ఇది బూర్జువా సమాజమని ఆ భడవ కెవరు నచ్చ చెప్పగలరు? ఈ సమాజంలో పాలు, బాదంపప్పు కూలీలకు లభించవు. ఆకలి, నిరుద్యోగమే గతి. నిరక్షరాస్యతకూడా. మరి చూడటానికైతే సొంత ప్రభుత్వం."

"మన జాతీయ ప్రభుత్వానికి విరుద్ధంగా నే నొక్కమాటకూడ వినలేను."

"నేను జూజుట్సుకు మల్లే కొట్టానంటే, మీ మెదడు భాగాలన్నీ ఖాళీ అయిపోతాయి; విడిపోతాయి."

"నీకు జూజుట్సు అంటే ఏమిటో తెలుసా?"

"తెలుసు. నేను సైన్యంలో పనిచేశా. ఇంతకుముందు సిపాయీని. మలయా, బర్మాదేశాల్లో జపాను ఫాసిస్టులకు విరుద్ధంగా పోరాడాను. ఆ తర్వాత యుద్ధం ముగిసింది. ఏ స్వతంత్రం కొఱకైతే నేను సిపాయి అయి పోరాడానో ఆ స్వతంత్రం లభించిన తర్వాత నేను నిరుద్యోగి నయ్యాను. అందువల్ల నా పోరాటం యింకా అంతం కాలేదు. నే నిప్పటివరకూ ఫాసిస్టులతో పోరాడుతున్నా. ఇందుకొరకు జూజుట్సును గురించి తెలిసికోవడం నాకవసరం. ఇందులో ముఖ్యమైన మాట ఒకటుంది. శరీరం మీద ఒక ప్రత్యేక స్థలంలో దెబ్బ పడినప్పుడు ఎంతగొప్ప శత్రువైనా చిత్తు అవుతాడు. చూడండి, మేము యీ చేతి ఎముకతో పనిచేస్తున్నాం." అని అతడు నా బొటన వ్రేలి ఎముకను గట్టిగా నొక్కాడు.

నే నన్నా: " ఇది చాలా చిన్న ఎముక. ఇక్కడ మాంసం ఎంత మెత్తగా ఉంటుంది!"

"ఇదికూడా ఒక శాస్త్రమే . ఈ చిన్న యెముకతోనే మానవుని మెదడువరకు కదల్చి వేయగలం. మీకు చూపనా?"

"మెదడు పై కాదు. ఇక్కడ నాచేతిమీద చూపించు."

అతడు అలాగే చేశాడు. దాంతర్వాత ఏం జరిగిందీ నాకు తెలీదు. బాంబే సెంట్రల్ రాగానే చాలజనం నాదగ్గర నిల్చొని ఉండడం, అతడు తన చేతులతో నిమురుతూ ఉండడం గమనించాను. నాకు స్పృహ రావడం చూచి, అతడన్నాడు, "ఏం, యిప్పుడెలాగుంది?"

నేను లేవడానికి ప్రయత్నం చేస్తూ అన్నా: "ఏం లేదు, నేను బాగానే ఉన్నా, కామ్రేడ్"

"ఎప్పుడైనా బొంబాయి సెంట్రల్‌కు వస్తే నన్ను తప్పక కలవాలి. ఎవరినైనా అడగండి వాజద్ అనే కార్మికు డెక్కడున్నాడని, అందరూ నన్నెరుగుదురు. ఎఱ్రసలాం."

"భలే! దమ్‌చక్క–"

అతడు ఉరిమి నా వైపు చూచాడు. నేను త్వరగా ముఖం తిప్పుకొని కూర్చున్నా. అదే సమయంలో బండికూడా నడక సాగించింది. లేకపోతే రెండవ కుస్తీపట్టు నన్ను ఏ విల్లన మజిలీకి గొని పోయేదో – చర్చిగేట్ చేరింతర్వాత నేను హార్బని రోడ్డులోని చక్కగా అమర్చబడిన గాజు కిటికీలను చూస్తూపోయా. నే నీ రోజున పెద్ద ధనికుణ్ణి, జేబులో నాల్గు రూపాయలు, కొన్ని పైసాలు ఉన్నాయి. కొట్లు అందమైన వస్తువులతో అమర్చబడి యున్నాయి. ఈ దినం నేను బొంబాయి పట్టణాన్నంతా ఖరీదుచేసి తీసికొని వెడతా.

నే నాలోచించా.

ఇక్కడ గడియారాలమ్మే కొత్త దుకాణ మొకటి ఉంది. దాంట్లో ఒక గడియార ముంది. ఆ గడియారం లోపలి భాగమే మీ పైకి కన్పించడం లేదు. అయినా, అది నడుస్తూనే ఉంది. నే ననుకొన్నాను గదా – ఇది బూర్జువావర్గపు గడియారం. తస్సదియ్యా! దీని ఏ భాగంకూడ సరిగాలేదు. అయినా కాలీడ్చుకుంటూ పోతూనే వుంది. దాని ధర అడిగాను. దుకాణదారుడు రెండు వందలయాభై రూపాయలని చెప్పాడు. ముందుకు పోదామనుకున్నా. ఇక్కడొక సింధీ శరణార్థి దుకాణముంది. ఇతర దేశాల్లో తయారయిన పట్టు చొక్కాలు గాజు అలమరాలలో ధగ ధగ మెరుస్తున్నాయి. ధర యిరవై రెండు రూపాయలు, పదునెనిమిది రూపాయలు, పదహారు రూపాయలు. పన్నెండు రూపాయలకంటె తక్కువలేదు.

నే నీ దినం చాల ధనవంతుణ్ణి. అయినప్పటికీ నే నీ చొక్కా కొనలేను. ముందు వైట్ వేలెడ్ లా కంపెనీ గాజు గోడలలోపలినుంచి సుకుమారస్త్రీలు పలుచని, ఎత్తైన ఫ్రాకులు తొడిగి తొంగి చూస్తున్నారు. ఈ రోజుల్లో సంపన్న కుటుంబాల్లోని స్త్రీలు కూడ జీవితం నుంచి మృత్యువువైపు వెడుతున్నారు. వీళ్ళ అలంకరణలో మైనపు బొమ్మల పోకడ ఉంది. ఈ విధంగా మేకప్ అయితే చలనముండదు. చలనం లేకపోతే జీవితమేలేదు. జీవితంలేకపోతే దుర్వాసన ఏర్పడుతుంది. ఈ దుర్వాసనను ప్యారిస్‌లో తయారయిన సెంటుకూడ దాచలేదు. ప్యారిస్ లోనే దాచనప్పుడు, యిక్కడేం దాచగలరు?

అలంకరింపబడిన దుకాణాల్లో పట్టు వస్త్రాలున్నాయి, చొక్కాలు, వెచ్చని ప్యాంట్లు, గడియారాలు, ఫౌంటెన్ కలాలు, బూట్లు, తోలు సంచులు, తుండుగుడ్డలు, చీనాదేశపు పళ్ళెరాలు, రెయినుకోట్లు, తివాచీలు, పూలగుత్తులుంచే పాత్రలు వున్నాయి. ఇక్కడ

పువ్వులుంచే పాత్రలున్నాయి. కాని, వాటిలో పూలులేవు. నాగళ్లు, గడ్డపారలు, కొడవళ్ళు, ట్రాక్టర్లు, ఇనుపకడ్డీలు మొదలైనవి లేవు. హార్బనిరోడ్డులో ధాన్యం దొరకదు. పూలు దొరకవు. పిల్లల పుస్తకాలు దొరకవు. పని చేసే యంత్రాలు దొరకవు. పనిచేసే ఏ వస్తువూ దొరకదు. నేను నాల్గు రూపాయలు తీసికొని వచ్చాను కాని, ఇక్కడ గోడలు చాలా ఎత్తుగా వున్నాయి. గోడ లెంత ఎత్తున్నాయో, ధరలుకూడ అట్లే శిఖరా లందుతున్నాయి. ఆకారం చూస్తే యింత ఉన్నతమైనది! కాని, ఎంత నకనకలాడే బీదతనం! బీదతనం గుర్తుకొచ్చేసరికి. ఉదయంనుంచి వృధాగా తిరుగుతున్నానే అన్న ఆలోచన కలిగింది. ఇప్పటి వఱకు అన్నం తినలా, ఫోర్టులో ఫిరోజ్ మెహతా రోడ్డు దగ్గర ఒక యిరుకైన గల్లీలో నా కొక మద్రాసీ హొటల్ కన్పించింది. ఇక్కడ చాల మంచి అన్నం తక్కువధరకు దొరకుతుంది. తొమ్మిదణాలతో గారెలు, మసాలదోశ. ఒక మద్రాసీ మైసూర్‌పాక్ తిని, పై నుంచి అరటి ఆకు రుచి కల్గియుండే ఆకు నమిలి సంతుష్టితో తేపు వదిలాడు. తర్వాత హార్బని రోడ్డుమీద తిరిగి తిరిగి విక్టోరియా టెర్మినస్ వైపు వెళ్ళిపోయా. బొంబాయిలో విక్టోరియా టెర్నినస్ చాల మంచిచోటు. ఇక్కడొకవైపున సినిమాహాళ్లున్నాయి. రెండవ తరఫున స్టేషనున్నది. మూడో వైపు మిలిటరీ కోర్టువుంది. మధ్యలో నాయకుల విగ్రహాలున్నాయి. వాటిపై దేవదూతలు రెక్కలు విప్పుకొని నిలబడియున్నారు. నాల్గవవైపు ఖాళీస్థలముంది. అక్కడే గనుక సైతాను విగ్రహంకూడా నిలువబెట్టినట్లయితే నేటి సమాజపు నాల్గవ పార్శ్వం కూడా ఉన్నట్లే. మరల గుర్తుకొచ్చింది, జాతీయ ప్రభుత్వం ఏర్పడిం తర్వాత దీని అవసరమేముందిలే అని.

సినిమాహాలు వెనుక ఒక పెద్ద ఖాళీమైదాన మున్నది. అక్కడ బ్రిటిషు వాళ్ళుండిగా పోలీసు కవాతు జరిగేది. ఇప్పుడక్కడ ఖద్దరు ప్రదర్శనం జరుగుతోంది. ఒక పర్యాయమిక్కడ అంతర్జాతీయ ప్రదర్శనం కూడ జరిగింది. దీనిలో యితరదేశాల ప్రజలెవ్వరూ పాల్గొనలేదు. కాని ఆయాదేశాల జెండాలు మాత్రం ప్రదర్శించబడ్డాయి. దాని మూలంగా హిందూదేశ మొక్కటే ఆసియాఖండానికి రక్షకనేత కాగల్గిందన్న విషయం ప్రపంచానికంతకూ తెలిసింది. బొంబాయిలోని ఆ ప్రదర్శనం కొద్ది రోజులపాటుండి తర్వాత కాలిపోయింది. ఢిల్లీలోని ప్రదర్శనం యింకా కాలలా. దీనికొఱకు బహుశా వాజద్ ఆలీని పిలువవలసి వస్తుందేమో.

నే నెప్పుడూ భోంచేసిన తర్వాత విశ్రాంతి తీసికొంటాను. అందువల్ల నే నీ మైదానంలోపడి నిద్రపోయా. నా తలపై చేమంతి మొక్క కొమ్మలు వ్యాపించియున్నాయి. దాంట్లో ఎర్ర కమ్యూనిస్టు పూలు వికసిస్తున్నాయి. ఈ చెట్టు కొమ్మలపై ఎర్ర ప్రాణంగల పిచ్చుకలు గోలచేస్తున్నాయి. ఒక గుజరాతీ బాలిక ఎర్రపూల కోక ధరించి వెడుతోంది.

సినిమా గోడలపై ఎర్ర అక్షరాలతో లిఖింపబడియుంది. 'ఎర్ర గృహంలో ఎర్ర అస్థిపంజరం" అని. ఇటువంటి ఎర్ర ప్రమాదం గలచోట నేను ధైర్యం చేసి కండ్లు మూసుకొన్నానంటే అది చెప్పుకోదగిందే. ఎంతసేపటివఱకు నిద్రించానో నాకే తెలియదు. అకస్మాత్తుగా గాభరాపడి మేల్కొన్నా. ఎవరో నా పక్కలో బలంగా గుద్దారు. తీరాచూస్తే ఒక పహరావాడు నిలబడియున్నాడు.

నే నడిగా : "ఏం సంగతి?" అని.

"ను వ్విక్కడ పండుకోటానికి వీల్లేదు."

"ఎందువల్ల పండుకోకూడదు?"

"నేను చెప్తున్నా, నువ్వు పండుకోరాదని."

నే నాయన అరచేయిలో ఎనిమిదణాలు పెట్టి, యిప్పుడడిగా "ఇప్పుడు పండుకోవచ్చా, లేదా?"

ఆయన ఎనిమిదణాల బిళ్ళ జేబులోవేసికొని, చిరునవ్వు నవ్వి అన్నాడు: "పండుకోటానికి పండుకోగలవు."

నే నడిగా, "నీ డ్యూటీ యిక్కడ ఎప్పటివరకు?"

"ఇంకా రెండుగంటలు."

"అయితే నే నింకా రెండుగంటలపాటు ఇక్కడ పండుకొంటా. నువ్వీ చెట్టుకింద నిలబడి పారాయిస్తూండు. ఇంకొక పారావాడు నన్నిబ్బంది పెట్టకుండా చూడు. రెండుగంటల అనంతరం నన్ను లేపు. నేను నీ కింకొక ఎనిమిదణాల బిళ్ళ యిస్తా. తెలుసా?"

ఆయన తలఊపి అన్నాడు: "హూఁ!"

అతడు చెట్టు కానుకొని నిలబడ్డాడు. నేను నిద్రపోయా. రెండుగంటల తర్వాత నన్నులేపి అన్నాడు: "లేవండి. నా డ్యూటీ అయిపోయింది. రెండవ పారావాడు వస్తాడు."

నే నాతనికి రెండో ఎనిమిదణాల బిళ్ళయిచ్చి అన్నాను : "నువ్వు చాలా మంచిపని చేశావు. ఇహచెప్పు, నువ్విక్కణ్ణుంచి యింటికి వెడతావా?"

"అవును."

"నీ కెంతమంది పిల్లలు?"

"ఇద్దరు. ఒకడు పిల్లవాడు. వాడు బడికి వెడతాడు. రెండవది రెండేండ్ల పిల్ల. నే నీ రోజున దానికోసం విదేశ పాలడబ్బా తీసుకొని వెడతా?"

"నీ జీతంలో నీకు జరుగుబాటు అవుతుందా?"

"జరుగుబాటు అయితే, రెండు గంటలపాటు మీ డ్యూటీ చేయడానికి నాకేమైనా తల తిరిగిందా?" అని అయిష్టతతో వెళ్ళిపోయాడు.

నేను మెట్రో సినిమావైపు వెళ్ళా. అక్కడ కోళ్ళనుంచే గూళ్ళకుమల్లే శరణార్థులకొఅకు కఱ్ఱతో చేయబడిన చిన్న చిన్న దుకాణాలున్నాయి.

ఈ దుకాణాల్లో చాలా పాత (సెకండ్‌హాండ్) వస్తువులు దొరకుతాయి. పాత చెప్పులు, పాతయంత్రాలు, పాత గుడ్డలు, శరణార్థుల్లాగా దూరియుంటాయి. పాడుబడ్డ స్థితిలో వుంటాయి. అక్కడ రెండు, మూడు సింధీ రెస్టారెంట్లు వున్నాయి. అక్కడ టీ, ఉర్లగడ్డకూర, అప్పడాలు దొరుకుతాయి. నేను టీ అమ్మే ఒక స్త్రీ దగ్గర ఉడికించిన గుడ్డొకటి తిన్నా. రెండణాలిచ్చి ఉర్లగడ్డ, రెండణాల బజ్జీలు, రెండణాల అప్పడాలు తిన్నా. ఒక అణా టీ త్రాగా. మైదానంలో పండుకోవటం వల్ల నా తల వెంద్రుకలు చిందరవందర అయినాయి. అందుకని రెండణాలుపెట్టి ఒకపాత దువ్వెన కొన్నా. దాన్ని వెంద్రుకల్లో తిప్పుతూ ముందుకు వెళ్ళగా ఒక శబ్దం వినిపించింది.

"రా, కొడుకా, రా" రొట్టె తిను."

నేను శ్రద్ధతో చూచా. ఒక పంజాబీ ముసల్ది, తెల్లని వెంద్రుకలు, వాడిపోయిన ముఖవర్చస్సు. కష్ట దుఃఖాలు, విరసపు చిహ్నాలు. ముఖం ముడుతలు పడియుంది. పైన కప్పుకొన్న దుప్పటి మైలగా ఉంది, ఆమె ముఖంలో దైన్యం, విచారచ్ఛాయలతో కూడిన చిరునవ్వు అగుపించింది. ఆమె విచారాన్ని దిగమింగుకొంటున్నట్లు పడింది. ఇక్కడ చిన్న దుకాణమొకటి పెట్టుకొని కూర్చుంది. ఒక ప్రక్క రొట్టెలు కాల్చేరేకు (పెనం), ఒక పెద్ద పాత్ర, చింటా, పొయ్యి వున్నాయి. కుండలో కూరవుంది. పిండి కలిపి ఉంది. ఆమె చపాతీలు వేసి, ఇద్దరు బాటసారులకు పెడుతూంది. నే నాగిపోయా. అది చూచి, ఆమె తన మలినమైన ముసుగును తన ఫాలంపైకి లాగుకొంది. తర్వాత నవ్వి యిలా అంది : "రా కొడుకా, రొట్టె తిను. నువ్వు పంజాబీలా కనిపిస్తున్నావు."

నేను నివ్వెరబోయి, లోనికెళ్ళి, ఆమె నడిగా: "ఏంతల్లీ, నువ్వీ పని ఎందుకు చేస్తున్నావు?"

"ఏం చేయను కొడుకా, నా కీ పనే తెలుసు. నేను నా జీవితమంతా ఇంటిలోనివాండ్లకు అన్నం వండిపెట్టా. ఇప్పుడు నా బాటసారి కొడుకులకు పెడుతున్నా –"

"తల్లీ! నువ్వెక్కడుండే దానివి?"

"పుత్రా, నేను జలంధరులో ఉండేదాన్ని. అక్కడ నా యిల్లు వుండింది. భూమి

వుండేది. నా పిల్లలుండేవారు. నా కొక కోడలు కూడా వుండేది. నాకు ఆవులు, గేదెలుండేవి. ఇంట్లో పాలు, చక్కెర, ప్రతిష్ఠ అంతా వుండేవి. కాని మా వీధిలో ఉండే నా పుత్రులే నా కున్నదంతా దోచుకున్నారు."

"తల్లీ, నువ్వు పాకిస్తాను కెందుకు వెళ్ళావు?"

"నా కుటుంబీకు లందర్నీ ఎక్కడైతే ప్రాణాలతో కాల్చి వేశారో అట్టి జలంధరుయొక్క నాల్గు దారుల కూడలి స్థలంలో నా కొడుకుల సమాధులున్నాయి. నా కోడలి మాన మర్యాదలు హిందూ దేశంలో పడి ఘోషిస్తున్నాయి. నా ఆవుల్ని, గేదెల్నికూడ నాకు బాగా పరిచయ మున్నవాళ్ళు తెలిసిన వాళ్ళు తీసుకెళ్ళారు. నా యిల్లు యిప్పటిదాకా జలంధరులోనే వుంది. దీంట్లో పట్టణంలోని ఎవరో పెద్దమనిషి ఉంటున్నాడు. నా పోరాటమంతా నా వాండ్లతోనే నే నిక్కడే ఉంటా. ఇక్కడే చస్తా. నేనే గనక,పెరాదియయొక్క కూతుర్నయితే, ఒక రోజు జలంధరుకు తిరిగి వెడతా."

ఇంతలోకి యింకొక బాటసారి వచ్చి "అమ్మా, రెండణాల కూర యివ్వు. రెండణాల రొట్టె లివ్వు" అని అడిగాడు.

నే నొక మూలన కూర్చొని అన్నం తినసాగా. మాంసంకూర, వేడి వేడి రొట్టె - చాలా రుచిగా ఉన్నాయి.

నే నన్నా : "అమ్మా, నువ్విక్కడొక రొట్టెలబట్టీ పెట్టేసెయ్యి చాలు"

"బట్టీకోసం చాలా కష్టపడాలి నాయనా. ఇప్పుడు నా కాళ్లల్లోను, చేతుల్లోను శక్తి లేదు" అని, ఆమె పొయ్యిపై చపాతికాల్చనారంభించింది. ఆమె ముఖంపై ఆశ్చర్యకరమైన చిరునవ్వు కనిపించింది. మరల మెల్లగా అంది: "జలంధరులో నా యింటి ప్రాంగణంలో నే నొక బట్టీ తయారుచేశా. అక్కడ నా కోడలు మధ్యాహ్న సమయాన వేడి వేడి రుచికరమైన మంచి గోధుమరొట్టెలు చేసేది. వాటిని తిన్నట్లయితే, నువ్వు పెషావరు నానురొట్టెకూడ మరచిపోయేవాడివి. వెంటనే ఆమె కండ్లు అశ్రుపూరితమైనాయి. ఆమె అన్నది: "ఇప్పుడది ఎక్కడ తగులబడివుందో తెలియదు" ఆమె ఏడ్వసాగింది. నేత్రాలనుంచి అశ్రుకణాలు జారి, తవ్వపైబడి ఎండిపోయాయి. ఇక్కడ, మెట్రో సినిమా ఎదుట, అశ్రుకణాలతో తప్తమైన రొట్టెలు రెండణాలకే దొరకుతాయి. ఆసియా ఖండపు నేతల్లోకల్లా గొప్ప వాడైన పండిత జవహర్లాలు నెహ్రూకు, ఏదో ఒకరోజు ఇక్కడ విందు కుడపాలని చూస్తున్నా.

మెట్రో సినిమా వెలుపల అనేక నవ్వు ముఖాలు, ఆసక్తి కొలిపే చీని చీనాంబరాలు ధరించినవారు, సంతోషాతిరేకంతో పొలికేకలు వేసేవారు కనిపించారు. విలియం పొలు అర్ధనగ్న స్త్రీలమధ్య దోబూచులాడుతున్నాడు. మగవారు చక్కని ఉడుపులు ధరించి,

మోటార్లనుండి దిగి, ఈ స్త్రీల వైపు వారిని పండ్లతో కొరికివేద్దామన్నట్లుగా సారెసారెకు దృక్కులు సారిస్తూ, ఉరిమురిమి చూస్తున్నారు. ఈ స్త్రీలే గనక సజీవంగా ఉన్నట్లయితే , వారిని ఈ సైగలతోనే కిందికి దింపి, యిక్కడే మెట్రో సినిమాయెదుట, అందరిసమక్షంలో వారిమానాన్ని దోచుకునేవాళ్ళ మన్నట్లుగా చూస్తున్నారు. వారి కండ్లలో అంతటి కామవాంఛ, ఆకలి, వేడి వ్యక్తమౌతున్నాయి. హాలీవుడ్ ఈ భావనకు "ఎంటర్‌టైన్ మెంట్" అని పేరు పెట్టింది. ఇప్పు డీ ఎంటర్ టైన్‌మెంట్ డాలరు, హిందూదేశపు అర్థశాస్త్రంలోకి దూరి వచ్చినట్లుగా హిందూదేశపు చలనచిత్రాల్లోకి కూడా అడుగుపెట్టింది. అసభ్యకరమైన అమెరికన్ నవలలు హిందూదేశపు సభ్యతలోకి దూరి వచ్చాయి.

సామ్రాజ్య జీవనపు ప్రతిష్ఠలంలోను వ్యభిచారం వృద్ధిలోవుంది. సుందరత, వాస్తవికత, పవిత్రత, శాంతి, ప్రతిష్ఠ, గృహం, సంతోషం, పుస్తకాలు, పూలు, సౌఖ్యం, విశ్రాంతి యిత్యాది వస్తువుల నది నగ్నం చేసి, వాటికి వ్యభిచారం నేర్పింది, తర్వాత వాటిని బజారుకు గొని తెచ్చి చౌకధరకు అమ్మివేస్తోంది. ఒక వస్తువుయొక్క ప్రతిష్ఠకాదు, ఆ వస్తువు ధర ఎల్లప్పుడూ తగ్గుతూ, పెరుగుతూవుంది. ఒకప్పుడు ఇన్‌ఫ్లేషన్ అయితే, మరొకప్పుడు డిఫ్లేషన్. అంతంలో ఎప్పుడూ యుద్ధమే. అంటే శాంతితోబాటు ఒకవిధమైన వ్యభిచార మున్నదన్న మాట.

ఇంకా ఆట మొదలుకావడానికి గంటన్నర ఆలస్యం ఉంది. కాని పదణాలు టిక్కెటు కొనదలచిన ఔత్సాహికులు ఒక పెద్ద వరుసలో నిలబడి యున్నారు. నేనుగూడ పోయి, "క్యూ"లో నిలబడ్డా. నా వెనక ఒక నల్లని, బక్కపలచని యువతి ఒక బిర్రైన పూలగౌను తొడిగి వచ్చింది. ఈ గౌను పైన బిర్రుగాను, కింద వదులుగాను వుంది. నడుముకు ఒక బెల్టులాంటి గుడ్డను గట్టిగా లాగి కట్టుకొనియుంది. దాని మూలంగా ఆమె శరీరం రెండుభాగా లయింది. ఒకటి మొండెం పై భాగం, రెండవది మొండెం కిందిభాగం. ఆమెకు మిత్రులు "చక్కని చుక్క" అని పేరు పెట్టారు. అంటే ఆవిడ తనబెల్టు యొక్క బిర్రుతనంతో మెడ మెలు పై కెత్తి ఒయ్యారంతో నడిచేది. అప్పుడామె శరీర పైభాగం క్రిందికి వచ్చినట్లు, క్రిందిభాగం పైకిపోయినట్లు కనబడేది. ఆమె రొమ్ముపై స్తనాలు వాటి సహజ స్వరూపంలో కాక, ఎవరన్నా బెల్టుతో బిర్రుగా లాగి కట్టివేసినట్లు, ముందుకు తన్నుకొని వచ్చేవి. ఆమె ముఖంపై పౌడరు కొట్టుకొన్న రీ తి గమనిస్తే, ఎన్ని పొరలు, తీస్తే బాదంపప్పు బయపడుతుందో, ఎన్ని మార్పుల తర్వాత స్త్రీలో స్త్రీత్వం ఏర్పడుతుందో, లేదా స్త్రీ యువతిగా మారుతుందో, తెలియనే తెలియదు. ఇటువంటి బూటకానికి ఫిల్ము వాండ్లు "సుందరత" అని పేరు పెడతారు. కొంతమంది దీనిని "కళ" అని కూడ

అంటారు. ఇది కళాకారుల ఉపమానం.

నే నామెవైపు చూచా. ఆమె నావైపు చూడలా. ఆమె నా వైపు చూసినప్పుడు నే నామెవైపు చూడలేదు. మరల మేమిద్దరం ఒకరికొకరం కోరచూపులతో చూచుకొన్నాం. ఈ క్రీగంటి చూపులు మెలమెల్లగా ఎదురెదురైనప్పుడు మేం నవ్వవలసివచ్చింది. దీం తర్వాత నేనన్నా: "చాల పొడుగైన క్యూ. మనవంతు వస్తుందోలేదో."

ఆమె అంది: "మీ వంతు వస్తుందిగాని, నా వంతు రాదనుకొంటా."

"నావంతే గనుకవస్తే నా టికెటు మీ కిచ్చివేస్తా!"

ఆమె తన భుజంనుండి వేలాడుతున్న తోలుసంచిని సరిజేసుకొంటూ అంది, "థాంక్సు."

నే నన్నా: "ఇప్పుడు మీ పేరడగడంలో తప్పులేదను కొంటా."

"నా పేరా? డయానఫ్రాండిష్ మీ పేరో?"

"నా పేరు క్రిష్ఛయన్ చందర్."

ఆమె నవ్వి, "ఈ క్రిష్చియన్ ఏమౌతాడు?"

"ముంతాజ్ 'శాంతి' ఎలా అవుతుందో, సయ్యద్ "అమృతం" ఎలా అవుతాడో అలాగే నా పేరుకూడా"

"మీరు చాలా తమాషావారేనే!"

"ఆ ఎదురుగా ఉన్న ఈరానీ రెస్టారెంట్లో టీ త్రాగుదామా?"

"పదండి. అయితే ఎలా? మరలచోటు దొరకదేమోనే."

"ఎందుకు దొరకదు? నేను నా ముందున్న వానితో చోటు చూస్తూ ఉండమని చెప్తా. మీరు మీ వెనక ఉన్నవానితో చెప్పండి."

క్యూలో నిలబడియున్న మా ముందు వెనకాల ఉన్నవారు మమ్మల్ని టీ త్రాగి రావడానికి అనుమతించగా మేము వెళ్ళిపోయాం.

నేను పోతూ పోతూ, వారనుకుంటుండగా విన్నా, "నాయాలు! చూడరా, వలలో వేసికొంటున్నాడు దాన్ని."

వారిలో రెండవవాడన్నాడు: "అదికూడ ఏం బాగుందిలే! నల్లబాతు."

మొదటివాడన్నాడు: "అరే, నల్లదో తెల్లదో అమ్మాయేకదా!"

డయానా అంది: "వట్టి పంది లెండి."

టీ త్రాగిం తర్వాత డయానా అంది: "నేను పొటాటోచిప్స్ యింటికి తీసుకు వెడతా" రెండణాలిచ్చి అందామె: "నేను వెంద్రుకల్లో పెట్టుకోవడానికి ఒక పచ్చరంగు క్లిప్పు

కావాలి.' దానికి పావలా యిచ్చింది. మరలా ఏమైనా అనటానికి ముందే నే ననివేశా: "పదండి, బుకింగు ఆఫీసు తెరిచారు. తర్వాత టిక్కెటు దొరకదు."

టిక్కెట్టు తీసికొని మేము లోనికి వెళ్ళాం. సినిమా చూసేటప్పుడు దయానా నే నామెను ప్రేమిస్తున్నానని భావించి తాను కూడ నన్ను ప్రేమిస్తున్నట్లు ప్రవర్తించసాగింది. కాని, నిజానికి నే నామెను ప్రేమించటంలేదు నా వైపు చూసి నవ్వింది. రెండు మూడు పర్యాయాలు నన్ను చిటికెవేసింది. అప్పటికి నేను అహింసా పద్ధతిలోనే ఉండటం చూసి, ఆమె తన రెపరెపలాడే పొడికురుల తలను నా భుజంపై పెట్టి విశ్రాంతిగా, హాయిగా తమాషా చూడసాగింది. నే నడిగా: "మీ యిల్లెక్కడ?"

"కొలాబాలో."

"పదండి. నేను మిమ్మల్ని మీ యింటి మలుపుదాకా వచ్చి వదలిపెడతా:"

ఆమె అదోరకంగా కలతజెందినట్లు నడువసాగింది. ఆమెకు నేను చెప్పేదేమీ అర్థమయినట్లులేదు. నాకు కూడ ఏమీ అర్థంకాలా. మే మిద్దరం విచార మనస్కులమై ఒకమూల విద్యుస్తంభంక్రింద బస్సు కొఱకై ఎదురుచూస్తున్నాం, ఇంతలో, వర్షపు తుంపర్లు పడసాగాయి. నీటి బిందువులు కిందికి వంగిన ఆమె కనురెప్పల పైనుంచి జారి, బుగ్గలమీదుగా ప్రవహింపసాగాయి. ఈ ప్రవహించే బిందువుల్లో ఆమె అశ్రుకణాలుకూడ మిళితమై యున్నాయి కాబోలు. నే నిప్పుడామెతో ఏమీ మాట్లాడలేకపోయా. ఎందువల్లనంటే, వర్షం ఎక్కువైంది. పైన విద్యుద్బల్బు పై నుండి నీరు జారి కింద పడుతోంది. ఈ వాన ఆమె వికృత రూపాన్ని క్షాళితం చేస్తున్నట్లు నేను భావించాను. ఆమె నల్లని శిరోజాలు మరికాస్త భాసించాయి. తడిసిన ఆమె బుగ్గలు కూడ వెల వెల బోయాయి. ఎడతెరపిలేని వానజల్లుల కామె నీలి అధరాలు పట్టువలె మెత్తబడిపోయాయి. తేలికైన వానజల్లుచే పువ్వులు విచ్చుకొన్నట్లుగా, ఆకసం ఉరుములు, మెరుపులకు కాంతివంతమైనట్లుగా సర్మయీ రోడ్డులో కరగిన వెండి పోతపోసినట్లుగా, అవి వికసించాయి. అదేవిధంగా వాన విద్యుస్తంభంక్రింద నిరాశా నిస్పృహలతో కూడిన యువతికి అనశ్వర సౌందర్యమనే స్వర్ణాంబరాలు తొడిగింది.

నేను దయానాను నా భుజాని కానించుకొన్నా, ఆమె విచార వదనం ఈ సమయంలో చాలా అందంగా కన్పించింది. వ్రేలాడే ఆమె నల్లని వెంట్రుకల్లోంచి తడిసిన, తెలియని సుగంధం రాసాగింది.

నేను మెల్లగా అన్నా: "గుడ్ బై, దయానా!"

అమె అక్కడే నిలబడి అంది : "మీరు నన్ను ప్రేమించరూ?"

నే నామెతో ఏమనాలి? కాని నామనస్సులో మాత్రం యిలా అనుకొన్నా. లేదు. నేను నిన్ను ప్రేమించను. ఇవాళ నువ్వు కొలాబాలో నీ యింటికి వెళ్లి, నీ తల్లిని కలుసుకొంటావు. నీ చిన్నతమ్ముణ్ణి కలుసుకొంటావు. నువ్వు నీ జీవితంలో నీ కొకప్పుడు లభించే నిజమైన ప్రేమకొరకెదురుచూస్తావు. అది నీకు తప్పక దొరుకుతుంది. కాని, ఈ విధంగా అనవసరంగా వెతకడంవల్లా, పరపురుషులపై నిఘా పెట్టడం వల్లా అది నీకు లభించదు. ఆ ప్రేమ వేరొకవిధంగా వస్తుంది. ఎక్కణ్ణుంచయితే ఆ ప్రేమ వస్తుందో, అక్కడినుంచి శ్రమవల్ల జనించే సుందరత వస్తుంది. నువ్వు నిజానికి అందమైన దానివిగా తయారవుతావు. "డిమోజా" అనిగాని, "డిసిల్వా" అనిగాని పేరుగల యెవరో యొక మగవాడు, ఏ దేని పని చేసేవాడు. లేదా కష్టజీవి అయినవాడు నిన్ను పెండ్లి చేసుకొని, తీసుకొని వెడతాడు. తర్వాత నీకొక కొద్దిపాటి సంసారం, కుటుంబం ఏర్పడుతుంది. ప్రేమ కల్గినందువల్ల మమత ఏర్పడుతుందని, మమత ఏర్పడినందువల్ల పిల్లవాడు కలుగుతాడని, పిల్లవాడు కల్గినందువల్ల మానవుడు ముందుకు వెడతాడని, ప్రపంచములో ఒక కొత్త సుందరత, ఒక నవజీవనం పుట్టుకొస్తుందని నువ్వప్పుడు తెలిసికొంటావు"

"వెళ్లు దయానా వెళ్ళు." అని నే నామె లలాటాన్ని ముద్దాడాను.

దయానా కండ్లలో కన్నీళ్లు తిరిగాయి. నే నన్నమాటల నామె కొంత అర్థంచేసుకొంది. కొంత అర్థంచేసుకోలా. కాని ఆమె స్త్రీ అయి నందువల్ల అంతా అర్థంచేసికొన్నదనుకొంటా. చాలా ఉద్రేకంతో, ఉద్వేగంతో నాతో చేయికలిపిందామె. నేను వెడుతూ వెడుతూ అన్నా: "దయానా, నీకు కొడుకుపుట్టినప్పుడు నేటిరాత్రి జ్ఞాపకార్థం ఆ బాలునికి క్రిష్చయన్ చందర్ అని పేరుపెట్టాలి. తెలిసిందా?"

ఆమె నడుస్తూ నడుస్తూ కిల కిల నవ్వింది. నవ్వుతూనే చెప్పింది.: "అలా కాదు. నేను వాడిపేరు విలియంపోలు అని పెడతాను. ఎంత అందగాడాయన!"

"గుడ్ నైట్ దయానా."

"గుడ్ నైట్ క్రిష్టియన్ చందర్.

డబ్బులన్నీ అయిపోయాయి. జేబులో రెండు పైసలు మాత్రం మిగిలాయి. ఒక గోల్డ్‌ఫ్లేకు సిగరెట్టు కూడా వుంది. బండిలో టిక్కెట్టు తీసికోకుండా కూర్చున్నా. బంద్రాదగ్గర నన్నొక టిక్కెట్టు కలెక్టరు పట్టుకొని నన్ను బండినుండి దింపివేశాడు. లచంమిద్దామంటే నా దగ్గర డబ్బుల్లేవు. "లోపలినుంచి ఏమైనాతీ" అని చివరకు టిక్కెట్టు కలెక్టరు కోపంతో అన్నాడు: "ఏమైనాతీ" అని ఆయన అన్నప్పుడు, నే నాయన ముఖాన్ని పరికించా. ఆ ముఖంలో ఆధర్మపు సమాజం యొక్క గుర్తులున్నాయి. నీతి, నిజాయితీలను కాపాడాలనే

ఆయన విఫలప్రయత్నం చేసినట్లుగా ఆ గుర్తులో నాకు ద్యోతకమయింది. టిక్కెటు కలెక్టరు ముఖం ప్రతి పేజీలోనూ చిల్లులు పొడిచిన ఆయన రశీదు పుస్తకంవలెనే వుంది.

నే నన్నా: "నా వద్ద రెండు పైసలున్నాయి."

ఆయన చీదరించుకొని అన్నాడు: "అయితే రాణాకు పద"

నే నాయన కోటువైపు చూచా. దాని కాలర్ చినిగిపోయి యుంది; ట్రవుజరు కింద పిగిలిపోయింది. టై మెడదగ్గిర చినిగిపోయింది. పల్చని, ఎండిన అధరాలు కోరికల విడిపోగులు, చొక్కాకు గుండీలుకూడా లేవు. వెంటనే నా చొక్కా జ్ఞాపకం వచ్చింది. నా చొక్కాకు బంగారుగుండీ లున్నాయి ఎప్పుడో రెండురూపాయల పావలాకు తీసికొన్నా. నేను నా చొక్కా నుండి గుండీలు తీసి, ఆయన కిచ్చేశా.

ఆయన వాటిని తీసికొని అన్నాడు : "అయితే యిహవెళ్లు." తర్వాత మరల గద్దించి, నాతో అన్నాడు: "మరల ఎప్పుడైనా నువ్వు టిక్కెట్టు లేకుండా ప్రయాణిస్తూ నాకంట బడ్డావా –'"

"అయితే" అని నే నన్నా: "బాబూ! మీకంతా తెలుసు. నాకు తొమ్మిది రూపాయలు మాత్రం జీతం దొరుకుతుంది. దాంతో నాకు జరుగుబాటు కాదు, నా గోడువినే నాధుడెవడూ లేడు."

బండి కేకవేసింది. నేను పరుగెత్తి ఫుట్ బోర్డుమీద నిలబడ్డా. టిక్కెట్ కలెక్టర్ చాలాసేపటి వరకు చేయి ఊపాడు. అంధేరీ స్టేషనులో దిగగా టాక్సీకీ డబ్బులేవు. బస్సు వెళ్ళి చాలా సేపయింది. గుర్రపు బండ్లవాళ్లుకూడా రెండు రూపాయలకు తక్కువ రామన్నారు. పెద్ద దూరమేమీ లేదుకాని, నిశాసమయం దారికూడ సరిగాలేదు. పాడుబడిన స్థల మది. డబ్బులేవు. నిస్సహాయుణ్ని. అందుకని నవడవలసివచ్చింది. భర్దావాడినుంచి 'సరువలద్' వఱకు నేను ఈలవేసుకొంటూ వచ్చా. ఇక్కడిదాకా, అక్కడ దాకా కొన్ని యిండ్లున్నాయి. అందువల్ల ఈలశబ్దం కూడ కాస్త ధైర్యంతోనే వచ్చేది. కాని, 'సరువలద్' తర్వాత, స్మశానవాటిక వచ్చింది. అక్కణ్ణుంచి భీతితొ బిక్కు బిక్కు మంటుండగా, కంఠంనుంచి ఈలశబ్దం రావడం ఒక్క దమ్మున ఆగిపోయింది, ఒక్క ప్రయాణీకుడు కూడా రాలేదు. ఒక్క మోటారు బండి కూడా కన్పించలేదు. దారి యిరుప్రక్కలా పల్లపుభూమి. దాని అంచులవెంబడి కొద్దిపాటి చెట్లూ, పొదలూ వున్నాయి.

దేవాలయం వరకు నేను నిశ్శబ్దంగా నడిచివచ్చా. తర్వాత చిన్న చిన్న వానజల్లులు రాసాగాయి. నేను రెయినుకోటు తొడిగా. రెయినుకోటు తొడగ నారంభించగానే, ఎవరో వెనుకనుంచి వచ్చి నన్ను పట్టుకొని అన్నాడు: నీ దగ్గర ఉన్నదేదో యిచ్చేసెయ్యి. లేదా

చంపేస్తా."

"నా దగ్గర ఏది వుంటే అది నువ్వే తీసుకోరాదా? నేను లేదని చెప్తే నువ్వు నమ్ముతావా?"

"నీ దగ్గిర ఎన్ని డబ్బులున్నాయి?"

'రెండు పైసలు ఒక గోల్డుఫ్లేక్ సిగరెట్టు. మొత్తం కలిసి ఒకటిన్నర అణా అయింది.

"అబద్ధం చెబుతున్నావ్" అని అతగాడు నా జేబులు వెతికాడు. జేబులో ఏమీ దొరకనందున విదిలించుకొని అన్నాడు: "ఈ రెయిను కోటుతీ."

నేను రెయినుకోటు తీసి అతని కిచ్చేశా. అతడు దాన్ని తొడుగుకున్నాడు. అతని చేతిలో లావైన యినుపదండ మొకటుంది. రోడ్డుమీద మే మిద్దరం మెల్ల మెల్లగా నడుస్తూపోయాం. అతడు నాకంటె రెట్టింపు పొడవున్నాడు. మంచి బలంగల మనిషి. అందుకని, మంచి మనిషివలె అతని వెంట నడవడం ఉచితమని తోచింది.

నే నతణ్ణడిగా. "సిగరెట్టు తాగుతావా?"

"ఊఁ" అని అతడు జవాబిచ్చాడు. ఈ "ఊఁ" "ఔను" కావచ్చు. లేదా "కాదు" కావచ్చు.

నేను సిగరెట్టును రెండు ముక్కలుచేసి ఒకముక్కవానికిచ్చా, సిగరెట్టు తాగుతూ తాగుతూ నేతన్ని అడిగా: "నువ్వీపని ఎందుకు చేస్తున్నావు."

"చేయకపోతే ఎక్కణ్ణుంచి తెచ్చితినేది." అని అతడు ఊరకున్నాడు. నా వెంట నడుస్తూపోయాడు. మరల చీదరించుకొని, విసుగుతో అన్నాడు: "ఈ రాత్రి ఏమీ దొరకలేదు. ప్రయాణీకులు ఏమయారో తెలీదు. అందరూ వట్టిచేతుల్తో వస్తున్నారు."

నే నన్నా: "నువ్వేదైనా పని ఎందుకు చేయవు?"

"పని అయితే చేస్తున్నా. రాళ్ళక్వారీలలో పనిచేస్తా. కాని దానివల్ల వచ్చే కూలివల్ల ఏంజరగదు. ఇంట్లో ఎప్పుడూ పస్తులే. కుటుంబమూ పెద్దది. జీతమూ తక్కువ. అందుకని ఈ పనిచేస్తున్నా."

"ఈ పనిలో నీ కెంత రాబడివస్తుంది?"

"ఒకప్పుడైదు, ఒకప్పుడేడు. ఎప్పుడైనా ఎవరన్నా సేఠ్‌సాహెబ్ చేజిక్కితే వంద, యాభై కూడా దొరకుతాయి. ఈ వృత్తి చెడ్డది కాదు."

'చార్‌బంగళా" కొసకు వచ్చింతర్వాత అతడన్నాడు: "ఈ పని చేయాలని నాకేం కోర్కెలేదు. కాని ఏం చేయను? దీనికి చికిత్స ఏమిటో నాకు బోధపడదు."

నే నన్నా : "రా. రెండు నిమిషాలసేపు నా బెంచిమీద కూర్చో."

అతడు అనుమానపు చూపులతో నా వైపు చూచాడు.

నే నన్నా: "ఈ సమయంలో ఇక్కడెవ్వరూలేరు. నే నెవ్వరినీ కేకవేసి పిలవలేను. అందువల్ల నువ్వీ యినుపదండంతో నన్ను చంపేసి యిక్కణ్ణుంచి పరారైపోగలవు. అందుకని శంకించటం అనవసరం. ఇలారా. కూర్చో."

"ఎందుకు?"

"ఒక నిముషంపాటు ఆలోచించు, నువ్వు పనిచేస్తున్న క్వారీ నీ స్వంతం అయిపోతే?"

అతని ముఖంలో సంతోషం తాండవించింది. అతడన్నాడు: నే నొకసారి ఆ క్వారీ యజమాని యింటికి వెళ్ళా, ఎంత అదమైన యిల్లు! ఎంత వెలుతురు! ఎన్ని పూలు! కాంచనపు –" అతడు కండ్లుమూసికొని ఊహా ప్రపంచంలో అ ఇంటిని చూస్తూ వుండిపోయాడు.

"నే చెప్పేది నీ కర్థంకావడంలేదు. నా అర్థమిది – ఏమంటే, క్వారీ నీ కొక్కడిదే అయిపోవాలని కాదు. ఆ క్వారీలో పనిజేసే అందరిదీ, కూలీలందరిదీ, కష్టపడి పనిచేసే వారందరిదీ, అయిపోవాలని."

అతడు ఆలోచించి అన్నాడు: "అప్పుడు మాకు చాలా లాభం కల్గుతుంది."

మెలమెల్లగా ఇనుపదండాన్ని నిమురసాగాడతడు.

నే నన్నా : "నువ్వెప్పుడైనా క్వారీలోని కార్మికులతో సంభాషించావా?"

"లేదు. అక్కడ ప్రతివాడూ తన దురదృష్టానికి విలపిస్తున్నాడు."

నే నాతని భుజంపై చేయిపెట్టి అన్నా: "మీరు కష్టజీవులంతా ఏకమైనప్పుడు దురదృష్టం అదృష్టంగా మారిపోతుంది. మీరే జీవితంలో నిజమైనవారు. ఆలోచించు. నిజానికా క్వారీ మీదే. దీంట్లో పనిచేస్తున్నది మీరు. కొండరాయిలో మందుపెట్టేది మీరు. రాతిని 'డైనమెట్'తో పేలుస్తున్నది మీరు. రాళ్ళను విరగొడుతున్నది మీరు. రాయిపోసి లారీలకు తోలుతున్నది మీరు. ఈ కష్టమంతా మీరు చేస్తున్నప్పుడు, మీ కష్ట ఫలితాన్ని ఇతరుని కెవ్వనికో ఎందుకిస్తున్నారు?"

నా మాటలు వింటూంటే అతని ముఖం ఎర్రబడింది. అతడు ఇనుపదండాన్ని నిమురుతూ దానిపై బలంగా దెబ్బవేసి, అన్నాడు: "ఇది చాల కొత్తసంగతి. మీరు తెల్పింది."

"కొత్తదేమీకాదు. వందసంవత్సరాల నాటిది. అనుభవంలోకి వచ్చింది కూడా."

అతడు దండమెత్తుకొని నిల్చొని, అన్నాడు: మనం కూడ దాన్ని ఆచరించగలం. రేపు నేను నాతోటివాండ్లతో మాట్లాడి మీకు తెల్పుతా."

"రేపు మీరు నన్నిక్కడే యిదే వేళ కలిసికొంటారా?"

నే నతని మాటకు తల ఊపాను.

అతడు నా వైపు శ్రద్ధగా చూశాడు. ఇనుపదండం వైపుకూడ చూశాడు. తర్వాత మందహాసంచేసి. ఇనుపదండంవైపు ఉరిమి చూసి క్రింద నీటిలో దానిని పారవేశాడు. ఒక వస్తువు మునిగిపోయి, వేరొక కొత్త వస్తువు పైకుబికివచ్చినట్లుగా నీటిలో సంచలనం బయలుదేరింది. అతడు చేయిచాచి, నా చేయిని వత్తాడు...

తర్వాత బీడీ ముట్టించాడు. రెయినుకోటు దింపి, నా భుజాన వేశాడు. వర్షంలో తడుస్తూ వెళ్ళిపోయాడు.

❋ ❋ ❋

నే నెవ్వరినీ ద్వేషించను

చాలా కాలమయింది. ముల్క్ సాహెబ్ గారిని కలుసుకొని, దాదాపు మూడు నెలల క్రితం ఒక ఫిలిం కంపెనీ స్థాపించే ప్రయత్నంలో ఆయన నన్ను కలిశారు. ఆ తర్వాత ఆయనను నేను కలవనే లేదు. ఇవాళ ఉదయం భోజనం చేసేటప్పుడు ఆయన సంగతి నాకు జ్ఞాపకం రాగా, పోయి దాదర్‌లో ఆయనను కలుసుకొందా మనుకున్నాను. ఆయన ప్రయత్నం ఏ దశలో ఉందో తెలుసుకొందామని నాలో కుతూహలం జనించింది.

దాదర్ చేరి, వారి యింటికి వెళ్ళితే వారక్కడలేరు. వదినెగారు ఆయన ఆఫీసు కెళ్లారని చెప్పారు.

"ఆఫీసెక్కడ పెట్టారు?" అనడిగాను.

"ఒపేరాహౌస్ దగ్గర. ఎడమప్రక్క గల్లీలో లాల్‌జీభాయి మోల్‌జీభాయి ధోకేవాలాగారి పెద్ద బిల్డింగు ఉందే, దానిలో మొదటి అంతస్థుమీద."

చివరికాయన చాలా మంచిపని చేశారని నేను మనస్సులో అనుకొన్నా. ఆఖరికాయన ఫిలిం కంపెనీ స్థాపింపనే స్థాపించాడు. నే నాయన ఆఫీసుకెళ్ళి ఎందు కాశీస్సులిచ్చి రా కూడదనుకొన్నా. ఈ విధంగా ఆలోచించి, కుర్చీనుంచి లేచి, గదినుంచి బయటికి వచ్చేసరికి వదినెగారు పిలవనే పిలిచింది.

"టీ త్రాగి వెళ్ళరాదా?"

"ఇంట్లో చక్కెరవుందా?"

"చక్కెరా?" వదినె కోపంతో అంది: "చక్కెరైతే లేదు. మీకు తెలుసుగదా. రేషను షాపులో దొరుకుతుందని? అదికూడ తక్కువగానే దొరకుతుందని. మీ రొక వేళ యిక్కడే టీ త్రాగుదామనుకొనియుంటే కనీసం మీ యింటినుంచి చక్కెర తీసికొని వచ్చేవారే."

"ఇహనుంచి అలాగే చేస్తా" అని నేను గదినుంచి బయటికి వచ్చేశా. వదినె తలుపుదగ్గర నిల్చుంది. నేను పోతుండగా క్రింది మెట్టుకు పాదం గుద్దుకోగానే ఆమె గాభరాపడి అంది: "విడ్డూరంగా ఉన్నాయండీ మీచేష్టలు, కాస్త సావధానంగా దిగరాదూ? ఈ మెట్టు అసలే ఊపిరిపోయేటట్టుంది. అది విరిగితే ఇక ఏమైనా జరగవచ్చు. యింటి

యజమాని రెండవసారి కట్టించి యివ్వడు సుమా!"

నేను నిశ్శబ్దంగా నా మడమకీలు నిమురుకుంటూ క్రిందికి దిగిపోయా. ఇటువంటి విషయాల్లో జాస్తిగా మాట్లాడటం మంచిది కాదు. అయితే నేను మాట్లాడగలను. ఎంచేతంటే, యిటువంటి విషయాల్లో నాభార్య ప్రకృతి ఎలాంటిదో వదినె ప్రకృతీ అలాంటిదే. మా యింటికి అతిథులెవరైనా వస్తారనుకోండి. వారి విషయం కంటె టీకప్పులు, సాపర్ల విషయమే నాభార్య కెక్కువగా పడుతుంది. అతిథుల అశ్రద్ధవల్ల టీ పళ్ళెరాలు పగిలి పోకూడదని ఆమె ఉద్దేశ్యం. ఈ ఆందోళనలో తరచు ఆమె ఆప్తులకు టీ యివ్వడమే మరచిపోతుంది. ఒకవేళ దురదృష్టవశాత్తూ ఎవరైనా దృఢకాయుడైన అతిథి యింటికి వచ్చాడా, ఇక యింట్లో కుక్కి మంచం కూడ ఎక్కడికి మాయమైపోతుందో. ఇటువంటి అతిథి పొరపాటున సోఫామీద కూర్చుంటే, ఆమె నిఘా అంతా ఆ సోఫాపైనే. అతిథి ఎడమప్రక్కకు వంగితే ఆమెచూపుకూడ ఎడమప్రక్కకు మరలుతుంది. కుడిప్రక్క కాయన వంగితే, ఆమె దృష్టికూడ కుడిప్రక్కకే ఒరుగుతుంది. సోఫా కాస్త నలిగితే నా భార్య ముఖం ఆందోళనతో చిరచిర లాడుతుంది; కళపెళ క్రాగిపోతుందామె మనస్సు. ముఖం చిట్లించుకొంటుందామె. ఇటువంటి యిబ్బందులన్నిటినీ దిగమ్రింగుకొని, ఆమె ప్రస్తుతం కాస్త తమాయించుకొని ఉంటున్నది. అది వేరేసంగతి. మొదట, వచ్చిన అతిథి శరీరం కంపిస్తుందామెను చూడటంతోనే. తర్వాత, నా భార్యలోకూడ ఒకవిధమైన కంపనం కలుగుతుందను కోండి. అందువల్ల, ఈ సమయంలో నేను వదినెగారితో జాస్తి మాట్లాడలా. గమ్మున మడిమ సవరించుకొంటూ అక్కణ్ణుంచి వెళ్ళిపోయా. అలా కాకుండా నే నామెకు జవాబివ్వటానికి ప్రయత్నించే పక్షంలో, ఆమెకు హిస్టీరియా వచ్చేటంత పరిస్థితి ఏర్పడేది.

ఎలా అయితేనేమీ, లాల్‌జీభాయి, మోల్‌జీభాయి ధోకీవాలా భవనంలోకి అడుగుపెట్టగానే, అక్కడ ఫిలిం కంపెనీకి సంబంధించిన ఆఫీసు ఏదీ లేదని తెలిసింది. మొదటి అంతస్థు వెలుపల పెద్ద నల్ల అక్షరాలతో ఒక బోర్డు కనిపించింది.

"తేల్ ధారా."

"సుగంధ ద్రవ్యాలతో కూడిన ఒక పరిమళపు నూనె. అన్ని రోగాలకు రామబాణం వంటిది."

"తయారుచేసినవారు: డాక్టరు ముల్క్."

నేను బోర్డు చూసి, త్వరగా ఆఫీసులోకి పోయా. ఆఫీసులో ఒక మేజాబల్లమీద తలవాల్చి, ముల్క్ సాహెబ్ కునుకుపాట్లు తీస్తున్నారు. నేను పోతూనే, ఒక కవి గేయాన్ని ఆలాపించా. ఆయన గారు ఉలిక్కిపడి లేచి చాలా ప్రేమతో, దయతో నన్ను

కౌగిలించుకొన్నారు. "నేను లక్షాధికారి కాబోతున్నాను; నన్ను ఆశీర్వదించు" అన్నారు.

"అదెలాగ?" అన్నా.

ముల్క్‌సాహెబ్ నావైపు చూసి చిరునవ్వు నవ్వారు. నిజానికి ముల్క్‌సాహెబ్ సత్వగుణ ప్రధానుడు; చాల నెమ్మది మనిషి. ఆయన చేతులు చాచి, వేళ్ళు ఊపి, దవడలు కదల్చి మాట్లాడారు. కండ్లు క్రిందికి వాల్చి, మెడ వంచి, భుజాలు ముడుచుకొని చాల నమ్రతతో ఆయన మాట్లాడుతూంటే, పాపం ఆయన భార్య యెదుట మాట్లాడుతున్నారా? అనిపించింది. వాస్తవానికి, భర్తకు భార్య మీద ప్రాణం; అలాంటి ఆప్యాయత, ప్రీతి ఆయనకు లేకపోతే, యిక వారిద్దరికీ పొసగనే పొసగదు.

అందుకని, ముల్క్ సాహెబ్ నాప్రక్కన కూర్చొని – "నేను లక్షాధికారిని కాబోతున్నాను" అని నా చెవిలో మెల్లగా చెబుతూన్నప్పుడు, తాను చేసిన తప్పిదానికి తన భార్య యెదుట క్షమాపణ కోరుకుంటున్నారా? అనే భావం ఆయన కంఠస్వరంలో ద్యోతకమయింది.

నే నన్నా: "భాయీ, మీరు ఫిలింకంపెనీ తెరుస్తానంటిరే, యీ "తేల్ ధారా' ఏమిటి?

"ఈ గాజు అలమారాలో ఉన్నదానిని మీరు చూస్తున్నారా? ఇదంతా నా సొత్తు. నేను ఉత్పత్తి చేసిన వస్తువు. ఈ సువాసన నూనె ఈ కాలపు ఉత్పత్తి వస్తువుల్లో చాల గొప్పది" అని ముల్క్‌సాహెబ్ మరల దగ్గి, చెప్పసాగాడు: "ఈ నూనెను నొసట రుద్దుకుంటే తల నొప్పి పోతుంది. ముక్కు రంధ్రాల్లో వేసుకొంటే జలుబు మాయమైపోతుంది. చెవిలో వేసికొంటే, చీము వగైరా మాలిన్యాలు తొలగిపోతై, ఈ నూనె వెంట్రుకల్ని శుద్ధి చేస్తుంది. వెంట్రుకల్ని పెంచుతుందికూడ."

"అదెలా?" నేను విస్తుపోయి అడిగా.

"ఈ నూనెను పగలురాస్తే వెంట్రుకల్ని శుభ్రపరుస్తుంది. రాత్రి రాస్తే వెంట్రుకల్ని పెంచుతుంది. అంతే కాకుండా ఈ నూనె తెల్ల వెంట్రుకల్ని నల్లపరుస్తుంది; నల్లటివాండ్లను ఎర్రవాండ్లుగా చేస్తుంది. దీనిని తలపైరాసుకోవచ్చు లేదా అవసరమయితే త్రాగనూవచ్చు. ఎందువల్లనంటే అందులో ఆముదంకూడ కలిసియుంటుంది. అది విరోచనకారి కదా! ప్రేవుల్ని శుభ్రంచేస్తుంది; కడుపునొప్పి పోగొడుతుంది. ఇంతేల? ఈ నూనె సర్వరోగ నివారిణి. మంచి బంగారు వర్ణం. ఎంచక్కని వాసన! విరేచనకారి."

ఈ విధంగా అని ముల్క్ సాహెబ్ మరల నన్ను కౌగిలించుకొన్నాడు. నేను చాల ప్రేమతో అతని భుజంపై చెయ్యివేసి అన్నాను: "ఇప్పటి వరకు ఎన్ని లక్షల సీసాలు అమ్ముడు పోయాయి?"

"ఇప్పటికీ మూడు సీసాలు మాత్రమే అమ్ముడు పోయాయి.

అయితే, నిజానికి ప్రచారం లేదు... మీకు తెలుసుగదా నేటికాలం..."

ముల్క్‌సాహెబ్ యింకా ఏదో అనాలనుకొన్నాడు గాని అనలేకపోయాడు. ఎందువల్లనంటే, యింతలోనే మహమూద్ వచ్చేశాడు. మహమూద్ మా యిద్దరికీ మిత్రుడే. చాలా ఉద్రేక స్వభావుడు. హుశేన్‌శేర్ ముర్ఘేవాలా దుకాణంలో గుడ్డలమ్ముతాడు. తీరిక సమయాల్లో సినిమా కథలు వ్రాస్తుంటాడు. కాని, ఆ సినిమా కథలు యిప్పటివరకు అమ్ముడుపోలేదు. అందువల్ల, ఆయన ఎందువల్ల ఉద్రేక స్వభావుడో మనం ఊహించుకోవచ్చు. ఈ రోజు మాత్రం ఆయన మామూలుకంటె చాలా ఉల్లాసంగా, సంతోషంగా కనిపిస్తున్నాడు.

నే నడిగాను: "ప్యారే మహమూద్, ఏం సంగతి? చాలా సంతోషంగా ఉన్నట్లగపడుతున్నావ్? నీ ఉద్యోగం విషయమై జవాబేమైనా వచ్చిందా?"

"లేదు బ్రదర్, ఉద్యోగ సంబంధమైన జవాబేమీలేదు. నాకొక అద్భుతమైన ఆలోచన తట్టింది. ఆ ఆలోచనే గనుక కార్యరూపం ధరిస్తే, మనం ముగ్గురం లక్షాధికారులం కావచ్చు."

ముల్క్ సాహెబ్ అడిగాడు: "ఎన్నిదినాల్లో? భాయీ మహమూద్ నిజానికి - ఎన్నిదినాల్లో మనిషి లక్షాధికారి కాగలడన్న ప్రశ్న చాలా ముఖ్యమైంది. ఉదాహరణకు నువ్వీ 'తేల్‌ధారా' తీసుకో. గత మూడుమాసాల్లో నే నీ నూనెసీసాలు మూడింటిని మాత్రమే అమ్మగలిగాను. ఈ లెక్కన నే నింకా రెండువందల సంవత్సరాల పాటు బ్రతికియుంటే, తప్పక లక్షాధికారిని కాగలనని నా నమ్మకం."

"నిస్సంకోచంగా, నిస్సంకోచంగా" మహమూద్ తల ఊపి అన్నాడు. "సంవత్సరానికి యాభైవేల రోజులు అయితే -"

"అంతే, అంతే" ముల్క్ సాహెబ్ దానికి ఒప్పుకొంటూ, భుజా లెగరేసి, మహమూద్ వైపు ప్రశ్నార్థంగా చూచాడు. "ఎన్ని దినాలు? నీ లెక్కన లక్షాధికారి కావడానికి ఎన్నిదినాలు పడతాయి?"

"ఒక సంవత్సర కాలం."

"సంవత్సరంవరకూ ఏం చేద్దాం? ఈ 'తేల్ ధారా' యే అమ్ముదామా?"

"నిస్సంశయంగా, నిస్సంశయంగా ." అని మహమూద్ వేరే ఆలోచనలో అనేశాడు. మరల జ్ఞాపకం తెచ్చుకొని అన్నాడు: "అలా కాదు ముల్క్ సాహెబ్, నేను సూచించేపద్ధతి నవలంభించినట్లయితే, మొదట వందల ఆదాయం వస్తుంది; తదుపరి వేల ఆదాయం చేకూరుతుంది. చివరికి లక్షల ఆదాయం ఒనగూడుతుంది."

"అయితే త్వరగా తెల్పరాదూ?" ముల్క్ సాహెబ్ కాస్త విసుగ్గా అన్నాడు.

"తెల్పుతున్నా. సంగతేమిటంటే, ముల్క్ సాహెబ్, నీకు సాహిత్యాభిలాష మెండుగా ఉంది. ప్రస్తుత కాలపరిస్థితులు నిన్ను 'తేల్ ధారా" అమ్మడానికి, నన్ను గుడ్డలమ్మడానికి పురికొల్పాయన్నది వేరే సంగతి. కాని, మనమిద్దరం - సాహిత్యం, కళలంటేపడి చచ్చేవాళ్ళం. మన ఈమిత్రుడు (నావంక చూపించి) సరేసరి, అతడోకవీశ్వరుడాయె. ఏమన్నా? నీకు నిన్న జరిగిన కవిసమ్మేళనం (ముసాయిరా) వల్ల ఎంతగిట్టింది, కిషన్?"

"రానూపోనూ మూడవతరగతి ఖర్చులు, పది రూపాయల నగదు, సోడా, లెమన్ మొదలైనవి."

"బాగుంది," ముల్క్ సాహెబ్ సంతోషంతో నావైపు చూచాడు.

"నిస్సంశయంగా, నిస్సంశయంగా" అంటూ మహమూద్ తన చేతిని నా జేబులో పెట్టాడు.

ముల్క్ సాహెబ్ అన్నాడు: "సరేగాని త్వరగా ఆ పద్ధతేదో చెప్పు!"

మహమూద్ చెబుదామని ప్రయత్నించేలోగా, 'తేల్ ధారా" ఆఫీసులో గిర్ధారీ ప్రవేశించాడు. గిర్ధారీ మా ముగ్గురికీ మిత్రుడు. కాని యీ సమయంలో అతగాడు మా కొక శత్రువువలె కనిపిస్తున్నాడు. ఆయన చొక్కా నల్లబడి, మాసిపోయి ఉంది. మెడనరాలు ఉబికివున్నాయి. ఫాలభాగంపై ఉద్రిక్తత కనబడుతోంది. కాళ్లు దుమ్ము, ధూళితో మలినమై యున్నాయి. ఆయన కోపతాపాల్ని మేం లెక్క చేయకుండా, మే మాలోచిస్తున్న కొత్త స్కీములో ఆయన్నిగూడ పాల్గొన నిచ్చాం. లక్షాధికారి కావడానికి ఉపయోగించవలసిన ప్రతి పద్ధతి సులభసాధ్యం, ఆచరణయోగ్యం అయినట్లే, మహమూద్ పద్ధతి కూడ చాల సులభమైనది. ఆయన మనస్సులో వున్న స్కీము యిది - మనమంతా ఒక్కొక్కరం ఒక్కొక్క సినిమాకథ వ్రాద్దాం. అందరం కలిసి అమ్ముదాం. వచ్చినడబ్బును అందరం పంచుకొందాం. అదొక కథల అమ్మకస్థలం (సిండికేటు) అయి కూర్చుంటుంది. అక్కడ చిత్ర నిర్మాతలకు నచ్చిన, వారికి కావలసిన రకరకాల కథలు లభిస్తాయి. నాయకుడు నాయిక నెత్తుకొనిపోయిన కథ. నాయిక నాయకుణ్ణెత్తుకొని పోయిన కథ లేదా విలన్ యిద్దర్నీ ఎత్తుకొనిపోయిన కథ - యిటువంటి కథలెన్నో వారికి లభిస్తాయి. వీటి ఫార్ములా అంతా సరిగ్గా 'తేల్ ధారా' తయారీ ఫార్ములా లాంటిదే.

గిర్ధారీ గట్టిగా బల్లపై గుద్ది అన్నాడు: "భేష్, యీ స్కీము ఆచరణ సాధ్యమే. మనం దీనితో లక్షలరూపాయలు సంపాదించగలం. మనలో ఏం కొదవుంది? బుద్ధి ఉంది, సభ్యత వుంది. విచక్షణా జ్ఞానం, కార్యచతురత, తెలివితేటలు ఉన్నాయి. ముఖ్యంగా,

కార్యదీక్ష వుంది. వీటన్నిటికి తోడు 'తేల్ ధారా' వుంది."

'నిస్సంకోచంగా, నిస్సంకోచంగా' మహమూద్ తల ఊపి అన్నాడు.

గిర్ధారీ రెండవపర్యాయం బల్లపైగుద్ది అన్నాడు: "మహమూద్, నువ్వు ప్రతిపర్యాయం 'నిస్సంకోచంగా, నిస్సంకోచంగా' అని అనవద్దు. నాకు చెడ్డకోపం వస్తుంది, అసలిప్పుడు చేయవలసిం దేమిటంటే, మనమంతా కలసికట్టుగా కార్యాచరణకు పూనుకోవాలి. ప్రపంచంలో కార్యాన్ని సాధించాలి, ప్రపంచంలో మనం ఒక గ్రూపుగా తయారుకాకపోయినట్లయితే, మనల్నెవరూ లక్ష్యపెట్టరు. అబ్బాస్‌ని చూడు. ఒక గ్రూపు తయారుచేసి, పనిచేయడం మొదలెట్టాడు. నేడు లక్షలతో ఆటలాడుతున్నాడు. ఎందువల్ల? తానొక గ్రూపు నేర్పరచి కార్యాచరణకు దిగినందువల్ల. నువ్వు అబ్బాస్ కంటె తక్కువవాడివా. మహమూద్? నువ్వు ముల్క్? గిర్ధారీని నేనా? నువ్వు కిషన్? సిగ్గు పడుతున్నావా? నువ్వెంత పెద్ద కవివి? ఎవరు మనల్ని తీసివేయగలరు? అరే. మిత్రమా, ప్రపంచంలో నలుగురు కలిసి గ్రూపుగా ఏర్పడి పనిచెయ్యాలి. ఈ వెధవ అబ్బాస్... నే నతనికి బుద్ధి చెప్తాను... మహమూద్, నిన్ను నే నతనికి వ్యతిరేకంగా ఒక గ్రూపుకు నాయకుణ్ణి చేస్తా. ప్రపంచానికి తెలుస్తుంది. అబ్బాస్‌కి గుర్తుకొస్తుంది. ఒక వ్యక్తి రొమ్మువిరిచి తన యెదుట నిలబడ్డాడని. నే నతన్ని అదఃపాతాళానికి త్రొక్కుతా. వాడు నా కాళ్ళపై పడతాడు. కంపిస్తాడు. గోడుగోడున ఘోషిస్తాడు. కాని నే నతణ్ణి క్షమించనే క్షమించను. వెధవ, ఏమనుకుంటున్నాడో తన్ను గురించి! నే నతణ్ణి అవమానపరుస్తా. అతనికి అపఖ్యాతి తెచ్చిపెడతా. వాడి పేరుకాస్తా చెడగొడ్తా."

మహమూద్ అడిగాడు: "ఏం సంగతి? అబ్బాస్ నీ కేం చేశాడు?"

"నీకు తెలీదు: గిర్ధారీ మరికాస్త మండిపడి అన్నాడు: "అబ్బాస్ పేరు నాయెదుట తేకు."

నే నన్నా: "అతని పేరు మేము ప్రస్తావించటంలేదే. నువ్వే స్వయంగా ఆయన ప్రస్తావన తెచ్చావు. నేను అంటున్న దెందుకంటే ఆయన నా మిత్రుడు."

ముల్క్ సాహెబ్ ఆ విషయాన్ని ప్రక్కకునెట్టి, అసలు చర్చనీయాంశాన్ని అంటే, మహమూద్ పథకాన్ని గురించి ఆలోచించ సాగాడు. దాంట్లోనుంచి అనేక సంగతులు తీసుకొచ్చాడు ముల్క్ సాహెబ్. చివరికి కథలతోబాటు 'తేల్ ధారా' కూడ అమ్మవలెననే నిర్ణయానికి వచ్చాం. దీంతోపాటు మహమూద్ మహమ్మద్ వహాబి హుశేన్‌శెట్ ముర్షివాలా దుకాణంలో గుడ్డలమ్ముతూండాలి. ఆరు నెలల నుంచి నిరుద్యోగిగా ఉన్న గిర్ధారీ యథా ప్రకారం ఉద్యోగాన్వేషణలో వుండాలి. ప్రతి ఆఫీసువెంటా తిరుగుతూ ఉండాలి.

ఈ మధ్యలో ఏదైనా కవి సమ్మేళనం జరిగితే, నాకు దాంట్లో పాల్గొనటానికి ఆహ్వానం వస్తే, నేను నా మిగిలిన ముప్వురు స్నేహితుల్ని కూడ అందులో ఆహ్వానితులుగా రప్పించటానికి ప్రయత్నిస్తా. మా నల్గురి తరఫున నేనే గేయాలు రాస్తా. కాని, గేయాల చివరిపాదాల్లో ఒక్కొక్కరి పేరు చొప్పున ఉటంకిస్తా, దానివల్ల గీతాలు నే నొక్కణ్ణే రాశాననే అనుమానం సదస్యులలో కలగడానికి ఆస్కారముండదు. ఇది చాలా మంచిపథకం.

ఇలా సంభాషించుకోవడంతో రెండున్నర గంటలు అయింది; మూడు కావచ్చింది. మహమూద్ అక్కణ్ణుంచి తొలగిపోయి; గిరిధారీ కూడా అక్కడినుండి వెళ్ళిపోతే, ముల్క్ సాహెబ్‌ను ఏదైనా దగ్గరి హోటల్లోకి తీసుకెళ్ళి ఫలహారం పెట్టిద్దామని అనుకొన్నా. ఎందువల్లనంటే, నా జేబు అంత బరువుగా లేదు. కాని, అలా జరగలేదు. సంభాషణ కొనసాగుతూనే వుంది. గిర్‌ధారీ పెదవిచర్మం ఎండుతూ వుంది. మహమూద్ ఒక అసహాయ ఆటవస్తువు మాదిరిగా మెడ ఊపి, "నిస్సంకోచంగా, నిస్సంకోచంగా" అంటున్నాడు. ముల్క్ సాహెబ్ మెడభాగాలు నొప్పిపెట్టాయి. దాని లోపలి కండరాలు మురుగునీటిపై తేలియాడే షీకాయ భంగి సర్దుకొన నారంభించాయి. మూడున్నర గంటలు కావచ్చేసరికి, నేను ముల్క్ సాహెబ్‌తో అన్నా, "ఉష్, మాటల్లో మనం అన్నం సంగతి పూర్తిగా మరచిపోయాం. పదండి హెూటలుకెళ్ళి తిందాం."

మహమూద్, గిర్‌ధారీ వెంటనే లేచినిలబడ్డారు. ముల్క్ సాహెబ్ అన్నాడు: "భాయీ, నాకు బిడియంగా వుంది, ఆకలి కావటంలేదు."

"పదండి ముల్క్ సాహెబ్," మహమూద్ అన్నాడు: "మీకు బిడియంగా ఉన్నంత మాత్రంచేత తిరస్కరించవచ్చా? అలా అయితే నాకుకూడ ఆకలి వేయటంలా."

గిర్‌ధారీ అన్నాడు: "నేను తినివచ్చా."

"కొద్దిగా తినవయ్యా!"

"వద్దు వద్దు" గిర్‌ధారీ చాలాకోపంగా అన్నాడు: "నేను తినివచ్చా"

నేను నా చేతిలో ఆయన జబ్బపట్టుకొని లాక్కొని వచ్చాను. మొదట నా ఉద్దేశం "నాకు అబ్బాస్‌పట్ల ద్వేషంలేదు. నే నెవ్వరినీ ద్వేషించను. నే నీవాళ ఆకలితో లేను."

గిర్‌ధారీ మొగంవైపు చూచినప్పుడు, పవనం తూర్పు దిక్కు నుండి వీస్తున్నట్లూ, సువాసన నలుగడల వ్యాపిస్తున్నట్లు, బీడు భూములలో గోధుమ మొక్కలు లక్షలసంఖ్యలో పెరుగుతున్నట్లూ అనిపించింది నాకు.

❋ ❋ ❋

అత్తరు వ్యాపారం

ఆయనొక సేఠ్. పేరు మోహన్ లాల్ బక్ బేరియా. ఆయన ఒక సినిమా తీసే ఉద్దేశంతో కథా రచయిత నరోత్తమ్‌భాయి పాండేను పిలిపించాడు.

పాండే తన కథ చదవటం ప్రారంభించాడు. ఆ కథ మధ్య భాగంలో.

"ఆ అమ్మాయి చెమటనుంచి కొంచెం కొంచెంగా సువాసన వస్తుంది" అన్నాడు.

ఇక్కడ సేఠ్‌గారి గుణగణాలు కొన్ని తెలుసుకుందాం. ఆయన ఖద్దరు ధరిస్తారు. విస్కీ తాగుతాడు. బ్లాక్ మార్కెటింగ్ చేస్తాడు. కథ మధ్యలో పై వాక్యం వినగానే ఒక్కసారి పాండేని ఆపి.

"పాండే నువ్వేమన్నావో మళ్ళీ చెప్పు."

"ఆ అమ్మాయి చెమట నుంచి కొంచెం కొంచెంగా సువాసన వస్తుంది" మళ్ళీ పాండే చెప్పాడు.

"ఆడవాళ్ళ చెమట నుంచి సువాసన వస్తుందా?" సేఠ్ గారడిగారు.

"అవును. మీకు నమ్మకం లేకపోతే మిస్ ప్రేమావతినడిగిచూడండి."

సేఠ్‌గారి ప్రక్కన కూర్చునివున్న మిస్ ప్రేమావతి చిన్నగానవ్వింది. కొద్దిమాత్రంగా సిగ్గుపడింది. సేఠ్‌గారు వెళ్ళి ఆమె భుజం మీద తలపెట్టి వాసన చూశారు. మిస్ ప్రేమావతి వచ్చేముందే సెంటు రాసుకుని రావటం వలన సేఠ్ గారికి సువాసన వచ్చినట్లనిపించింది.

సేఠ్‌గారు సంతోషంగా "ఆ! నువ్వు చెప్పింది నిజమే. కాని అందరాడవాళ్ళ చెమట నుంచి ఇలా వాసనవస్తుందా?"

"అందరిలో నుంచి రాదు. కన్నెపిల్లల చెమట నుంచి మాత్రమే సువాసన వస్తుంది" పాండే.

సేఠ్‌గారు కొద్ది క్షణాలు మౌనంగా ఉండిపోయారు. పాండే "తర్వాత కథ వినిపించనా?" అని అడిగాడు.

సేఠ్ మోహన్‌లాల్ బక్ బేరియా బీరువాలో నుంచి చెక్‌బుక్ 500 రూ॥లకు తీసి చెక్కు పాండేకిస్తూ "నీ కథ చాలా బాగుంది. కాని మిగతా కథ రేపు వింటాను. ఇక నువ్వు

వెళ్ళు" అన్నాడు.

సేఠ్‌గారు ప్రేమావతిని కూడా వెళ్ళమన్నట్లు సంజ్ఞ చేశాడు. ఆమె పాండే, సేఠ్ గారికి నమస్కారం చేసి బయటకు నడిచారు.

* * *

రాత్రి సమయం......

సేఠ్‌గారి భార్య భోజన పళ్ళెం తీసుకువచ్చి ఆయన ముందు పెట్టింది.

ఆవిడ చాలా కొపిష్టి. "సేఠ్‌గారు కూడా ఆమెను చూడగానే అలాగే మారిపోతారు. కాని ఇప్పుడు మాత్రం నవ్వారు. ఆమె చేయిపట్టుకుని ప్రక్కన కూర్చోబెట్టుకున్నారు. సేఠ్‌గార్కి భార్య చెమటను వాసన చూడాలని ఉంది.

ఆవిడ నుదిటిన ఉన్న చిరుచెమటను తుడుచుకుని "ఏం పనండీ ఇది? ఎవరన్నా చూస్తే ఏమనుకుంటారు?" అంది.

"నీ చెమట నుంచి దుర్వాసన వస్తుందే?"

అన్నారు సేఠ్‌గారామె చేతిని వాసన చూసి.

"మీకేమన్నా పిచ్చి పట్టలేద కదా! చెమట నుంచి దుర్వాసన కాకపోతే సువాసన వస్తుందా యేంటి?" ఆవిడ ఆశ్చర్యంగా అడిగింది.

"నీకు పెళ్ళికాక మునుపు నీ చెమట నుంచి చెడువాసన వచ్చేదేనా?"

"ఎప్పటిమాటొ అది. ఇప్పుడు మన వివాహమయి ఏడు సంవత్సరాలు గడిచింది. అప్పటి నుంచి ఈ జీవితం మొత్తం వంటిట్లోనే గడిచింది. నాకేం తెలుసు ఈ సువాసనల సంగతి. ఇట్లాంటి మాటలు మాట్లాడుతున్నారేంటి? కొంపతీసి ఎవరైనా సినీ హీరోయిన్ వలలోపడలేదు కదా?" అంది కోపంగా.

సేఠ్‌గారు రెండు చేతులు జోడించి "అలాంటిదేం లేదు. నేను ఊరికినే అడిగాను" అన్నాడు.

* * *

రెండవరోజు......

నరోత్తమపాండే కథ వినిపించటానికి సేఠ్‌గారి ఆఫీసుకు వచ్చాడు. అక్కడ సేఠ్‌గారు హీరోయిన్ ప్రేమావతి కూర్చుని ఉన్నారు. పాండే కుర్చీలో కూర్చుని తన తోలు సంచిలో నుంచి కథ బయటకు తీసి చదవబోయాడు. సేఠ్‌గారు పాండేని ఆపి "నీ కథ గురించి రాత్రంతా ఆలోచించాను. నా కొక ఐడియా వచ్చింది." అన్నారు. "చెప్పండి."

పాండే - ప్రేమావతి శ్రద్ధగా వింటానికి తయారయ్యారు.

"నీ కథను సినిమా తీసన్తానే యువతుల ద్వారా అత్తరు వ్యాపారం చేయాలనుకుంటున్నాను" సేఠ్ గారు.

"యువతుల ద్వారా అత్తరు వ్యాపారమా?" ప్రేమావతి ఆశ్చర్యంగా అడిగింది.

"అవును" అంటూ ఉత్సాహంగా "యువతుల చెమట నుంచి సుగంధం వచ్చేట్లయితే, ఆ సుగంధాన్ని మనం అత్తరుగా మార్చవచ్చుకదా! గులాబీ పువ్వులు, బొడ్డుమల్లెల నుంచి అత్తరుచేసినట్లే నేను యువతుల చెమట నుంచి అత్తరు తయారు చేయిస్తాను. నేను ఈ అత్తరు తయారీకి పెద్ద ఖార్ఖానా తెరుస్తాను. ఈ వ్యాపారం మీద పదికోట్ల రూపాయల పెట్టుబడి పెడతాను. దానిలో వేలమంది, లక్షలమంది యువతులను పనిలో పెట్టుకుంటాను. రోజంతా ఎండలో వుంచి వాళ్ళ చెమట నుంచి అత్తరు తయారు చేస్తాను" అన్నారు సేఠ్‌గారు.

"ఏదైనా రోజు ఎండలేకపోతే?" పాండే అడిగాడు.

"అది కూడా ఆలోచించాను. అమెరికా నుంచి పెద్ద పెద్ద ఆర్క్ లాంప్‌లు తెప్పిస్తాను. వాటినుంచి వచ్చే వెలుగును ఆ యువతుల మీద ప్రసరింపచేస్తే చెమట పడుతుంది. వాళ్ళకెంత ఎక్కువ చెమటపడితే మనకంత ఎక్కువ అంత్తరు తయారవుతుంది. నా ఖార్ఖానా రోజుకి రెండు షిఫ్టులు పని చేస్తుంది. ఉదయం ఎండలో, రాత్రి ఆర్క్ లాంప్‌ల కాంతిలో ఒక యువతినుంచి నెలకు సేరు అత్తరు వస్తుంది. నేను లక్షమంది యువతులతో ఖార్ఖానా తెరిచి అత్తరు చేయటం మొదలుపెడితే రెండేళ్ళలో నేను పెట్టిన పెట్టుబడి తిరిగి వచ్చేస్తుంది. మూడో ఏట కనీసం మూడుకోట్ల రూపాయలు లాభం వుంటుంది." చిరునవ్వుతో చెప్పారు సేఠ్‌గారు.

"అదేవిధంగా?" ప్రేమావతి ఆశ్చర్యంగా అడిగింది.

"ప్రకటనల ద్వారా నేడు ప్రపంచంలో ఏమయినా చేయవచ్చు. యువతుల అత్తరు అంటే మిస్ ప్రేమావతి! ఈ లోకంలో యువతుల చెమట నుంచి తయ్యారయ్యే అత్తరు కొనని వాడుంటాడా! నువ్వే చెప్పు నాకు బాధగా వున్నదల్లా ఒకదాని గురించే. అదేంటంటే పురుషుల చెమట నుంచి కూడా ఇలా సుగంధం వస్తే – పురుషుల అత్తరు స్త్రీలకు, స్త్రీల అత్తరు పురుషులకు అమ్మి రెండు రెట్లు లాభం సంపాయించే వాళ్ళం. ఆ పని జరిగేదే కాదు కనుక దాని గురించి ఆలోచించడం దండగ. నేను నా కంపెనీ ప్రాస్పెక్టసు ప్రింటు చేయటానికి ఇచ్చాను. వచ్చే వారమే కంపెనీ ప్రారంభం అవుతుంది. షేర్స్ కూడా అందరికీ అమ్మాను. నేను దీని గురించి ప్రకటనలు కొన్ని ఆలోచించాను. పాండే దీనిగురించేదైనా మాంచి ప్రకటన చెప్పు..."

పాండే ప్రకటనలు చెప్పనారంభించారు.

"మీరిక యువతుల వెనకబడే అవసరం లేదు. యువతుల చెమట నుంచే తయారయిన అత్తరు వాడండి."

వివాహం ఖర్చొద్దు.

"చూడండి, మనదేశంలో లక్షలమంది యువకులు వున్నారు. ఆర్థిక కారణాలవల్ల వారు వివాహం చేసుకోకుండా వ్యభిచార గృహాలకు వెళుతున్నారు. అటువంటివారికి ఈ అత్తరు వరప్రసాదం. ఈ అత్తరు కొంచెం మీ బట్టలకు రాసుకొని సినిమాకు వెళ్ళండి. మీరు ఒక యువతితో సినిమా చూస్తున్నట్లే."

"అనవసరంగా ఈ సినిమా తీయడందేనికి? అత్తరునే తయారుచేస్తే బాగుంటుందేమో?" అన్నారు సేఠ్‌జీ ఆలోచనగా.

"అలా వద్దు... వద్దు" అంటూ కథా రచయిత పాండే గాభరాగా "అంతా తారుమరవుతుంది" అన్నాడు.

"ఏం తారుమారవుతుంది?" ప్రశ్నించాడు సేఠ్‌గారు.

'సేఠ్‌గారు, ఈ ఫిల్మ్ కంపెనీవల్ల మీ ఖార్ఖానాకు చాలాలాభం వుంది."

"ఎలా?"

"మీ ఖార్ఖానాలో ఆర్క్ లాంప్‌లను ఉపయోగిస్తారు కదా, అవే సినిమా తీసేటప్పుడు వాడుకోవచ్చు. ఫిల్మ్‌లో నటించే హీరోయిన్ల అత్తరు కూడా తయారు చేయించండి. నర్గీస అత్తరు, మధుబాల అత్తరు, మీరు ఈ వ్యాపారాన్ని దేశం వరకే పరిమితం చేయకుండా, ఇంటర్నేషనల్ ఫిల్మ్ నిర్మించండి. దాని ద్వారా గ్రేట్‌గార్బో అత్తరు కూడా పొందవచ్చు. ఒకదెబ్బకు రెండు పిట్టలు అప్పుడు ప్రజలు నర్గీస్ సినిమాకు వెళ్ళేటప్పుడు నర్గీస్ అత్తరు, మధుబాల సినిమా కెళ్ళేటప్పుడు మధుబాల అత్తరు పూసుకుని వెళ్ళటం ప్రారంభిస్తారు. నేను ఈ రోజు పేపర్లో ఏం చదివానంటే ఒక ప్రేమికుడు తన మిత్రుల మధ్య మధుబాల పేరు కలవరిస్తూ చనిపోయాడట. అతనికి మధుబాల అత్తరు లభించి వుంటే దానితోటే సంతోషపడేవాడు. బీద ప్రేమికుని ప్రాణం రక్షింపబడి వుండేది. సేఠ్‌గారు మీరీ కంపెనీ తెరిస్తే దేశానికి గొప్ప ఉపకారం చేసిన వాళ్ళవుతారు. లక్షలమందిని చెడలవాట్ల నుంచి మాన్పించిన వారవుతారు...'

సేఠ్ గారు 2,000 రూపాయలకు చెక్‌రాసి "భలే ఐడియా యిచ్చావు నాకు చాలా సంతోషంగా వుంది. నిన్నెపుడూ నాతోనే వుంచుకుంటాను" అన్నాడు.

పాండే చెక్ జేబులో పెట్టుకుంటూ "సేఠ్‌గారు, ఇంకో ఐడియా వచ్చింది. మీరు

స్థాపించే ఖార్ఖానా నుంచి చిన్న చిన్న లాభాలు కూడా వుండవచ్చు.

ఏంటవి?"

"కార్ఖానాలో పనిచేసే యువతులను కన్నీరు కార్పించి ఒక పాత్రలో భద్రపరచి దాని నుంచి ఉప్పు తయారుచేసి యువతుల ఉప్పని అమ్మితే..." ప్రేమావతి తన మౌనాన్ని భంగపరచుకుంటూ "మీరు స్థాపించే కార్ఖానాలో పెళ్ళికాని యువతుల్నే కదా పనిలో పెట్టుకునేది!" అడిగింది సేఠ్‌గారిని.

"అవును కన్నెపిల్లల చెమట్నుంచే కదా మరత్తరు తయారు చేసేది."

"కాని ఎవరైనా అమ్మాయి మధ్యలో పెళ్ళిచేసుకుంటే?"

"అదెలా కుదురుతుంది. నా కార్ఖానాలో ఏ యువతీ పెళ్ళి చేసుకోకూడదు. పరిశ్రమ ఇండియాలో స్థాపించినా తర్వాత ఫ్రాన్సు, అమెరికా, ఇంగ్లాండు దేశాలలో కూడా స్థాపిస్తాను. ఆ దేశాలలో యువతులత్తరు బాగా అమ్ముడవుతుంది."

''అయితే ప్రపంచంలో లక్షలమంది యువతుల్ని మీరు వివాహం చేసుకోనివ్వరన్నమాట.

"ఏం చేయను? బిజినెస్ కదా?"

మిస్ ప్రేమావతి తనలోతాను నవ్వుకోసాగింది.

"ఎందుకు నవ్వుతున్నావు?" ప్రశ్నించారు సేఠ్‌గారు.

"ఏం లేదు " ప్రేమావతి నెమ్మదిగా అంది.

కొద్ది క్షణాలు గదిలో నిశ్శబ్దం ఆవరించింది. సేఠ్‌గారు నవ్వి "అంతా బాగానే వుంది. ఇది విజ్ఞాన యుగం. అందువల్ల ఏ యువతి నుంచి ఏ తరహా అత్తరు తయారవుతుందో ముందు తెలుసుకోవాలి. ఏ వయసు వారినుంచి ఏ అత్తరు ఎక్కువ పొందవచ్చు. ఇవన్నీ కనుగొనటానికి శాస్త్రజ్ఞుణ్ణి సంప్రదించాను. అతను లేబరేటరీలో పనిచేస్తున్నాడు. నెలకు 500 రూపాయల జీతం. నేను నా కంపెనీలో రెండువేల రూపాయల జీతంమీద పనిచేయటానికి మాట్లాడాను. అతని పేరు డాక్టర్ అబ్దుల్ హాఫీజ్ యువకుడు, పి. హెచ్.డి చేశాడు. బయట గదిలో కూర్చుని ఉన్నాడు."

పాండే ఏదో చెప్పబోయేంతలో ప్రేమావతి "అతన్ని పిలవండి" అంది. సేఠ్‌గారు బజార్ నొక్కి అతన్ని పిలిచి సంగతంతా చెప్పారు.

"నీ పరిశోధనంతా మూడు నెలల్లో ఇవ్వాలి. ఇదుగో మూడు నెలల జీతం ఆరు వేలు" అంటూ డబ్బిచ్చారు సేఠ్‌గారు.

* * *

మూడు నెలలు గడిచాయి.

శాస్త్రజ్ఞుడు డా॥ అబ్దుల్ హఫీజ్ సేఠ్‌గారి ఆఫీసులోకి ప్రవేశించాడు. ఆయన దవడలు వాచివున్నాయి. కళ్ళక్రింద పట్టీలు వేసి ఉన్నాయి.

"ఏమైంది?" అంటూ గదిలో ఉన్న సేఠ్‌గారు ప్రేమావంతి పాండే ఒకసారిగా ప్రశ్నించారు.

"ఇదంతా మీ పరిశోధనవల్లే జరిగింది. నేను యువతుల చెమట వాసన చూద్దామని వెళితే వాళ్ళు చెప్పులు తీయటం ప్రారంభించారు. ఒక యువతి చెమట వాసన చూసే ప్రయత్నంలో పోలీస్‌కు పట్టుబడ్డాను. 15 రోజులు జైలుశిక్ష వేశారు."

అక్కణ్ణుంచి తిన్నగా ఇక్కడికే వచ్చాను. ఇన్ని కష్టాలు పడికూడా నేను 600 మంది యువతుల చెమటను వాసన చూసి ఏం అభిప్రాయానికి వచ్చానంటే..."

'ఏం అభిప్రాయానికి వచ్చావు?' సేఠ్‌గారు ఆత్రుతగా అడిగారు.

"అసలు వాళ్ళ చెమట నుంచి సుగంధమే రాదు."

"బాప్‌రే" అంటూ సేఠ్‌గారు ఆశ్చర్యంగా అడిగారు.

"పెళ్ళికాని యువతుల చెమట నుంచీ రాదు. పెళ్ళయినవాళ్ళ దగ్గరా రాదు" వాళ్ళ చెమట వాసన కూడా మగవాళ్ళ చెమట వాసనలానే వుంటుంది.

"నేను నిలువునా ఆరిపోయాను" అంటూ సేఠ్‌గారు తమ చేతులతో గుండెలమీద బాదుకుంటూ "నేను కార్ఖానా బిల్డింగ్ కట్టడం కోసం రెండు కోట్ల రూపాయల అడ్వాన్స్ కూడా ఇచ్చానే" అంటూ విలపించసాగాడు.

మిస్ ప్రేమావతి ఆయన్ని సముదాయించి వెళ్ళబోతున్న డా॥ అబ్దుల్ హఫీజ్‌తో "కన్నీటి నుంచి ఉప్పు తయారుచేయటం గురించి పరిశోధించారా?" అడిగింది.

"దీని గూడా నేను పరిశోధించాను. ఇదేమంత లాభదాయకం కాదు. ఒక లక్షమంది ఆడవాళ్ళ కన్నీరును ఏడాదిపాటు భద్రపరచి ఉప్పు తయార్చేస్తే అది చెమ్చాడు అవుతుంది.

"ఓరే పాండే నా కొంప ముంచావురా నమ్మకద్రోహీ. పో" అంటూ అరిచాడు సేఠ్‌గారు.

పాండే, డాక్టరు అబ్దుల్ హఫీజ్ వెళ్లిపోయారు.

ప్రేమావతి ఉండి ఉండి నవ్వసాగింది. "ఎందుకు నవ్వుతున్నావు" సేఠ్‌జీ.

"ప్రకృతి మా ఆడవాళ్ళకి చాలా మేలు చేసింది. మా చెమట నుంచి సుగంధం రానీయలేదు. లేకపోతే మీలాంటి పెట్టుబడిదారుల చేతుల్లో మేం......"

❋ ❋ ❋

చెప్పుదెబ్బలు

ఆ రోడ్డు మొదట ఏడంతుస్తుల భవనం ఒకటి ఉంది. దాని తరవాత నాలుగంతస్తుల భవనాలు వరుసగా ఉన్నాయి. నేను నా మిత్రుడు ఆ రోడ్డు మీద నడుస్తున్నాం. ఏడంతస్తుల భవనం దగ్గరకు రాగానే నా మిత్రుడు ఒక నిముషం ఆగి "ఆ ఏడంతస్తుల భవనం చూస్తున్నావు కదా. ఆ భవనం గోడ పక్కన – నేరేడు చెట్టు కింద కూర్చున్న చెప్పులు కుట్టేవాడు కనిపిస్తున్నాడా?" అని అడిగాడు.

"ఆఁ"

"ఈ ఏడంతస్తుల భవనం అయిదేళ్ళ కిందట ఆ మోచీదే" అన్నాడు.

"నిజమా?" అర్థం కానట్లు చూశాను.

"అవును కావాలంటే ఆమోచీనే అడిగి తెలుసుకో."

కాని అప్పుడు అడగటానికి సమయం లేదు. మే మిద్దరం అదే భవనంలోని అయిదవ అంతస్తులో ఇంటర్వ్యూకు వెళ్తున్నాం.

ఇంటర్వ్యూ అయిపోయిన తర్వాత నా మిత్రుడు నా కోసం చూడకుండానే వెళ్ళిపోయాడు. ఆ ఇంటర్వ్యూ ఎంత బాగా చేసినా అది నూటయాభై రూపాయల ఉద్యోగమే.

నేను ఆ భవనం నుండి బయటపడి మెల్లిగా ఆ మోచీ దగ్గరకు వెళ్ళాను. ఆ చెట్టుకింద పనిముట్లన్నీ పెట్టుకుని అపర బుద్ధావతారం లాగా కూర్చున్నాడు ఆ మోచీ.

అతని శరీరం అర్ధనగ్నంగా ఉంది. ఒక ధోవతి మాత్రం కట్టుకున్నాడు.

మెరిసే చిన్న కళ్ళు నవ్వుతున్నట్లుగా ఉన్నాయి. అతని వేష భాషలు చూస్తే ఏడంతస్తుల భవనానికి యజమాని అన్న సంగతి అటుంచి కనీసం ఏడు గజాల స్థలానికైనా యజమానిలా కనిపించడు. అతని వ్యక్తిత్వంలో ఏ విశేషమూ లేదు. కాని ధృఢంగానే ఉన్న అతని శరీరం పాలిష్ చేసిన తోలులాగా మెరుస్తోంది. ఇలాంటి శరీర దార్ఢ్యం లక్షలాది మందికి ఉంటుంది. కాని ఏడంతస్తుల భవనం అందులో ఎంత మందికుటుంది?

"పాలీషా? కుట్టాలా?" నన్నడిగాడతడు.

"రెండూ" అన్నాను.

మోచీ నా బూట్లను ఊడదీసి వాటిని అటు తిప్పి ఇటు తిప్పి చూశాడు. నా మిత్రుడు నాతో నిజంగానే వేళాకోళం చేసినట్టనిపించింది. కాని ఆ విషయం మోచీనే అడగటంలో తప్పు లేదనిపించింది.

"నువ్వు ఒకప్పుడు ఈ ఏడంతస్తుల భవనానికి యజమానివని విన్నాను..."

మోచీ వెంటనే ఏమీ చెప్పలేదు. చాలా నిదానంగా నా బూట్లను అటు తిప్పి ఇటు తిప్పి చూస్తూ ఉండిపోయాడు. అతను ఆ బూట్లలో ఏదో చదువుతున్నట్లు అనిపించింది. అంతలో తలెత్తి నావైపు చూశాడు. బూట్ల తోలును చూసింతర్వాత నా శరీరాన్ని కూడా చదువుతున్నట్లనిపించింది.

అతడు ఏం చూశాడో, ఏం చదివాడో తెలీదు కాని మెల్లిగా చిరునవ్వు నవ్వాడు.

"ఈ పట్నానికి కొత్తగా వచ్చినట్లుందే" అని అడిగాడు.

"ఆఁ. ఉద్యోగం వెతుక్కోవటానికి వొచ్చాను."

"కాని దొరకలేదు."

"అవును. కాని నీ కెలా తెలుసు?"

మోచీ ఒక చిన్న స్టూలు చెట్టునీడలో నా కోసం వేశాడు. నా బూటును కర్ర సాంచాకు తొడుగుతూ మెల్లిగా అన్నాడు. "ముందీ స్టూలు మీద కూర్చో, తర్వాత విను. నేను సాధారణంగా ఎవరికీ చెప్పను. కాని వినడానికి నీకు హక్కు ఉంది."

"నా చిన్ననాటి నుంచీ నాకు 42 ఏళ్ళు వచ్చేదాకా జరిగిన చరిత్రంతా చెప్పి నిన్ను విసిగించను. విత్తు నుంచి చెట్టుదాకా చెబితె ఆ పురాణం చాలా పెద్దదవుతుంది. ఈ సమయంలో చెట్టు అనేక పాపాల్ని చేస్తుంది. అనేక పాపభారాలు దాని మీద పడతాయి. చెట్టుకొమ్మలకు ఉరేసుకొని జనం చచ్చిపోతారు. దొంగలు చెట్టు తొర్రలో తమ దొంగ సొమ్మును దాచుకుంటారు. పక్షులు గూళ్ళు కట్టుకుని గుడ్లు పెడతాయి. పాములు ఆ గుడ్లను తినేస్తాయి. పచ్చగా, సన్నగా ఉన్న మొక్క ఇంత పెద్దదవుతుంది."

"అదంతా వినిపించే ఓపిక నాకూ, వినే తీరిక నీకూ లేదు."

మోచీ కంఠస్వరం మారిపోయింది. ఆశ్చర్యంతో నేను నోరు తెరిచాను. అతడు చెప్పే ముక్క ఒక్కటి కూడా వినకుండా వదలకూడదని స్టూలు అతని దగ్గరకు లాక్కున్నాను.

"........ నేను నా జీవితంలో ఆఖరి సంఘటన మాత్రమే చెబుతాను. నాకు 42 ఏళ్ళు వచ్చేసరికి జీవితంలోని ఎగుడు దిగుడుల్ని అధిగమించి దొంగ నిలువలు, అక్రమాలు, అన్యాయాలు, స్మగ్లింగులూ, లంచాలు, దౌర్జన్యాలు, అధికారం, బానిసత్వం, దగా, మోసం

ఇలా రకరకాలు రంగులు మార్చి అనేక పద్ధతులుపయోగించి ఒకటీ రెండూ కాదు పదికోట్ల రూపాయలు ఆర్జించాను. ఇంత డబ్బు చిన్న చిన్న మోసాల వల్లరాదు. దీనికి తోడు కొంత నిజాయితీ కూడా కావాలి. న్యాయం అన్యాయంతో సహా ఉపయోగపడాలి. ఈ న్యాయాన్ని కూడా అబద్ధాల్లాగే ఉపయోగించుకో గలగాలి. నీకు ఇదంతా అర్థం కాదు. నూటాయాభై రూపాయలు ఉద్యోగం కోసం వెతుక్కునే వారు దీన్ని అర్థం చేసుకోలేరు. ఇంత సంపద గడించడానికి అబద్ధం, నిజం, చతురత, అమాయకత్వం, పాపం, పుణ్యం అన్నింటినీ అయిన్‌స్టయిన్ సాపేక్ష సిద్ధాంతంలాగా ప్రయోగించాల్సి వస్తుంది.

కాని నేను పచ్చని కొమ్మలాగా ఉండే వాడిని. నా శరీరం మైనం లాగుండేది కొద్దిపాటి అన్యాయానికే నా శరీరం వేడిక్కెది. శీతల పవనాలు నాకోసం ఆకాశం నుంచి సుగంధ పరిమళాల్ని తెచ్చేవి. అప్పుడు ఆకాశం వైపు చూడ్డం కూడా ఒక శిక్షేనని నాకు తెలిసేది కాదు.

నలభై రెండేళ్ళు వచ్చేసరికి నా శరీరం మోడువారి పోయింది. నా మీద సుగంధ ప్రభావం కాని మరో సున్నిత ప్రభావం కాని పనిచేసేది కాదు. నలభై రెండేళ్ళు వచ్చేసరికి నేను పది కోట్ల నగదు, ఈ ఏడంతస్తుల భవనం, చాలా ఆస్తి గడించాను. మంత్రివర్గం విమానాశ్రయానికి వచ్చి నాకు స్వాగతం పలికేది. అప్పుడు అన్నీ కొనగలను. అందర్నీ కొనగలను సుమా అనిపించింది నాకు.

అన్నీ అమ్ముడు పోతాయని తెలిసింది. రాజ్యం, రాజనీతి, ధర్మం, సభ్యత, మానం స్నేహం, సౌందర్యం, ప్రేమ, జ్ఞానం, శాస్త్రం, కవిత్వం అన్నింటికీ వెలకట్టి కొనవచ్చుననిపించింది.

ఇది తెలుసుకున్న తరవాత నా మెదడు ఇంకా చెడిపోయింది. అందర్నీ కొనగోటి కన్నా హీనంగా చూడసాగాను.

"నువ్వు జీవితాన్ని ఎప్పుడూ తప్పర్థం చేసుకుంటున్నావు. అబద్ధం, అక్రమం, అన్యాయం, పర్మిట్లు, కోటాలు, లైసెన్సులు, స్మగ్లింగ్ నీ మతిని పోగొట్టాయి. జీవితంలోని సభ్యతా, సంస్కారాల మీద నీకు నమ్మకం పోగొట్టాయి. నువ్వు అందరినీ నీలాగే దొంగలుగాను, స్వార్థపరులుగాను అంచనా వేస్తున్నావు. కాని ఇంకా ఈ ప్రపంచంలో – అంతెందుకు ఈ పట్టణంలోనే నీ సంపద నీ హోదాను పట్టించుకోని వాళ్ళు లక్షలాది మంది ఉన్నారు" అని నా మిత్రడు రామ్‌దయాళ్ నాకు అనేక రకాలుగా నచ్చచెప్పడానికి ప్రయత్నించేవాడు.

నేను గట్టిగా నవ్వే వాడిని. నా నవ్వు చూసి త్రిపాఠీ ముఖం ధుమధుమ లాడింది.

"నన్నే చూడు, నేను నీ పది కోట్ల రూపాయల్నించి ఒక పైసా ఆశించానా?" అన్నాడు.

"నీవు అమాయకుడివి" అన్నాను నేను.

'నాలాంటి అమాయకులు, స్వాభిమానులు ఈ పట్టణంలో లక్షలున్నారు?"

"నాకు నమ్మకం లేదు."

"కావాలంటే పరీక్షించి చూసుకో" అన్నాడతడు.

నాకు వెంటనే ఒక ఉపాయం తట్టింది. డబ్బు ఉందనే అహంకారం ఉండేది. బుర్ర వేడెక్కినట్టు అయ్యేది. స్టెనోను పిలిచి ఒక ప్రకటన సారాంశాన్ని చెప్పాను. అది మర్నాటి 'టైమ్' దిన పత్రికలో అచ్చయ్యింది కూడా.

"చెప్పుదెబ్బలు తినేవారికి అయిదు వందల రూపాయల బహుమానం. ఈ క్రింద సంతకం చేసిన వారితో పది చెప్పుదెబ్బలు తిన్నవారికి అయిదు వందల రూపాయలు బహుమానం, చెప్పుదెబ్బలు తినే సమయం ఆఫీసుకెళ్ళే సమయమే. ఉదయం 10 గంటల నుంచి సాయంత్రం 5 గంటల వరకూ."

చెప్పుదెబ్బలు తినగోరువారు తమ బి.ఎ. డిగ్రీని ఫోటోను వెంట తీసుకురావాలి. రెండూ తిసుకురావటం ముఖ్యం. లేకపోతే చెప్పుదెబ్బలు పడవు.

గౌరీచరణ్ బాగడియా

7, టర్నర్ రోడ్,

బొంబాయి.

రెండవరోజు 'టైమ్'లో ఈ ప్రకటన చూసి రామ్‌దయాళ్ నా దగ్గరకు వచ్చి "ఇదేమి వెర్రి వేషం?" అన్నాడు.

"మనదేశంలో చెప్పుదెబ్బలు తినడం ఎంత అవమానకరంగా భావిస్తారో నాకు తెలుసు. నీవు ఒక పెద్దమనిషి కూతురును ఎగరేసుక పోవచ్చు. కాని అతన్ని చెప్పు దెబ్బలు కొట్టలేవు. మొదటిదాన్ని అతను ఓర్చుకుంటాడు. కాని రెండవ దానికి ఒప్పుకోడు.... ససేమిరా – ఒప్పుకోడు. ఎట్టి పరిస్థితుల్లోనూ ఒప్పుకోడు" అన్నాను నేను.

"ఆఁ ఇది నిజమే" త్రిపాఠీ ఒప్పుకున్నాడు.

"అందుకే నేను ప్రకటన చేశాను. జీవితం విలువ ఎలా మారిపోయిందో నీకు చూపదలుచుకున్నాను".

"కాని ఈ 'బి.ఏ' ఉండాలన్న షరతు ఎందుకు?"

"ఎందుకంటే నాకు బీదవాళ్ళ మీద నమ్మకం లేదు. బీదలకు స్వాభిమానం ఏమిటి? వాళ్లు పది రూపాయలకు పది తన్నులు తినడానికైనా సిద్ధంగా ఉంటారు. అందుకే నేను

సభ్యత గలవాళ్ళ కోసమే ఈ ప్రకటన చేశాను. దీనివల్ల సభ్యత మీద నీకున్న గుడ్డి నమ్మకం వెల్లడి అవుతుంది."

"త్రిపాఠీ మాట్లాడలేదు. చెప్పుదెబ్బలు తినే వారికోసం మేమిద్దరం నిరీక్షిస్తున్నాం. పదకొండైంది. పన్నెండైంది. రెండైంది. మూడైంది. చెప్పుదెబ్బలు తినడానికి ఒక్కరూ రాలేదు. సాయంకాలం నాలుగు అయిన తరవాత త్రిపాఠీ గట్టిగా నవ్వడం మొదలు పెట్టాడు. నాకు చాలా కోపం వచ్చింది. కాని ఏం చేయగలను? నాలుగున్నర ప్రాంతంలో ఒక బక్క పలుచని యువకుడు వచ్చాడు. అతని ముఖం చూస్తే చాలా ఆకలి గొన్న వాడిగా కనిపించాడు. భయపడుతూ ఇంటర్వ్యూ కొచ్చాడు. తన డిగ్రీని చూపించాడు. ఫోటో చూపాడు. "చెప్పుదెబ్బలు తినడానికి మీరేదైనా మరుగు స్థలం ఏర్పాటు చేశారా?" అని అడిగాడు.

"లేదు మహాశయా! అందరి ముందరా చెప్పుదెబ్బలు తినాలి. ఈ భవనం అవతల ప్రాంగణంలో బహిరంగంగానే తినాలి" నేను చాలా కటువుగా అన్నాను.

"కొంచెం సేపు అతడు ఏదో ఆలోచిస్తూ ఉండిపోయాడు. మెల్లిగా నిట్టూర్చాడు. తన బి.ఎ.డిగ్రీ తీసుకున్నాడు. ఫోటో జేబులో పెట్టుకున్నాడు. ఏమీ మాట్లాడకుండా వెళ్ళిపోయాడు."

త్రిపాఠీ ముఖంలో కొంచెం సంతోషం వ్యక్తమయింది.

"నేను ఆలోచించటం మొదలెట్టాను. 'తప్పునాదే. నేను ఇంత తక్కువ బహుమానం పెట్టాను. టైమ్స్ బీదలు చదవనే చదవరు. లేకపోతే ఇప్పటి వరకే ఎంతోమంది చెప్పు దెబ్బలు తినడానికి వచ్చేవారు. టైమ్స్ చదివే వాళ్ళకు అయిదు వందల బహుమానం చాలా తక్కువ. వీళ్ళు మాన, మర్యాదలు ఒకవేపు, ఐదు వందల రూపాయలు మరోవేపు వేసి తూకం వేశారనుకుంటాను. ఉబ్బు ఉన్న పళ్ళెం చాలా తేలికగా పైకిలేచి ఉంటుంది. అందువల్ల మాన, మర్యాదలు కొనడానికి ఈ వెల సరిపోదు" అన్నాను.

"రెండవరోజు ప్రకటనలో నేను బహుమానం పెంచి వేయి రూపాయలు చేశాను. అయినా ఇద్దరు, ముగ్గురే వచ్చారు. మూడవరోజు రెండువేలు చేసి ప్రకటించాను. ఈసారి అయిదుగురొచ్చారు. మొత్తం పట్టణంలో ఎనిమిది మందేనా? నేను కోపంగా పళ్లు కొరికాను. ఒకపక్క నా అంచనా తప్పవుతోంది. మరోపక్క త్రిపాఠీ నన్ను వేళాకోళం పట్టిస్తున్నాడు. మీరు త్రిపాఠీ వ్యంగ్యోక్తుల్ని వినలేదు. లేకపోతే ఆ తర్వాత నేనేం చేశానో మీరూ అదే చేసేవారు. నేను త్రిపాఠీతో సంప్రదించకుండానే బహుమానాన్ని పదివేలకు పెంచాను. చెప్పుదెబ్బల సంఖ్య కూడా పెంచాను. ఎవరైతే నాతో 50 చెప్పుదెబ్బలు తింటారో

అతనికి పదివేలు బహుమానం. ఈ అవకాశం కేవలం రెండు రోజులే" అని ప్రకటించాను.

"రెండవరోజు పొద్దును దాదాపు ఎనిమిదింటికి త్రిపాఠీ ఉరుకుల్తో పరుగుల్తో నా దగ్గరొచ్చాడు.

'ఏమైంది?' నేను ప్రశ్నించాను.

"భవనం అవతల రెండు మందల మంది లైను కట్టి నిలుచున్నారు. ఇప్పుడు ఎనిమిదే అయింది. అన్నాడతను. నేను సంతోషంతో పొంగిపోసాగాను."

"గాభరాపడకు. నేను బ్యాంకునించి 10 లక్షల రూపాయలు తీసుకున్నాను. నేను నీకు పాఠం చెప్పాలను కుంటున్నాను. కోటి రూపాయలు ఖర్చు అయినాసరే."

పది గంటలకల్లా లైను ఎంత పెద్దయిందంటే పోలీసుల్ని, మేజిస్ట్రేటును కూడా పిలవాల్సి వచ్చింది. వస్తూవస్తూ మేజిస్ట్రేటు ఒక డాక్టర్‌ను కూడా వెంటబెట్టు కొచ్చాడు. నా మతి చలించినట్టు అతనికి అనుమానం కలిగింది. నా మానసిక పరిస్థితి పరీక్షించి స్థితిమితంగానే ఉన్నట్లు రూఢి చేసుకున్నాడు. 'నేను నా కాంపౌండరును ఇక్కడే వదిలి వెళ్తున్నాను' అన్నాడు.

"కాంపౌండరు ఎందుకు" నేనడిగాను.

"డాక్టర్ చిరునవ్వు నవ్వాడు. తన సామాన్ సర్దుతూ, అతనికి కూడా చెప్పుదెబ్బలు తినాలన్న ఆశ ఉంది. మీరు నిరుత్సాహపరచరను కుంటాను" అన్నాడు.

డాక్టర్ వెళ్ళిపోయాడు. మెల్లగా చెప్పుదెబ్బల కార్యక్రమం మొదలైంది. మేజిస్ట్రేటు, అతని ఇద్దరు గుమాస్తాలు నియమానుసారంగా చెప్పుబెబ్బలు తినేవాళ్ళ ఫోటో, డిగ్రీ చెక్ చేస్తూ, ఒక కాగితం మీద సంతకం చేయించుకుంటున్నాను. దానిమీద 'నేను నాయిష్ట పూర్వకంగా చెప్పుదెబ్బలు తింటున్నాను. దీని పూర్తి బాధ్యత నాదే కాని ఇతరులది కాదు' అని ఉంది.

ఆ తర్వాత నేను వడ్డించసాగాను.

సభ్యతగల వాళ్ళ వర్గం నుంచి అందరూ రాసాగారు. అన్ని వర్గాల వారు, అన్ని జాతుల వారు, అన్ని వయస్సుల వాళ్ళు, అన్ని వృత్తుల వాళ్లు వచ్చారు. నేను చెప్పుదెబ్బలు కొడుతూ తర్వాత గర్వంగా రామ్‌దయాల్ వంక చూసే వాడిని. రామ్‌దాయాల్ దృష్టి భూమిలో పాతుకు పోయింది. సిగ్గుచేత అతడు నా కళ్ళలోకి చూడలేకపోయాడు. దాదాపు రెండు ఝాముల వేళ అతను ఎక్కడో మాయమయ్యాడు. కాని ఆ సమయానికి క్యూ టర్నర్ రోడ్డునించి మర్యన్ రోడ్ దాటి రాయల్ సినిమా దాకా పెరిగింది. జనప్రభావం ఎంతగా ఉందంటే పోలీసులు రెండుసార్లు లాఠీచార్జీ చేయాల్సి వచ్చింది. అలస్యంగా

వచ్చిన వాళ్లు క్యూలో ముందు దూరడానికి ప్రయత్నిస్తున్నారు.

మూడు గంటల సమయానికి నా చెప్పు విరిగిపోయింది. నేను ఈ నాటకాన్ని ఆపేయాలనుకున్నాను. కాని అప్పుడు నా ముందు తెల్లగడ్డం ముసిలాయన ఉన్నాడు. ఎక్కెక్కి ఏడుస్తున్నాడు.

'చెప్పుదెబ్బలు కొట్టండి. నన్ను చెప్పుదెబ్బలు కొట్టండి. నాకు పదివేలివ్వండి' అని అరుస్తున్నాడు.

"ఏం లాభం లేదు. నా చెప్పు విరిగిపోయింది" అన్నారు.

అతడు తన కాలికున్న చిరిగిపోయిన పాత చెప్పు తీశాడు. నా చేతికిచ్చి "ఏం అభ్యంతరం లేదు. నా చెప్పు తీసుకోండి. నన్ను నా చెప్పుతోనే కొట్టండి కాని నాకు పదివేలివ్వండి. నా కూతురు పెళ్ళి చేస్తాను."

అతని వెనకాల ఒక ముదుసలి స్త్రీ ఉంది. నేను ముసలి స్త్రీని పిలిచి తల్లీ! నీ విక్కడ ఏం చేయటానికి వచ్చావు అని అడిగాను.

"చెప్పు దెబ్బలు తినటాని కొచ్చను బిడ్డా!" అంది.

"నీవు తల్లిలాంటి దానివి. నీ వయస్సు చూడు, నీ తెల్లని వెంట్రుకలు చూడు. నేను నిన్ను చెప్పుతో ఎలా కొట్టగలుగుతాను?"

స్త్రీ ఎప్పుడు పురుషుడి కాలికింది చెప్పులాగే ఉంది. స్త్రీ గ్రాడ్యుయేట్ అయినా అంతే బిడ్డా! నాకు అన్యాయం చేయకు. నన్ను చెప్పు దెబ్బలు కొట్టు యాభై బదులు వంద కొట్టు. కాని నాకు పదివేలు ఇచ్చెయ్. ఇప్పుడు నేనీ లోకంలో ఒక్కర్తినే ఉన్నాను. పదివేలతో నా జీవితం గట్టెక్కుతుంది. అంటూ రెండు చేతులు దాచి నన్ను ఆశీర్వదించడం మొదలెట్టింది.

సరిగ్గా అయిదింటికి నేను కొట్టడం మానేశాను. కాని జనం ఏ మాత్రం తగ్గలేదు. టర్నర్ రోడ్డుమీద ఒక మేలా లాగ కనిపించింది. ఒక ధర్మకార్యమో, జాతీయ పర్వదినమో అన్నట్టుగా కనిపించింది తబలాలు, సన్నాయిలు, అనేక రకాలు వాయిద్యాలు మోగటం ప్రారంభమయింది. పాటలు పాడే వాళ్లు పాడుతున్నారు. ఆ రాత్రంతా అక్కడే గడపడానికి నిశ్చయించుకున్నారు వాళ్ళు.

క్యూలో నిలబడ్డ వారిస్థలం కోసం బేరాలు మొదలయ్యాయి. అయిదు వందల నించి అయిదు వేల దాకా ధర పలకడం మొదలైంది. జనం తమ ఇళ్ళ దగ్గర్నుంచి గొంగళ్లు, బిస్తర్లు తెప్పించుకున్నారు. టీ కాఫీ, పాన్, కాబాబ్‌లు, ఉల్బాలు, సోడా, లెమెన్‌ల అమ్మకం జోరుగా సాగింది. బహుమతులు అందుకోవడానికి సిండికేట్లు తయారు

చేసుకున్నారు. ధనవంతులకు బహిరంగంగా లైనులో నిలబడటం నామోషీ అయి గుండాలను నిలబెట్టడం మొదలెట్టారు. ఈ గుండాలకు కేవలం వేయి రూపాయలు ముట్టేవి. మిగతాది సేట్ల జేబుల్లో కెళ్లేది.

రాత్రికి రాత్రి బి.ఏ. డిగ్రీ వెల పెరిగిపోయింది. వందయాభై రూపాయల ఉద్యోగం సంపాదించి పెట్టలేని బి.ఏ. డిగ్రీ 1500 విలువ చేయటం మొదలెట్టింది.

త్రిపాఠీ ఎక్కడా కనిపించటం లేదు. రాత్రంతా నా దగ్గరకు రాలేదు. పొద్దున కూడా రాలేదు. పది గంటల దగ్గర నుంచీ మళ్ళీ చెప్పుదెబ్బల కార్యక్రమం మొదలయింది. ఈసారి పోలీసు బందోబస్తు ఇంకా పకడ్బందిగా ఉంది. మేజిస్ట్రేట్‌లు కూడా ముగ్గురొచ్చారు. పదకొండు గంటలవుతుండగా ఒక మనిషి ముఖం నిండా ముసుగేసుకుని చెప్పుదెబ్బలు తినడానికి నా ముందుకొచ్చాడు. 'ముఖంమీద నుంచి ముసుగు తీయందే నేను కొట్టను' అని నేను అడ్డుపెట్టాను.

చాలాసేపు వెనకా ముందు అయిన తర్వాత అతడు ముసుగు తొలగించాడు. తీరాచూస్తే అతడు రామ్‌దయాళ్ త్రిపాఠీ.

'నీవా?' నేను ఆశ్చర్యంగా అడిగాను.

'ఆఁ' నాకు బుద్ధొచ్చింది. ఇక ఈ కార్యక్రమం ఆపేయి' అన్నాడు త్రిపాఠీ.

'ఎలా ఆపుతారు?' అని త్రిపాఠీ వెనుక నిలుచున్న ఒకరు కఠోరమైన స్వరంతో అరిచాడు.

నేను ముందుకు తలవంచి చూశాను. అతను ఈ నగరంలో కల్లా బాగా ప్రతిష్ఠ కలిగిన వ్యాపారి మాతాప్రసాద్. ఈ ఏడంతస్తుల భవనం అతనే కాంట్రాక్టు మీద కట్టించాడు.

"మీరు ఇక్కడేమిటి సేఠ్ జీ!?" ఆశ్చర్యంగా అడిగాను.

"అరే. పదివేల చెప్పుదెబ్బలు తింటే మున్సిపల్ కార్పొరేషన్‌లో ఒక్క కాంట్రాక్టు దొరుకుతుంది. నా మిత్రునితో యాభై చెప్పుదెబ్బలు తిని పది వేలు సంపాదించొచ్చు. చెడ్డ వ్యాపారం ఏం కాదే?" అన్నాడతను.

"కాని బ్యాంక్‌లో నా పేర ఉన్న డబ్బంతా అయిపోయింది."

"ఏం ఫరవాలేదు. ఈ భవనం అమ్మేయ్యండి నేనే కొంటాను" సేఠ్ మాతా ప్రసాద్ ముందు కొచ్చాడు.

"నేను చెప్పుదెబ్బలు కొట్టీ కొట్టీ అలసిపోయాను."

"మీరు చెప్పుదెబ్బలు కొట్టాల్సిందే" ఎవరో ఆకతాయి "చెప్పుదెబ్బలు జిందాబాద్"

అని కేకవేశాడు. ఇంకేముంది నినాదాలు మిన్నంటాయి. కొంచెపట్లోనే ఎన్నికల వాతావరణంలా తయారైంది.

అవతలి నుంచి తుపాకీ పేలిన ధ్వని వినిపించింది. కోలాహలం పెరుగుతూనే ఉంది. బహుశా నేను. బహుమానం పంచడానికి నిరాకరిస్తున్నాని వాళ్ళకు తెలిపిపోయి ఉంటుంది. తుపాకీ కాల్పుల్లో ఇద్దరు చనిపోయారు. "నీ ప్రకటన రెండు రోజులుంది. జనం చెప్పు దెబ్బలు తినడాన్ని నీవు నీరోధించలేవు. లేకపోతే భయానక వాతావరణం అలుముకుంటుంది" అని హెచ్చరించాడు మేజిస్ట్రేట్.

రెండు కోట్లు విలువచేసే భవనాన్ని అక్కడికక్కడే నేను మాతా ప్రసాద్‌కు కోటిన్నరకు అమ్మేశాను. మళ్ళీ చెప్పుదెబ్బల కార్యక్రమం ప్రారంభమయింది.

మూడు గంటలయ్యేసరికి మిగతా భవనాలు కూడా నా చేయి జారిపోయాయి. కేవలం బ్యాంక్‌లో డబ్బు మాత్రం మిగిలింది ఆ బ్యాంక్‌లో డబ్బున్నా మిగులుతుందని మెల్లిగా కొట్టడం మొదలెట్టాను. కాని నాలుగు గంటలకు బ్యాంక్ అకౌంట్ కూడా అయిపోయింది. అయిదింటికి నా సర్వసంపదా అయిపోయింది. నేను చెప్పు చంకలో పెట్టుకుని ఆ భవనం నుండి బయటికొచ్చాను.

చీకటిపడుతూ ఉంది. జనం మెల్లిగా ఇళ్ళకు పోతున్నారు. ఇప్పుడిప్పుడే ఏదో జాతీయ పర్వదినం ముగిసినట్టుగా ఉంది రోడ్డు. ఇదే నేరేడు చెట్టుకింద ఘ సేటు చెప్పులు కుడుతున్నాడు.

'అరె ఘ సేటు చెప్పుదెబ్బలు తినడానికి నీవురాలేదేం?' అని అడిగాడు.

అతడు నా వైపు చూసి 'దొరా! నేను చెప్పులు తయారు చేస్తాను చెప్పుదెబ్బలు తినను' అన్నాడు సరళంగా.

అతని సరళ స్వభావం నా హృదయంలో నాటుకుంది. నేను అక్కడే ఇప్పుడు నీవు కూర్చున్న స్టూలు మీదే కూర్చుండి పోయాను. అప్పటి నుంచీ నేనిక్కడే ఇన్నాను. చాలా మంది నాకు అనేక రకాల సహాయం చేయడానికి ముందుకొచ్చారు. నేను వ్యాపారం మళ్ళీ మొదలెట్టాలని కోరారు. కాని నేను నిరాకరించాను. నాకు కూడా బుద్ధుని లాగే జ్ఞానోదయం అయింది......

మోచీ నా చెప్పు తీసుకుని హృదయానికి హత్తుకున్నాడు. దాన్ని ప్రేమతో నిమిరాడు. 'అప్పటి నుంచీ నేను ఇదే నేరేడు చెట్టుకింద కూర్చుని చెప్పులు కుడుతున్నాను - ఈ యుగానికి అన్నదాత చెప్పే............'